Je, umewahi kujisikia kama

wewe ulikuwa ....

Kuishi katika Zizi (Zoo)?

Na Brenda Lancaster

UCHAPISHAJI

@ 2007 by Brenda Lancaster. Haki zote zimehifadhiwa. Toleo la pili.

Imechapishwa na The Masters Design, 789 State Route 94 E, Fulton, KY 42041

Isipokuwa kama ilivyoelezwa vinginevyo, Maandiko yote yanachukuliwa kutoka kwa New King James Version, © 1979, 1980,1982 na Thomas Nelson, Inc., Wachapishaji. Inatumiwa na idhini.

Marejeo ya Maandiko yanatambuliwa ipasavyo wakati unachukuliwa kutoka kwa Amplified Bible, Copyright © 1954, 1958, 1962, 1964, 1965, 1987 na The Lockman Foundation. Inatumiwa na idhini.

Marejeo ya maandiko yanafafanuliwa ipasavyo wakati unachukuliwa kutoka kwa The Living Bible, hati miliki © 1971. Kutumiwa na idhini ya Tyndale House Publishers, Inc., Carol Stream, lllinois 60188. Haki zote zimehifadhiwa.

Marejeo ya Maandiko yanatambuliwa ipasavyo wakati unachukuliwa kutoka kwenye Biblia Mtakatifu, New International Version®, NN®. Hati miliki © 1973, 1978, 1984 na Shirika la Kimataifa la Biblia. Kutumiwa na ruhusa ya Zondervan. Haki zote zimehifadhiwa.

ISBN 13: 978-1-930285-80-4

ISBN l: 1-930285-80-9

KUJITOLEA

Kitabu hiki kinajitolea kwa wazazi wangu:

C.B. na Lois McDaniel

Asante Mama na baba kwa kuniinua

katika nyumba yenye upendo, imara.

Ninaomba mfano wako wa kukaa pamoja

kama timu itakuwa msukumo

kwa wengine kama ilivyo kwangu.

Na

Mama mkwe wangu wa ajabu

Frances Lancaster

Asante kwa kuwa mfano unaong'aa kama

mama anayeomba, na kunijumuisha kwenye maombi yako kwa miaka 39

iliyopita.

MEZA YA YALIYOMO

Page

SEHEMU YA 1

MAISHA INAWEZA KUWA SAFARI

LAKINI NINAISHI SAFARI YA ZIZI (ZOO)!

Mimi sijuijui jinsi ila ni kwa ajili yenu, lakini kwa ajili yangu, wakati mwingine maisha ni

machafuko kabisa ambayo mimi

jisikie kama mimi niishi katikati ya zoo-kelele, fujo, harufu, mshtuko

kujaza zoo. Siku nyingi zimejazwa na mbio ya hofu ya kasi ya hullabaloo siku hiyo

Mwisho unipata kunama juu ya kamba na lugha yangu iko nje! Akizungumza ya kitambaa,

1 anaweza kumbuka mara nyingi kwa njia ya miaka ya kuwepo kwangu kama zoo

watoto wadogo wangeweza kulipitia kando hiyo ili kupata vitafunio. Mama wa thamani wa

wajukuu wetu wananiambia wanaelewa kuwa shida. Mimi nitakuja wewe pia!

Kwa miaka nilitarajia msimu ujao wa maisha kuwa ngumu ngumu na machafuko

kuliko ya mwisho, lakini nimekuja kutambua kwamba kila msimu wa maisha ina seti yake ya

juu-changamoto za whelming. Kupitia yote, nywele zangu za kahawia zimegeuka nyeupe

(usiambie mume, hajui bado), na wakati fulani umetoka kabisa, mimi

nadhani kutoka kuifuta! Mwelekeo mzuri sana wa kunyoosha kwenye pembe za macho yangu na

midomo imeongezeka kuwa canyons mini grand na nimeona kuwa baadhi ya sehemu za mwili

si tena ambapo Mungu amewaweka, akaanguka kaskazini ikiwa unajua kile ninachosema.

Wakati nzi kwa, siwezi kusaidia lakini ajabu wakati maisha inapaswa kupungua, unajua, kupata

kwa uhakika wakati mimi hatimaye kuwa na wakati wa harufu ya roses. Njia inayoendelea sasa

yangu "buds za pua" zitakuwa zenye kushangazwa wakati nitakapokutumia.

Na wewe je? Je, siku za siku za mara kwa mara za machafu zisizoendelea hufanya unataka tu

Piga kelele, "Calgon, anichukue mbali!" Nimepata siku kama hizo. Kweli, kitabu hiki kina

kuja kwa sababu ya siku moja ya machafuko katika majira ya joto ya 1975.

Nilikuwa mama mdogo wa wavulana wadogo watatu wanaoishi Florence, South Carolina.

Mpenzi mume wangu alikuwa akihudhuria chuo kikuu na kufanya kazi wakati woteili kuweza

kutosheleza mahitaji ya familia zetu. Alifanya kile alichoweza, lakini alikuwa na wakati wa

thamani sana wa kusaidia na watoto.

(Kwa njia, bado ni "hunk" na sasa yeye husaidia na grand-kiddiesl)

Maisha ilikuwa kimbunga. Hatukuwa na jamaa wanaoishi karibu na hivyo tu chanzo changu cha

msaada alikuwa rafiki, mama mwingine mdogo ambaye alikuwa katika shida sawa na mimi.

Cheryl nami nikavunjwa katika urafiki uliozaliwa bila ya lazima, lakini ni Muumba wetu.

Tuna kusaidiana kila kitu. Bado tunakaribia siku hii.

Kwa ajili yetu, maisha yalionekana kama moja kubwa ya "kufanya" orodha ambayo iliweka

gamut ya binadamuuvumilivu. Kwa kweli kulikuwa na kazi za kila siku-kusafisha, kupika,

kufulia,maelekezo ya kukimbia, waume kufurahia (yaani lovin 'kufanya), watoto kufukuza, pua

kupiga, hineys kusafisha, vyumba vya dharura kutembelea, magari ya kuosha, huduma za

kufanya, vilabu kukutana, au nyani wadogo kuelimisha-na hiyo ilikuwa kubwa sana!

Mbali na viungo vyote vya juu vya maisha, kulikuwa na wakati mgumu wakati

bajeti ya familia ilitoa dola kumi na mbili tu kununua chakula cha wiki mbili kwa ajili ya mboga

tano. Changamoto hiyo ilikuwa ni pamoja na mradi wa kupata pesa, kama kufanya ufundi, kuwa

na kuuza gereji, au kupata kazi nje ya nyumba. (Kama kama mama wa watatu hakuwa na kutosha kazi ndani ya nyumba.).

Katikati ya ulimwengu, kulikuwa na changamoto kubwa, kama vile Cheryl

na Bill alipoteza kijana wao wa thamani siku ile ile aliyozaliwa. Jinsi gani ulimwenguni

unapata kupitia nyakati hizo wakati zoo karibu na wewe inakuwa mojawapo kubwa na

maumivu ni ya kina wewe kwa uaminifu hajui jinsi utakavyoishi mpaka siku iliyofuata?

Lakini, kwa njia yote Cheryl na mimi tulijifunza jambo moja muhimu - tunaweza kuishi,

tunaweza kufanya kile tulipaswa kufanya. Unaona, tulikuwa na msaada ambao hatukuwaelewa

wakati. Uelewaji ungekuja baadaye, lakini unakuja wakati kwa kuwa

anaweza kuipitisha pamoja nawe.

Ninakumbuka bado kwa undani mzuri siku nilipoanza kujifunza somo hilo.

Ilikuwa ni siku ya kusisimua sana. Unajua aina hiyo. Tayari

nimechoka saa 10:00 A.M.

Nilijaribu kwa bidii kuanza siku sawa na wakati fulani wa utulivu, lakini kidogo

Wale (watoto) waliamka kwa sauti kubwa kwa lisaa moja mapema. Nilijaribu kusonga mbele

na shughuli. Niliamua kufua, nusu-ilifanya vitanda, kulishwa kifungua kinywa watoto na

kujaribu kuwapeleka kukaa katika aina fulani ya shughuli ambayo itawafanya kuwa na furaha.

Haikuwa rahisi mama wa wavulana watatu, wote chini ya umri wa miaka saba. Nilikuwa

nimelelewa mtoto wa pekee, hivyo uzoefu wangu uliopita na watu wadogo (na ndio hasa ndivyo

walivyo!) na hayo ni kusema machache.

Sikumbuki hasa nini kilichosababishwa na watu wote siku hiyo, lakini kabla ya chakula cha mchana-wakati wowote ulipofika, nimejikuta nimesimama kwenye jikoni kidogo la elfu moja nyumba ya mguu wa mraba, mwisho wa marifa yangu. Katika miguu yanguw akaketi wote watatu wale watoto, wakiniangalia moja kwa moja kwangu - wakipipumua juu ya mapafu yao! Nilihisi sana nimelemewa wakati huo kwamba sikujua nini cha kufanya.

Hatimaye, kwa kukata tamaa, nilifanya jambo pekee nililojua kufanya wakati huo-nilianza Kulia sawa pamoja nao! Mara kwa mara wavulana waliacha shida yao na wakiangalia mama yao wenye macho makavu na macho machafu ambayo ninaweza kuongezea. Ukali wao uliacha katika nyimbo zake lakini tamaa ya mama yao hakuwa. Nilikuwa sana kijana na hawakuelewa kwamba sikuwa na hasira ya kuwashawishi.

Mungu."Bwana", nikalia, "Nataka kuwa mke na mama mzuri, sio tu kujua jinsi! Sijui unataka nini kwangu! Ninajaribu-lakini ninahitaji msaada. nahitaji mtu kufundisha nini unataka kutoka kwangu na jinsi ya kufanya chochote kile. " Lakini kisha nikamwonyesha kicheko kidogo, nikampiga mguu wangu na nikalia pia "Na nitakapokuwa mwanamke mzee usiruhusu nisahau jambo hili, nisaidie niweze kufundisha vijana wanawake wadogo vitu ambavyo hakuna mtu amenifundisha sasa! "

Siwezi kusaidia lakini najiuliza wapi ulimwenguni kwamba taarifa ya mwisho imetoka. Kwa upendo wake na huruma, Bwana hakupeleka bolt ya kuimarisha nje, lakini polepole aliwatuma walimu niliokuwa nikilia. Siku moja kwa wakati mmoja, Mungu aliona kwamba nilifundishwa. Alituma kile nilichohitaji wakati nilipohitaji.

Nilisahau kila kitu juu ya hasira hiyo kidogo, kamwe hakufikiri juu yake hadi Septemba

2001 katika fungamano yetu ya kanisa la wanawake. Wakati wa kuomba na kusoma ibada yetu

ya kibinafsi kwa siku hiyo, nilifikiri nikasikia mtu ananiita akisema "Ni wakati." Nikaangalia

kote na hakuna mtu aliyekuwapo. Nikaangalia saa yangu na nikaadhani "sio wakati wa kuaanza

kikao bado. "

Tena, nilipoanza kuomba nikasikia moyoni mwangu, "Ni wakati ..." Wakati huo halisi

eneo kutoka jikoni hilo kidogo, miaka 26 mapema iliangaza mbele ya macho yangu ... kwa

polepole mwendo. Nikakumbuka kila neno nililosema ... kila ahadi niliyoifanya-kila

hatua ya mguu wangu. Mara nyingine tena katika moyo wangu nikasikia maneno; "Ni wakati."

Nilishindwa tena, lakini wakati huu nielewa kabisa nini mimi nilihitaji kufanya nia ya hofu

kubwa niliyoyaona miaka yote iliyopita. Wakati huu, hata katikati ya hisia zangu za shaka na

kutokuwa na uwezo, nilijua kwa uhakika kabisa ilikuwa ni wakati wa kushiriki, kuweka ahadi

nilizozifanya siku hiyo yenye kupendeza.

Haya ndiyo kitabu hiki kinachohusu. Ni kuhusu kugawana majibu Mungu aliyo nibariki sana

tangu siku hiyo jikoni. Kama inageuka, Mungu alikuwa na majibu kwa kila moja ya vita hivi

nilivyopata katika zoo. Mimi ni ninastahili kukufundisha? Hakika sio, lakini naweza

kukuelekeza kwa mmoja ambaye anastahili. Je, nimehitimud au ninavifaa? Labda si kwa

viwango vya dunia kwa kuwa sina orodha ndefu ya digrii baada ya jina langu.

Lakini ninaweza kukuambia jinsi ninavyostahiki; Nimekuwa pale ulipo, nilikuwa na wingi wa matatizo sasa unayo, na umekuja kupitia shida hizo kwa wingi ushindi. Vipi? Sababu ni rahisi: Mungu alikuwa na vifaa vya kushughulikia zizi yangu, na Ana uwezo wa kushughulikia yako, pia. Mimi ni ushuhuda wa maisha kwamba Mungu ni kweli na kwamba anaingilia katika maisha ya wanawake. Anaweza kukupa ushindi pia ikiwa unataka. Mungu alikutana nami katika jikoni hiyo; haki ambapo mimi ilikuwa, hasira na zote.

Hiyo ndio hasa anayotaka kufanya nawe; kukutana nawe popote ulipo saa hii sasa, hakika dakika hii. Kitabu hiki ni kuhusu kukutana na wewe wapi, si wapi wewe au mtu mwingine anadhani unapaswa kuwa! Weka nyuma yako hatia yote, uchovu, kushindwa zamani, shughuli ya maisha ambayo huchukua furaha.

Hasa, kuweka nyuma yako yote ya "siwezi" na "huwezi" ambayo hukuhujumu yako akili na kumbukumbu. Wote unahitaji kukumbuka ni kwamba "Unaweza!" Bado bora, chini ya-kusimama kwamba Mungu anaweza, na atakupa majibu, msamaha, amani na furaha wewe kwa muda mrefu.

Kwa wale wenu, ambao hawajawahi kusoma kitabu ambapo unaulizwa kuangalia juu Mistari ya Biblia-pumzika! Usijali kuhusu hilo-tu kutumia meza ya yaliyomo mbele ya kila Biblia ili kupata kumbukumbu yako. Labda wewe una wasiwasi juu ya Biblia. Mimi tu nakuuliza wewe kukiangalia ili uweze kuona mwenyewe ambapo Ukweli mimi niliijifunza umetoka, kwa sababu ndivyo ambapo ushindi wangu ulitoka. Mimi kuchukua ushindi ni nini unatazama kwa pia. Hakikisha kushiriki katika Kazi za Kazi kwa sababu wana uhakika wa kuongeza viungo kwa maisha yako! Wewe na mume wako hakika mtafurahia "kazi za usiku" katika kikao cha sita. Je! Uko tayari kuwa huru? Ikiwa sio, basi uwe tayari! Kitabu hiki inawezakukufanya ukucheka, inaweza kukufanya ulia, lakini hakika hautakuwa na kuchoka!

SAUTI KUTOKA KWA MAONI YA MAISHA

MHUBIRI 3: 1-8

1.   Jua nini unataka kuwa wakati utakuwamkubwa? Daktari. Hapana, mwanasheria. Najua, a mwalimu. Bora bado-nitakuwa nyota wa filamu!

2.   Siwezi kusubiri mpaka nitakua! Kisha hakuna mtu anayeweza kuniambia nini cha kufanya!

3.   Mvulana, mimi niko peke yangu sasa, hakuna mtu anayenitazama lakini ni mimi! Ni kuhusu muda!

4.   Hakika ni aina ya upweke. Mheshimiwa, ni nani mume mzuri wa 100% mwanaume?

5.   Mipango hii ya harusi ni karibu kunipeleka wazimu! Siwezi kusubiri mpaka hii ya harusi imekwisha!

6.   Mtoto aliamka kila masaa mawili jana usiku. Siwezi kusubiri mpaka nipate kupata mwema usingizi wa usiku.

7.   Kunyonyesha! Wakati mwingine mimi huhisi kama hakuna jikoni cha supu!

8.   Hawa lara (diapers) ni ghali. Natumaini yeye hivi karibuni amefundishwa kwa potty!

9.   Kazi ya nyumbani! Je! Walimu hawajui kwamba hatuna masaa mawili usiku huu?

10. Napenda watoto hawa wasimame kufanya maovu! Siwezi kusubiri mpaka ni wakubwa kutosha kusafisha maziwa yao yaliyomwagika!

11. Kidogo cha Soka la Soka. Baseball. Scouts ya Msichana. Gymboree. Masomo ya ngoma. Wote siku ile ile! Mimi si kitu lakini dereva wa teksi!

12. Kupambana. Watoto hawa wote wanaonekana kufanya ni kupigana! Je, huwezi kufanya kama watu wazima mara moja kwa muda?

13. Vijana! Muziki wa sauti. Nini mitazamo. Nitahitajika kuzingatia muda gani? hii?

14. Watoto wamekwenda. Ni Bill tu na mimi sasa. Tutazungumzia nini?

15. Mvulana, nyumba hii ni upweke. Nina hakika ninakosa fujo, kelele, hata mapambano.

16. Napenda watoto wawe wanipigie. Nadhani sihitajki na mtu yeyote tena.

17. Naam, mimi niko peke yangu sasa. Bill alikwenda nyumbani ili awe na Bwana bila mimi.

    Nitafanya nini na maisha yangu sasa?

18. Ni nani katika ulimwengu atakayehitaji mwanamke mzee kama mimi?

SIKU YA 1

WACHA TUANZA   POLEPOLE NA KWA WEPESI , WASICHANA(WAMAMA).

Soma **Mhubiri 3: 1-13.**

Wanawake wazuri. Hebu tufanye Siku ya kwanza iwe rahisi.

Tumewasikia wimbo huo wa zamani, "Kwa kila kitu, tembea, tembea, tembea, kuna msimu, kugeuka, kurejea, na kugeuka. "Ikiwa unafikiri juu yake, aya hizi katika Mhubiri zinapaswa kuwa za kututia moyo kila siku ya maisha yetu, bila kujali tunachopitia kwa wakati huo. Mungu anatuambia katika kifungu hiki kwamba katika maisha haya, tuko na nyakati tofauti au misimu.

Je! Unafikiri nini neno majira yanamaanisha?

____

Katika sehemu fulani za dunia, hali ya hewa inabakia sawa kila mwaka kote lakini kule North Carolina tunaona tofauti katika kila msimu. Ni inayoonekana na isiyoonekana mabadiliko unaona wakati hali ya hewa yetu inasababisha misimu?

Unapenda nini bora kila msimu? Jumuisha baadhi ya mambo unayofurahia zaidi kufanya kila msimu.

Spring: ____

Summer: ____

Autumn: ____

Baridi: (Winter): ____

Kama vile kuna misimu katika hali ya hewa yetu, kuna misimu katika maisha yetu. Tunaweza daima kupata kitu cha kufurahia katika msimu kila kama tunamsikiliza Mungu na kujifunza nini Madhumuni yake ya juu . Angalia pia kwamba tuna uzoefu tu wa msimu mmoja kwa wakati mmoja. Kwa kuwa hatuwezi kupata theluji wakati wa majira ya joto, hatutumii wakati wetu kuvaa boti la theluji na kujaribu kusonga theluji mbali ya barabara. Lakini wakati mwingine sisi wanawake huweka shinikizo kubwa juu yetu sisi kujaribu kufanya kazi kwa wakati wote wa maisha wakati huo huo.

Fikiria maisha yako kwa muda. Je, wewe umewahi kujifanya kupata kila unasisitizwa
nje kujaribu kuwa vitu vyote kwa watu wote? Je! Unahisi kwamba hauwezi kufanya tu,
bila kujali ni vigumu kujaribu? Ikiwa ndio, toa mifano.

____

____

Tumia muda katika sala na Mungu na uulize msaada Wake unapojaribu kugundua yale majukumu ambayo amekupa wakati huu katika maisha yako. Wao ni kina nani?

Kumbuka, kwa kila kitu kuna msimu.

SIKU YA 1

ZOEZI LA FUNZO.

Tunaweza kujifunza Neno la Mungu na kuomba msaada na uongozi wake katika maisha yetu

lakini mpaka tulitumie kikamilifu kile tumejifunza, hatuwezi kukua katika Bwana; sisi tutakuwa

"wanene" na ujuzi ambao hautaleta madhumuni halisi. Kwa mawazo hayo katika akili, tutafanya

zoezi tofauti za kila siku. Baadhi itakuwa mbaya, baadhi yatakuwa pori na zany, lakini yote

yatakuwa na faida kwa ukuaji wetu katika Bwana.

Pata kona mahali fulani nyumbani kwako ambapo unaweza kuanzisha eneo la utafiti

yako yote. Haina budi kuwa kubwa au dhana. Inaweza hata kuwa sanduku la kadi kubwa

na kitambaa cha meza kimefunikwa juu yake. Doa hii ni yako na yako pekee. Hakuna mtu

kuruhusiwa kugusa nafasi hii lakini wewe. Ikiwa watoto huivamia, basi inakuwa bahari yako-

mwana wa "vita"! Hii ni kuwa nafasi yako ya kukimbia hadi siku nzima ili kuteka nyara

kutoka kwa Neno la Mungu.

Ruth Graham mara moja alisema hii ndiyo njia pekee aliyoweza kujifunza Biblia

wakati ambapo watoto wake walikuwa mdogo. Ilifanya kazi katika maisha yake ili kumlenga

kumtazamia Mungu na njia yake katika siku yake ya ya uchovu sana.

Inaonekana kuwa imemtumikia vizuri. Nadhani itatutumikia vizuri pia, ikiwa tutachukua

tamaa kufuata.

Furaha ya uwindaji!

SIKU YA 2

KUWA TAYARI KWA SAFARI!

Soma Mhubiri 3: 1-13 tena.

Mhubiri wa misimu anazungumzia ni hatua tofauti za maisha ambazo sisi sote tunaenda

kupitia na kazi tunazowajibika wakati wa kila hatua hizi. Kwa wazi mke aliyeolewa na mama

ana kazi tofauti kuliko ile za nyanya au nyanya wa nyanya. Mungu anakubali kwamba

tunapaswa kuzingatia mambo hayo kazi zinazohusiana na msimu wa maisha tunazopata sasa.

Kuna msimu ambapo sisi kama wanawake tunaweza kufuata kazi, huru kutoka nje

majukumu, ikiwa tunachagua.

Sisi sote tuna msimu wa kuwa mtoto, basi mtoto, kijana, kijana mdogo, na

wazee wazima. Tuna msimu wa kuolewa, kuwa kwa ndoa, msimu wa kuolewa, na

baadhi, msimu wa kukumbuka kuwa ndoa.

Tuna msimu wa kubeba watoto na msimu ambapo hatuwezi tena kuvumilia.

Kuna msimu wa kuzingatia mafunzo na kuwatumikia kama mama zetu walifanya kwa sisi

wakati tulikuwa mdogo. Kisha inakuja msimu wakati tunapaswa kuwaacha waondoke

kwa wenyewe, kutupa uhuru mpya upatikanaji wa kutafuta kile Mungu ametupanga

ijayo. Kuwa na hakika juu ya hili: Mungu hana mpango wa watoto wetu kuwa maisha yetu yote.

Wakati wa kuwajali na kuwalea ni sehemu tu ya mpango wake mkuu wa maisha yetu.

Kuna msimu ambapo sisi au mshiriki wa familia tunakabiliwa na matatizo ya afya ambayo

inaweza kuhitaji muda mwingi na tahadhari. Wakati huo sisi huwa na haja ya kujisikia hatia

kwamba hatuwezi kufanya mambo hayo yote tuliyoyafanya kwa watu wengine. Mungu anajua

msimu wetu. Yeye ameruhusu katika maisha yetu na Yeye anakusudi kwa hilo.

Je, unafikiri wakati uliopata hatia kwa kutumia muda hali katika maisha yako ambayo ilikuwa zaidi ya udhibiti wako?

____

____

____

Wakati mapambano yalipopita, je, umegundua kuwa Mungu alikuwa amesababisha baadhi ya jambo jema kutoka kwa hilo? Je! Ulikua kupitia uzoefu? Ikiwa ndivyo, jinsi gani?

____

____

Kuna msimu ambapo tutapata furaha kubwa na wengine tuntapata uzoefu wa maumivu makubwa na changamoto. Kifungu hiki kinatuonya: usitarajie maisha kuwa bakuli la cherries. Tarajia nzuri na mbaya. Pia tarajia Mungu akufundishe wingi ya masomo mazuri zaidi ya maisha wakati wa msimu usio na furaha sana. Pia tunajifunza hilo bila kujali kinachotokea, Yeye atakuwa pamoja nasi kwa yote. Yeye ana udhibiti kupitia yote. Ikiwa tunaweza kupata amani na furaha katika maisha haya, tunapaswa kujifunza kupumzika na Mungu, kumtegemea, na kushughulikia kila msimu wa maisha yetu kama inavyokuja.

SIKU YA 2

ZOEZI LA FUNZO

Tumia muda katika sala sasa na kumwomba Mungu akuonyeshe kile atakayekufunza katika msimu wako wa sasa wa vita. Andika yale Roho Mtakatifu anavyoweka juu ya moyo wako.

____

____

____

____

____

____

____

____

ENDELEA NA ENDELEA

Mara nyingine tena soma Mhubiri 3, mistari 9 na 10.

Swali gani Solomoni anauliza katika mstari wa 9?

____

Je! Umewahi kuuliza kitu kimoja? _______________________________

"Nini matumizi? Hakuna mtu anisikiliza mimi!"

"Je, ni manufaa gani kuosha safishi hivi vyombo? Tazama besini itakuwa imejaa tena dakika

tano kutoka sasa! Hii haina maana! "

Je! Umewahijisihi hivyo juu ya chochote hivi karibuni? Ikiwa ndivyo ilivyo elezea?

____

____

Unafanyaje kwa wengine wakati unapohisi hivi?

____

____

Kulingana na mstari wa 10, ni nini chanzo cha "msimu wetu wa uzima"?

____

Ikiwa Mungu ndiye aliyekupa msimu na kazi, basi sio sababu unaweza kudhani kwamba ni wapi

anataka kukuelekeza?

Eleza msimu unaoona kuwa Mungu amekuweka ndani wakati huu.

Je! Umewahi kumpa mtoto wako kazi ambayo aliendelea kukwepa na kujaribu kila kitu iwezekanavyo ili aepuke kufanya? Ulihisije kuhusu mtazamo wake? Nini ilikuwa jibu lako?

Je! Umewahi kujiuliza jinsi Mungu anavyohisi wakati tunapofanya kama watoto juu ya jukumu Ametupa sisi?

Ili kupata amani na furaha katika maisha yetu, tunapaswa kuacha kulia juu ya Mungu aliyetupa kazi na kuchukua majukumu yetu kwa tabasamu. Lazima tuzingatia kazi ya msimu tunaingia na sio msimu uliopita au msimu ujao. Lazima tujifunze kuishi siku moja kwa wakati. Hatuwezi kuruhusu adui kutufanya tujisikie kwamba sisi ni wajibu wa kazi ya misimu yote kwa wakati mmoja. Hiyo ndiyo sababu kwa nini watu wengi hukata tamaa na kuachana na mahusiano, ndoa, mafunzo ya mtoto, na matumaini yoyote ya kumtumikia Mungu. Tunahitaji usawa katika eneo hili la maisha yetu. Ikiwa tunapoteza usawa huo, tunakaribia kusongwa na mawazo.
Ndiyo sababu sisi mara nyingi tunakuwa pia theluji badala ya kuwa moto kwa Mungu!

SIKU YA 3

ZOEZI LAFUNZO

Tumia muda katika sala na kumwomba Mungu akuonyeshe tamaa zake kwa ukuaji wako.

Mwambie Baba yako wa mbinguni yote juu ya zile huzuni ambazo huiba furaha yako. Andika

hisia zako.

____

____

____

____

____

____

____

SIKU YA 4

HAKUNA KITU KAMA MUDA USIOKUWA WA MAANA KWA MAISHA

Soma **Mhubiri 3: 9-11 tena.**

Je, mstari wa 11 unaelezea vipi hatua hizi za maisha?

Mungu anasema kwamba hatua zote za maisha ni nzuri kwa njia yao wenyewe. Kila mmoja ni

tofauti kutoka kwa nyingine; hata hivyo, wote wana faida. Yote ni muhimu. Wao

wote wanafanya kazi pamoja ili kutufanya tuwe katika kile ambacho Mungu anataka tuwe.

Hakuna kitu kama hicho kama wakati usiofaa wa maisha; usiache adui akufanya ufikiri kuna!

     Kulingana na mstari wa 11, Mungu ameweka nini ndani ya mioyo yetu?

Mungu ameweka ujuzi wa ndani kwamba milele iko mioyoni mwetu! Kila mtu

juu ya uso wa dunia inahusika na milele wakati fulani katika maisha yake.

Hata atheist mgumu sana amefikiri kwa muda mrefu na ngumu kuhusu milele. Kwa nini? Sisi

jisikie njia hiyo kwa sababu Mungu alituumba sisi viumbe wa milele. Aliweka ndani yetu

kwamba tamaa kubwa sana kubaki hai milele, kama tunataka kukubali au la. Kwa nini,

Je! kupigana kwa bidii dhidi ya kifo? Kwa nini mgonjwa wa mwisho anaendelea kupigana hata

ingawa anajua hakuna matumaini ya kushinda hali yake ya kimwili?

Kwa sababu sisi si tu viumbe wa kimwili, lakini pia viumbe wa kiroho. Tuna

ujuzi wa kuzaliwa kwamba tutaishi mahali pengine kwa milele. Wasiwasi wetu wa kweli

hauwezi kuja kutoka kujiuliza kama kuna milele lakini kwa kujiuliza ambapo milele yetu

zitatumika.

Je! Unajua kwa uhakika ambapo utatumia milele? _______________________________________

Wapi?__________________ Je! Kwa msingi gani wewe unaweka uthibitisho wako?

____

____

Sisi sote tunahitaji Mungu sana katika maisha yetu. Yeye ni gundi ambalo linatuunga pamoja na kutupa amani na nguvu za kukabiliana na maisha kila siku. Tu kupitia Yeye tunaweza kuwa nayo amani juu ya milele. Kwa kupitia tu uhusiano wa kibinafsi kupitia Mwana wa Mungu, Yesu Kristo, tunaweza kuwa na uzima wa milele mahali panaitwa mbinguni. Ni mahali halisi, na watu halisi ambao wamekwenda mbele yetu. Ina furaha ya kweli ya milele kwa mtu yeyote ambaye atamgeukia Mungu kwa imani na kumwalika tu aingie katika maisha yake.

Aina hii ya majadiliano inaweza kuonekana kwa kweli kuwa "kanisa" kwa wengine. Huenda umesikia mambo haya yote maisha yako yote lakini haijawahi kuwa halisi kwako. Kwa wale ambao hawajui nini hii yote inamaanisha, napenda kukupa ukweli machache rahisi. Kuna hakuna kitu chochote ngumu kuhusu hilo!

1. **Warumi 3:23** inatuambia kwamba sisi sote tumefanya makosa, tumefanya makosa au, kama Biblia inasema, dhambi, na tunahitaji kukubali.
2. Kwa sababu ya dhambi katika maisha yetu, tunahitaji msamaha kutoka kwa Mungu (**Matendo ya Mitume 3:19**). Hakuna kitu twaweza fanya ili tuseme tulijipatia sisi wenyewe.

3. Yesu alikuja duniani ili kutoa msamaha huo kwa kujichukulia hatia yetu wakati alikufa msalabani. Baada ya hapo, Mungu alimfufua kutoka kwa wafu (Warumi 4:25).

4. Biblia inatuambia katika Yohana 3:16 kwamba Mungu alitupenda sana hata alimtuma Yesu ili mtu yeyote ambaye amwamini Yeye atasamehewa na awe na maisha ya milele.

5. Mara tunapoamini juu ya Yesu tunahitaji tu kumwomba kutusamehe na kuuliza Yeye kuwa Bwana wetu.

Ikiwa hujawahi kuwa na wakati katika maisha yako wakati ulipomwuliza Mungu kwa hiari kuja katika maisha yako na kuwa Bwana wako na Mwokozi kupitia Yesu Kristo, si wewe Mwambie kufanya hivyo hivi sasa?

Ikiwa haujui maneno ya kutumia, unaweza kuomba sala kama hii:

> *Baba wa mbinguni, naja kwako kwa jina la Yesu na kukuuliza Unisamehe na mambo niliyoyafanya vibaya-kwa makusudi na kwa ajali. Ninakuomba Unisafishe na ufanye mimi tena. Yesu, naamini wewe ni Mwana wa Mungu, ulikufa msalabani, ulikufa, ukazikwa na kufufuka tena. Ninakuomba Uingie katika maisha yangu kama Bwana na Mwokozi. Amina.*

Andika sala yako kwa Mungu.

____

____

____

Dada mpendwa, ikiwa umeamini katika moyo wako na kuomba sala hiyo, unaweza kuwa hakika kwamba Mungu sasa anaishi ndani ya moyo wako na atakuwa pamoja nawe milele!

Ninajua hili kwa sababu nimemwona Mungu katika maisha yangu kwa miaka thelathini na moja sasa. Yeye mara nyingi aniruhusu mimi kupigana, lakini imekuwa kwa njia ya vita ambavyo ninavyo uzima na kumpenda na kumjua zaidi. Nimekuwa nimemwona Yeye mwaminifu. Katika maumivu yangu makubwa na mapigo ya moyo, naona uwepo Wake ndani yangu tofauti na yoyote wakati mwingine. Imani yangu inakua wakati huu mpaka nitambua kuwa ninaweza kumwamini ndani na kwa vitu vyote.

Kumjua Mungu ameweka umilele mioyoni mwetu na kupewa msimu na kazi ndani ya maisha yetu, tuna sababu ya kuendelea kuingia pamoja na kazi za kawaida za maisha. Ghafla, kila kitu tunachofanya kinaweza kusudi la milele.

Tunapowaadhibu watoto wetu, ni kwa tumaini kwamba watajifunza na kuelewa njia za Mungu na siku fulani kukua kumpokea Yeye mioyoni mwao, kupata uzima wa milele. Tunapoifuta vidonda vyao, ni kwa kusudi la milele. Tunapopata soksi za mume wetu kwa wakati ya mara ya kumi, tunaweza kukumbuka sisi kufanya hivyo kama busara yetu huduma kwa Mungu katika msimu huu wa maisha yetu.

Mara nyingi hatuwezi kuelewa kwa nini Mungu ametupa kazi hii maalum; Yeye peke yake anajua. Lakini tunaweza kuwa na uhakika wa jambo moja! Hawezi kuuliza kitu fulani kwetu kwamba Yeye hatatupa nguvu ya kushughulikia, na hatatupa kamwe mzigo mzuri sana kubeba. Wakati mwingine tunadhani kwamba Yeye ana, lakini kama tutashika Yeye, atatuonyesha mambo makuu na yenye nguvu ambayo hatuwezi kuwa na uzoefu vinginevyo. Anatuahidi katika Warumi 8:28 kwamba "vitu vyote vinatumika pamoja kwa manufaa kwa wale wanaompenda Bwana. "Tunaweza kudai ahadi hii na kuhakikishiwa kuwa mwishowe, itatumika kwa manufaa katika maisha yetu.

SIKU YA 4.

ZOEZI LA FUNZO

Ni hali gani unayoona kwamba hauelewi bado, lakini wewe sasa uko tayari kuipeana kwa Bwana, kudai ahadi Yake, na kumtumai Yeye kufanya kazi njema ndani yako? Andika sala yako ya kujisalimisha na imani kwa Mungu. Siku moja, utakuwa na uwezo wa kuangalia nyuma katika sala hii iliyoandikwa na kuona utimilifu wa Mungu kwa ahadi hii.

Sala yangu ya kujitolea na imani kuhusu msimu wangu wa vita kama ilivyo leo:

____

(tarehe)

____

____

____

SIKU YA 5

UNAWEZA TU KUISHI SIKU MOJA KWA WAKATI

Soma Mhubiri 3:12, tena.

Je! Mungu anasema mambo gani mawili ambayo ni bora kwetu kufanya kama tunavyoishi kupitia misimu tofauti ya maisha?

1. ____

2. ____

Mara nyingi tunakumbusha na kulalamika kuhusu kazi zetu msimu maalum unataka. Wakati mwingine tunapata huzuni sana na mzigo wetu mzito na kushindwa tuliyo tu kuacha kujaribu.

Kama wanawake kutoka **"sauti za misimu"** mwanzoni mwa darasa hili wiki hili, tunata kuishi maisha yetu, siku moja kwa wakati. Hatuwezi kusubiri siku nyingine, na msimu mwingine. Mara nyingi tunasahau kuwa msimu ujao pia utakuwa na shida, uharibifu, na shida. Mungu anasema tutakuwa na furaha zaidi ikiwa tunapaswa kujifurahisha!

Je! Mungu anatarajia tufurahi kwa sababu tuna shida? Hapana, lakini anatarajia tufurahi juu ya ukweli kwamba Yeye yuko pamoja nasi wakati wa mapambano. Anatutaka kufurahia kwa sababu hata katikati ya mgogoro, Yeye ana udhibiti na anaweza kushughulikia chochote hali ambayo hutokea katika maisha yetu. Anataka sisi kufurahi tunapofahamu kwamba Mungu anaweza kuwawezesha kufanya kazi mpya katika maisha yetu kwa njia ya mapambano. Anataka sisi kufurahi katika imani yetu kwamba Yeye anaweza kufanya kazi katika maisha yetu licha ya

mapambano.

Ndiyo sababu tunapaswa kufurahi!

Je! Mungu amenena kwa moyo wako kuhusu eneo ambalo unahitaji kujifunza kufurahia?

Andika sala yako ya kukiri na kumpa ahadi sasa.

____

____

____

Katika mstari wa 13, Mungu anasema tunapaswa kufanya nini?

____

Je! Unajua Mungu anataka ufurahie matunda ya kazi yako? Mungu hataki sisi kwenda

kuzunguka kuishi haraka, wasiwasi zilizopo. Anataka sisi kufurahia maisha yetu

na kufurahia kazi ambayo ametupa.

Ikiwa tunaweza tu kujifunza kufurahia na kuishi siku moja kwa wakati-au dakika moja kwa

wakati ikiwezekana - basi tutaanza kupata msaada, amani, na furaha Mungu anataka sisi

tuwa nayo.

Tunawezaje kubadilisha kutoka lalama hadi furaha? Kwa kumsifu Mungu! Msifuni kwa ajili

yake, Yeye ni nani. Msifuni kwa yale aliyoyatenda.

Msifuni kwa sababu ya shida na kazi zote ambazo ametumiayapata miaka elfu sita iliyopita

 tu ili aweze kukupa ujumbe kuhusu upendo wake mkubwa na ukaribu sio kwa maisha yetu.

Baada ya yote, kazi zetu zinachukua muda mfupi tu. Je! Ungehisije ikiwa kazi yako ilidumu miaka elfu sita na mpokeaji wote alifanya alilalamika?

Mungu ana mipango na ndoto nyingi kwetu ambazo ni bora kuliko matumaini yoyote au ndoto tunaweza kujifanyia wenyewe. .

Yeremia 29:11 inasema, "Kwa maana najua mipango niliyo nayo kwa ajili yenu, asema Bwana, 'hupanga kukufanikiwa, hupanga mipango mema, sio mabaya, kukupa tumaini la baadaye.' "

Fanya mawazo hayo na wewe kila siku, kila mahali unapoenda!

Kazi haitaonekana tena kubwa sana!

SIKU YA 5

ZOEZI LA FUNZO

Hesabu baraka zako - taja jina moja kwa moja !!!

1. ____

2. ____

3. ____

4. ____

5. ____

6. ____

7. ____

8. ____

9. _______________________________________

10. _______________________________________

Kwa ajili ya utafiti uliopanuliwa kwa hiari:

Soma na kujifunza Mithali 31: 10-31.

Tunasoma katika kifungu hiki kuhusu mwanamke Mungu anasema ni thamani zaidi kuliko matawi na tunahisi hakuna njia ambayo tutaweza kupima hadi kiwango hicho. Nini wakati mwingine tunakosa kujua ni kwamba mwanamke wa Mithali 31 hakufanya mambo yote kwa wakati mmoja. Mungu kamwe hakutaka tujaribu tufanye hivyo. Mafanikio haya yalikuwa mafanikio juu ya maisha yake yote.

Andika na ueleze mambo yote ambayo mwanamke huyo alifanya.

____

____

____

Chagua majukumu yake matatu kwa kujifunza neno kwa kina.

Ni majira gani ya maisha yake ambapo chaguo zako tatu zinatumika?

____

____

Je, unaweza kutumia matokeo yako ili kusaidia mke na mama mchanga kukabiliana na changamoto za kila siku?

JUMA LA 2

WANAMALIKIA WA PORINI/ZIZI

Ikiwa wewe ni mzaliwa wa binti ya mfalme, hii inakufanya nini? Hiyo ingefanya wewe mwanamalikia, sawa? Kila msichana mdogo, wakati mmoja au mwingine, ameota kuwa mwanamalikia.

uanamalikia daima ni nzuri, furaha, kupendwa, na kulindwa. Kila msichana mdogo anaelewa kwamba uanamalikia ina marupurupu maalum. Yeye ni salama kwa njia nyingi na sio kama wengine. Msimamo wake unathamini sana kwa sababu yeye ni mwana wa mfalme. Yeye hakufanya kitu chochote kustahili. Alichaguliwa kuwa binti ya mfalme na hakuwa na kitu cha kufanya kuhusu haya.

Nilipokuwa msichana mdogo nilipenda hadithi za hadithi, sivyo? Katika kila hadithi ya hadithi, tumaini na upendo ulisimama imara, na furaha kwa milele baada ya siku zote kulikuwa na mwisho wake. Hapa katika maisha halisi haionekani kutokea kwa njia hiyo, je! Naam, najua wewe ni mwanamke mzima sasa, lakini nataka kukuambia hadithi mpya ya hadithi.

Hapo zamani katika nchi ya Eon, msichana mdogo mzuri alizaliwa kwa maskini sana lakini familia yao ya upendo ambao waliishi nje ya kuta za ngome katika kijiji kilicho karibu. Kijiji chote kilikuwa na msisimko wakati wa kuzaliwa kwake na hata mfalme alikuja kumkaribisha kwa ufalme wake. Alikuwa msichana mdogo wa kweli ambaye alikua na nywele nzuri za rangi na macho makubwa ya bluu, njia tu tunayotarajia kuwa katika hadithi za hadithi. Kwa kuwa alikuwa kama vile furaha kwa wote, mama yake aliamua kwamba itakuwa jina lake: Furaha.

Kulikuwa na tatizo moja tu kwa furaha: alikuwa na teeny, miguu midogo ambayo ilikuwa ndogo sana haikuweza kusimama juu yake. Baba yake na mama yake walitamani sana kupata dawa ambayo ingeweza kumsaidia kutembea, hivyo walifanya kazi mchana na usiku kwa miaka kuweza kusanya pesa za kutosha kumchukua kwa msaada. Walifanya kila kazi isiyo ya kawaida waliyoweza kupata na kulala kwa kifupi tu kila usiku. Wote waliweza kufikiria walikuwa kutafuta njia ya kusaidia msichana wao mdogo lakini hawakumwambia yeyote wa tumaini hili, hata mfalme.

Baada ya miaka kadhaa hatimaye walikuwa na fedha za kutosha kwenda na kupata msaada wao hivyo walitaka sana. Jumamosi moja ya furaha walitangazia Joy kuwa watembea kuingia katika nchi ya mbali siku ya pili. Hapo wangepata tiba na angeweza, kwa mara ya kwanza, kuwa na uwezo wa kutembea kama watoto wengine wote katika ufalme.

Oh, jinsi wazazi wangu wananipenda mimi, Furaha alifikiria. Ninafurahi sana, nafurahi! Hakuweza kusaidia lakini ajabu hata hivyo, Je! hii ndiyo sababu mama na baba wamefanya kazi sana? Je, ndiyo sababu mimi Je! hawajawaona mara nyingi? Nilidhani ni kwa sababu mimi nimefadhaika sana. Nilidhani walikuwa na aibu yangu na hawakutaka kuwa na mimi. Loo, nilikuwa nimekosea!

Asubuhi ijayo Joy akaamka kwa sauti ya msisimko kama wazazi wake walivyo tayari kuanza kwa safari. Yeye alisimama kwa furaha kama walipakia chakula na nguo za kutosha kuendelea hadi waliporudi. Hakuweza kusubiri kupanda katika gari ambayo ingekuwa iwachukue mbali nje ya ufalme ndani ya mbali kubwa. Nini kilichokosa huko

alijiuliza? Je, ni salama kwenda mbali na ulinzi wa mfalme wetu?

Mama na baba walikuwa wakiachaa ujumbe kwa wengine wa familia zao, marafiki na kwa

mfalme, wawajulishe wanaondoka kwenda kwenye safari hii ya ndoto. Walikuwa wameogopa

kuwaambia mtu yeyote kabla, hasa mfalme, kwa hofu yeye na kila mtu katika ufalme

angewacheka na kuwakashifu kwa kuwa na ndoto kama vile hii. Baada ya yote, ambao

wangeweza kutumaini muujiza huo? Walikuwa wazi tu, kawaida, maskini kazi-watu, sio aina

ambayo inaweza kuinua na kufanya kitu kilicho hatari, hivyo kiburi.

Hatimaye mama yake akapanda ndani ya gari kama baba yake alifikia chini na kumuchukua

naye hadi mikono yake. Uso wake ulikuwa umejaa msisimko mkubwa kama alivyomtoa

ndani ya mikono ya mama yake kusubiri na akapanda ndani na kuchukua utawala wa farasi

mkononi mwake. Kwa sauti walikuwa wakiongozwa nje ya kuta za kuta za kutarajia kusafiri

kwa mji mkuu wa tumaini mbali.

Nini safari maalum walitarajia hii itakuwa. Labda kama wangalimwambia mfalme wa

matumaini yao na ndoto na kuomba ulinzi wake kwa safari, ingekuwa imekuwa. Lakini, ole,

haikuwepo, kwa kabla ya usiku wa kwanza umewahi, shujaa mbaya mkuu ambaye alikuwa

anajulikana kuishi mahali fulani katika jangwa la giza, alishambulia chama kidogo cha kusafiri

hivyo kwa uovu kwamba Furaha mdogo alikuwa amesagwa na kupigwa hadi juu mbinguni,

kutembea chini ya ua mkubwa wa bunduki. Mama yake na baba yake wa thamani walikuwa

wamepigwa na kushoto wakaachwa kufa pamoja naye, karibu na gari ambalo lilikuwa na muda mfupi tu kabla ya kuwapa matumaini hayo kwa siku zijazo. Shujaa mwovu alikwenda mbali na uovu Jihadharini na aliyoifanya katika maisha ya adui zake.

Sasa, Furaha alidhani yeye hakuwa na tumaini aidha, kwa maana mstari wake wa maisha ulikuwa umekufa. Yeye hakuweza kuamka ili kujisaidia wala kulia kwa sababu hapakuwa na mtu aliyemsikia nje hapa katika jangwa lililoachwa.

Angalau hiyo ndiyo aliyofikiria. Lakini kwa ghafla, nje ya furaha ya mawingu ya samawati akasikia kofia ya farasi wengi wa vita. Angekuwa na hofu kutoka kwa akili yake alikuwa na yeye pia waliposikia tarumbeta za mfalme. Ilionekana kuwa haraka kama aliposikia kilio cha vita ya vikosi vya shujaa vilivyojulikana katika ufalme wote wa Eon, walikuwa huko kando yake, wakiita jina lake. Kwa roho moja kubwa ikalia, aliwahimiza. Mfalme mwenyewe alijitokeza kwa njia ya rushwa na kumleta kwa usalama wa uwezo wake silaha. Alipomwona mama na baba yake wasiokuwa na uhai kando ya gurudumu la gari, aliruhusu nje kilio hivyo huzuni, na hivyo kupiga kelele, kwamba wapiganaji wote wenye nguvu walionekana kukua kumi miguu mirefu wakati walipokuwa wakiongea na sauti ya kiongozi wao asiye na hofu.

Mfalme hakukaribia kuruhusu hili liende. Hakuwa na kivuli cha shaka ambaye alifanya jambo hili la uovu. Nukuu moja ya haraka ya kichwa chake iliwapeleka wapiganaji wote wenye nguvu wakipiga mbio jangwa kwa kumtafuta mpiganaji mwovu ambaye alikuwa amesimama kugusa watu wake wapendwa.

Furaha alipoendelea kulia sana katika utoto wa mikono ya mfalme wake, alilia, "Kama tu wangaliniambia nini walichohitaji kwa ajili yenu ningewapa wote waliohitaji ikiwemo ni wapiganaji wangu wenye nguvu ili kuwabeba kwa usalama. Waliteseka bure. Lakini wewe, mtoto wangu, hautateseka tena. Utakuwa binti wangu mwenyewe na nitakupa huduma zote na wewe utakaa pamoja nami katika Haven Castle katika ufalme wa Eon. Kama wazazi wako walivyopenda, nitawahakikishia kuwa unatembea kama watoto wengine katika ufalme. "Naye alifanya hivyo.

Miaka iliposonga, Furaha alikuwa mwanamke mdogo mrembo. Yeye hakuwahi kuwa na uwezo Wa kusahau siku hiyo mbaya wakati alipoteza mama na baba yake, lakini mfalme alimtunza, kummpenda, na kumfundisha kama alikuwa amekuwa wake tangu mwanzo. Yeye bila kuruhusu mtu kumtaja kwa njia nyingine yoyote kuliko binti yake mwenyewe. Yeye alipewa haki zote na marupurupu kama kwamba alikuwa mfalme aliyezaliwa katika kifalme.

Naye aliweza kutembea. Mfalme alikuwa ameweka ahadi zake kwake, akamwambia kwamba alikuwa binti yake asiye na hatia na hakuna kitu kilikuwa kizuri sana kwa ajili yake. Alikuwa amegeuza hata Haniel, mkulima wa kifalme, kwa amri yake kwa sababu ya upendo wake wa kujali maua karibu na jumba. Hata kama msichana mdogo, alikuwa ameomba mfalme wake amruhusu kufanya kazi pamoja na Haniel kujifunza yote anayoweza.

Bila shaka mtu yeyote alijua, isipokuwa mfalme na mwanawe, kwa nini alipenda maua hivyo. Ilikuwa kwa sababu mama yake alikuwa amesisitiza kwamba aruhusiwe kupanda mimea kuzunguka nyumba yao ndogo katika kijiji kama mtoto. Baba yake hakutaka kutumia fedha kwa mbegu za maua. Alitaka kila pesa iwezekanavyo kuokolewa kwa siri kubwa

safari. Lakini tamaa ya mama yake ilikuwa imepewa na Furaha alikuwa ameruhusiwa hii

starehe tangu hakuweza kutembea, kucheza au kufanya kazi kama watoto wengine walivyoweza.

Alipokuwa akihamia ngome ya Haven, mfalme alikuwa kama baba yake. Shukrani yake kwake

ilionyeshwa kwa jinsi alivyotii amri yake kila siku, na aliheshimu kila anachotaka. Lakini hata

hivyo, hakujihisi kama mwanamalikia. Aliendelea kujisikia kama kwamba alikuwa mdogo;

baada ya yote sio kweli tu mtoto wa kijiji na sio kweli binti ya mfalme kabisa?

Jambo moja ambalo mfalme alikuwa amemwambia mara kwa mara alikuwa kamwe kamwe

asitembee nje za kuta za ngome bila ulinzi wake na yeye. Kumbukumbu za muda mrefu uliopita

hofu ilimzuia hata kufikiri ya kutotii. Alimpenda na kamwe kwa makusudi kufanya chochote

kumsababisha maumivu.

Siku moja mkali na jua katika ukamilifu wa masika, aliamua kuchukua kwa kiuvivu kutembea

kuzunguka kuta za ngome na kutazama juu ya maua yote mazuri yanayoongezeka, kote, na kando

ya kila inchi ya jiwe iliyozunguka ukuta wa ufalme na ngome kubwa juu ya kilima.

Kama alipokuwa akikaribia lango la mbele ambalo daraja ilivuka juu ya mlo, yeye aliona maua

mazuri sana ambayo hajawahi kuona. Ilikuwa juu ya daraja tu upande wa pili wa mstari

unaoelekea gatehouse. Alitoa wito kwa walinzi kuuliza yeye kutembea pamoja naye ili kupata

sampuli kwa bustani yake. Aliweza tu kuona jinsi nzuri hii nyekundu, nyeusi, specimen velvety

ingekuwa kuangalia bustani ya jirani.

"Tahadhari!" Furaha iitwayo. Aliangalia kote. Ambapo kila mtu alikuwa wapi? "Byron, uko wapi wewe? "akasema kwa sauti." Richard, uko hapo? "alimwita akipendeza- nyumba ya mlango. "Kila mtu anaonekana kuwa ameingia katika coop," alisema. "Boy, kwa hakika mimi nataka sampuli ya maua hayo. Siwezi kufikiria wapi kila mtu yupo. "

Furaha alipanda ngazi hadi mnara wa kuangalia. Kuikuta ni tupu, pia, yeye alichukua dakika ya kutazama juu ya ufalme mkubwa ambao aliitwa nyumbani. Kila mahali yeye aliangalia aliona upendo na mkono mzuri wa mfalme wa Eon. Nina hakika ningependa kufanya kitu maalum kwa ajili yake, alifikiria. Alikuwa akimpa, lakini hakuwahi kujisikia alikuwa na kitu chochote cha kumpai. Alikuwa amejisikia vibaya kwamba alikuwa amefanya mengi kwa ajili yake na huko alikuwa, msichana tu wa mkulima. Yeye hakuwa anastahili wema sana, huduma nyingi na upendo.

Najua, alifikiria, nitamshangaza na maua mapya kwa bustani yake ya kifalme
nje ya robo yake. Kwa hiyo, akaangalia tena madirisha ya mnara wa mviringo, aliona
jinsi wazi njia za ngome zilizunguka ufalme-si mgeni ndani akaangalia-na alifanya uamuzi wake.
Nitaanza tu kukimbia nje ya kuta, kunyakua wachache haki kwa mizizi yao, na kurudi ndani
ndani kabla mtu yeyote anaweza kukosa mimi au kunichukua. Ikiwa ninangojea, maua yanaweza
kunyauka na kisha sitakuwa na kitu cha kumpa mfalme wangu.

Kwa hiyo, alifanya hivyo tu. Kukimbia haraka iwezekanavyo kwa njia ya kuvuka kwa upande mwingine ya mstari mdogo, yeye kufikiwa chini na kunyakua maua. Kama vile vidole vyake vilivyomwagiza katika zabuni, pink petals, yeye akasikia sauti ya kutisha sauti ya vita mabaya Ya muovu. Kabla ya kuweza kusimama moja kwa moja, alimtembelea juu na kumtupa ndani ya kitanda cha farasi kali zaidi, ambaye alikuwa hajaewahi kuona. Kwa ushiki wa chuma alimshika katika kinyume chake na kukimbia kwa kasi zaidi kuliko upepo ndani ya msitu hadi ngome jangwani.

"Hatimaye!" alilaumu. "Nimejaribu miaka yote hii kukuiba kutoka kwake. Nilidhani mimi nilikuua pamoja na mama yako na baba yako. Wewe ni mkulima! Wewe ni hakuna! Unajeruhi! Wewe bandia! Unadhani ni nani unadaia kuwa mfalme? Nitawaonyeshea wewe ni nani kweli. "Na kwa hiyo, huko katika ngome hiyo ya hellin, alinyanyaswa yeye kwa kila njia mawazo yake mabaya yanaweza kuelewe. Kila unyanyasaji unaojulikana kwa mtu au mnyama yeye alimtia juu yake. "Wewe umeharibiwa, milele. Hakuna hata mmoja, hasa wako wa thamani 'baba' atawahi kukutaka tena. Hivo ndivyo ulivyo kweli. "Na kwa hiyo akamtupa gerezani, akafunga mlango, na akafunga vifunguokwa kiungo cha kichwani mwake. "Hakuna mtu anaweza kukupata wewe kutoka kwa kufahamu kwangu sasa ... hakuna mtu. "

Furaha hajawahi kuhisi maumivu hayo, kutokuwa na tamaa kama hiyo, maumivu hayo, na aibu. Bila shaka shujaa mwovu alikuwa sahihi. Hakuna mtu atakayemtaka tena, hasa baba, mfalme. Kwa nini yeye? Alimsikiliza, akamtukuza, na baada ya yote aliyo nayo kumfanyia. Alikuwa tayari amemkomboa mara moja; angeweza! Kamwe kufanya tena. Mbali na hilo, alitumia bidhaa sasa. Alipigwa ndani ya nche ya maisha yake, alikuwa mkali, mwanamke aliyevunjika.

41

Yeye alistahili hili. Angakubali jambo hili, alifikiri. Angekuwa kufa hapa katika udhuru huu wa kusikitisha wa ngome iitwayo Shame.

Wakati huo huo, nyuma katika ufalme wa Eon, mfalme na mwanawe, mkuu, walikuwa wameona kile shujaa mwovu aliyewafanyia wapenzi wao. Mfalme alikuwa amesema mara moja wito katika ufalme na wote knights katika silaha za kuangaza kutoka kila kona ya ufalme ulikimbia kwenye simu yake. Mfalme akamwuliza mkuu huyo kuongoza njia, kupata binti yake mpendwa, Joy, na kumleta salama kwake, nyumbani kwake huko Haven Castle.

Kwa hiyo jeshi la nguvu lilipanda na kila mtu, kila farasi aliye na uso juu yake kujieleza kwa uamuzi mkali. Hakuna kitu ingezuia jeshi hili. Kila knight katika ufalme aliamua watapigana na mpiganaji mwovu mkuu kwao mwanamalkia. Alikuwa binti ya mfalme, na kama mpiganaji mwovu aliipenda au sio, mfalme huyu alikuwa mtawala wake pia.

Jeshi lilipiga usiku kwa ukali huo na kasi kwamba hakuna chochote ndani ya njia ingeweza kuishi. Hivi karibuni, walipokaribia ngome jangwani, a mwanamalkia alitoa wito wa ghafla kwa wazimu na, akiinua mkono wake, angesema hewa na mamlaka ya baba yake kwa sauti kubwa ya kutosha kwa wote kusikia: "Asante, wapiganaji wenye ujasiri, kwa kuja pamoja nami usiku huu kuwaokoa wapendwa wetu. Umeapa hakuna chochote kukuzuia kutoka kwenye lengo lako lakini mim lazima nikuambie kwamba kuna jambo moja ambalo linaweza kuacha sisi, hata mimi, katika nyimbo zetu. Hapana, sio mwovu, kwa sababu mimi ni Mola wake Mlezi na anajua hiyo, ingawa anaasi hata leo. Hapana, si yeye ambaye anaweza kutuzuia. Jambo moja ambalo linaweza kutuzuia ni princess mwenyewe. Lazima aamini tunaweza na tutamwokoa, yeye lazima amwamini tunampenda kwa upendo usio na masharti ambayo hakuna kitu kinachoweza kuondokana. Yeye ameshutumiwa, amedanganywa, amevunjika na uharibifu. Yeye hakumtii baba hivyo yeye anafikiri sasa hatuwezi kamwe kumtaka au kumpenda tena. Ni mbaya sasa kwamba hakuna mtu anayeweza kumwokoa lakini mimi na ni lazima nieende peke yangu. Lazima musubiri hapa kwa simu yangu. Ikiwa ataamini upendo wangu kwa ajili yake, ikiwa atarudi kutoka kwa mwovu wa uongo ambaye ameibii maisha yake na roho yake mbali na sisi, kama yeye tu basiataniruhusu mimi, mimi kumrudisha, na kisha niitawageuza juu ya mwovu. Angalia na kuomba. Ngojea simu yangu. "

Kwa hiyo, mbali mkuu wa ufalme wa Eon akaruka, aliondoka kupitia giza ya jangwa kama ingawa ni mwanga kwake. Kila shujaa mwovu ambaye alikuwa katika beck na wito wa mkuu wao mwovu aliangalia kwa hofu kama mito ya kupupa mwanga ulimfuata mkuu kwa njia ya weusi wa usiku. Wao walijua vita yao itakuwa hadi kifo dhidi ya mbio hii ya uokoaji usiku. Walikuwa sawa; walichofanya hawakushinda. Ingawa uovu wa mapambano unasababishwa na maumivu mabaya, yaliyosababisha gut yeye, mkuu alijiunga, akiwaangamiza kwa nguvu ya neno lake na upanga wa roho yake.

Hivi karibuni alikuwa uso kwa uso na mwovu mwenyewe, akipigana kwa funguo za gereza. Pamoja na kipande kimoja cha upanga wake na pumzi ya neno lake la nguvu, a mwanamfalme alivua funguo kutoka kwa mtego wa mpiganaji na kumtia nguzo kwenye ngome yake mwenyewe ya kushindwa. Vita hivyo alishinda, sasa alipigana na kasi ya umeme kwa mwanamfalme wake. Kulala ndani ya udongo mbaya wa sakafu ya shimo, yeye hakuwa na kuangalia juu wakati aligeuka funguo na aliingia kwenye maridadi machafu. Kwa huruma ya ajabu alimuita jina lake.

*"Furaha," alimuita kwa wasiwasi. Angalia mimi, "thamani" mimi nakupenda bado. " "Hapana,"
alisema kwa nguvu sana ya aibu na kushindwa juu ya uso wake na kwa sauti yake. "Mimi Si
Furahi tena bali mimi Stain."*

*"Wewe ni wangu, wewe ni wa baba yangu. Nyumba yako ni Castle ya Haven katika ufalme
ya Eon. "*

*"Hapana. Nenda mbali, mimi siwezi kuruhusu kufanya hivyo." Sio tena. "Hii ni kosa langu
kuharibiwa. Mimi ni zaidi ya matumaini. Uchafu wangu ungeenea kwa chochote na kila kitu
mimi niligusa tena. Napenda kukaa hapa; mimi ninastahili yeye. Mimi ni kama yeye. Mimi
nimesababisha. Mimi sina tumaini. "Kwa hiyo akageuka nyuma kwa mkuu, uso wake bado katika
matope, na kulia kwa uchungu wa wale waliotukwa.*

*Alipokuwa akitembea kwa kimya kimya, alipiga magoti na kumchukua nje ya matope. Alichukua
vazi lake la haki na kumfufua kwa wema wake. Yeye alisisitiza kwa bidii midomo yake kwenye
paji la uso wake na kumbariki, na kumwomba kumsikiliza. "Furaha, Baba
alikuona wakati hausikusikiliza. Alikujua hatimaye ingekuwa kwa sababu wewe ni tu binadamu
na huelewi hatari au udanganyifu wa shujaa mwovu. Yeye alijua hili na bado alitaka wewe kuwa
wake. Yeye ni mkali kukukinga, na anatamani kukuletea nyumbani. Hebu tukufanye, kukuponya,
na kukuleta tena wewe ni wa ufalme. Hatimaye unaweza kuwa mfalme mwenye haki, binti wa
mfalme. Yeye daima alitaka uwe wake, lakini alikuwa na kuruhusu kukubali wewe mwenyewe.
Vinginevyo huwezi kuwa kabisa kwake. Mfalme bado anataka wewe kama wake binti
iliyopitishwa. Mimi n ilitumwa hapa kwa njia ya kifo na giza ili kukuokoa kutoka kwa mpiganaji
mwovu. Wewe si kama yeye. Ndio, umeshindwa. Lakini umesamehewa.*

Je! Utakubali msamaha wetu? Je! Uniruhusu nikupeleke nawe nyumbani? "

Hatimaye akatazama juu na kuona mwili wake uliopigwa, uliovunjika na makovu ya vita bado safi juu ya uso wake, mikono, na miguu. Macho yake ilipatikana, naye akaangalia kwa undani. Kamwe alikuwa ameona kuangalia hii ya kukubalika kwa jumla, ya upendo na huruma. Alijua lazima uwe hapo hapo kabla. Alikuwa amekosaje? Uhalifu ulikuwa wapi anapaswa kupata kutoka kwa macho hayo? Inaweza kuwa kweli? Je! Yeye anaweza kumpenda jambo hili, alijiuliza?

"Ndiyo, nafanya hivyo," alisema. "Ninakupenda sana hii. Nawajua vizuri sana, najua yako mawazo, lakini si mawazo yangu, wala mawazo ya baba yangu. Nimekuja hapa kukuokoa, si kukuhukumu. Tafadhali hebu tupendeni na upendo wa milele. Njoo pamoja nami; tumaini maisha yako kwangu. Mimi nitakuleta nyumbani na kukupa kupumzika. "

Je! Angewezaje kupinga. Badala ya huzuni yake au aibu yake, upendo wake sasa ulimshinda. "Ndiyo!" Alilia, "Nitakuja. Nitakuamini, kwa kuwa umethibitisha upendo wako kwangu. Nani mwingine atakayekuja hapa kwenye eneo hili chafu? Nani mwingine angeweza kushinda uhuru wangu kutoka kwa mwovu? Nani mwingine angeweza kushinda aibu yangu na hatia? Wewe tu."

"Basi hebu tuende!" na kwa hiyo alimpiga mbele yake juu kwa nguvu, farasi nyeupe. Kwa kuwa alikubali kwa moyo wake upendo na msamaha, walikwenda pamoja kurudi kwenye jeshi la knights, silaha zao zinaangaza jua kali kwa sasa likishinda giza.

Alisimama mbele ya brigade ya furaha ya wapiganaji. "Njoo," alisema mkuu. "Hebu sisi sote turudi Castle Haven huko Eon na tuwasilisha dada yetu mpya, mwanamalkia Furaha, kwa maana sasa amevaa mavazi ya kifalme ya haki. Amekubali mahali pake kama mwanamalkia, aliyotolewa na baba yangu na mimi kupitia mpango wetu wa kuwaokoa kwake. Acha mpiganaji mwovu; tutamtamani baadaye. Tayari ameshindwa hata hivyo. "

Kwa hiyo wote walikwenda pamoja kwa Eon. Huko waliwasalimu na furaha kutoka kwa kila mtu katika ufalme wa Eon. Mwanmalkia wao wa thamani mara moja alikuwa amepotea, lakini sasa alikuwa kapatikana na ako nyumbani mwishowe. Na bila shaka, aliishi kwa furaha kila baada ya wakati.

Kwa hivyo sasa.

Hapana, kila kitu katika ulimwengu huu hakitakuwa kamilifu; kama jambo la kweli mambo katika hii Maisha yanakabiliwa vigumu. Lakini haya sio yote yaliyomo. Maisha haina mwisho juu ya dunia hii; bali uzima katika mwili huu unakwishia hapa. Hii ni kambi ya boot tu kwa milele. Hii ni pale ambapo sisi tufanye uamuzi wetu kuhusu maisha yetu yote kwa milele. Kama Paul Harvey anasema, "kwa hadithi nyingineyo "itauambiwa katika historia ya milele.Je, hadithi yako itasomekaje?

Je, na kama mfalme alichagua kukaa katika ngome hiyo ya taabu? Je, unadhani yeye anaweza kuhesabiwa kama mwanamke kijana mwenye ujuzi na mkali, mwenye ujuzi, au angekuwa kizuizi hata moja na yote ambayo alikuwa ameshuhudiwa kwa kusikitisha? Tafadhali, rafiki yangu, usifanye udanganyifu. Usiruhusu unyanyasaji unaojifanyia mwenyewe au unyanyasaji ambao mtu mwingine amekwishaweka juu ya moyo wako kukufanya ukae shimoni. Simama! Sikilizeni maombi ya Bwana kwa moyo wako. Sikilizeni rehema yake ya upendo katika sikio lako! Mruhusu akuogshe wewe katika mavazi Yake ya haki na msamaha. Alikuja kukuokoa. Je, ni utamtuma mbali?

Yaonekana ya ujinga? Ni ujinga, lakini wengi wanaoisoma hii wamekuwa wakifanya huu uchaguzi huo huo bila hata kujua. Umekuwa ukimtuma mbali. Unaona, Mungu ni Mfalme wa ulimwengu. Tunaishi katika ufalme Wake. Ametupa sisi fursa ya kuwa binti wake, mwanamalkia. Hapana, hatukustahili. Hatukuweza fanya kitu ili tuipate. Anasisitiza kwamba tutafanya uamuzi wetu juu yake.

Yesu ni wakati huu wa Knight katika Silaha ya Kuangaza, huyu mwanamakia. Alilipa fidia inayotakiwa kwa uhuru wetu. Alilipa bei ya mwisho kutupatia kutoka ngome ya giza na kutuokoa na Baba yetu, Mfalme. Wakati alikufa kwenye msalaba wa Kalvari, Alifanya kila kitu kilichohitajika na muhimu ili kutuokoa kutoka shujaa wa mwovu mkuu wa ulimwengu huu. Yeye ni Knight katika Shining Armor kwamba kila msichana mdogo anamtamani. Yeye ndiye Mmoja, Yule pekee ambaye anaweza kutuokoa kutokana na hatia, udanganyifu, maumivu, na maumivu ya maumivu na makosa yaliyopita. Yeye ni Knight ambaye hatakuacha kamwe au kukuacha. Hawezi kamwe kukuacha katika upweke wako lakini daima atakuleta kurudi kwenye usalama wa mikono ya Baba yako. Je, utaenda naye?

Mwovu huendelea kujaribu kushikilia kila kiongozi na mfalme akiwa mateka ufalme mbaya katika giza. Kwa nini? Kwa hiyo watamtumikia kwa huruma yake mwenyewe udhuru wa ngome. Tunaweza kutambua ngome hii kwa majina yule shujaa mbaya huwa hatumii kamwe: Maumivu, Mwoga, Uwajibikaji, Kukataliwa, Kukosekana, Upungufu, Usalama, upweke, Unyogovu, Hasira,

Uasi na Jahannamu. Ukiwa hapa duniani , jina la ngome inaweza kuwa tofauti kwa kila mwanamalkia; hata hivyo, hutoa kinyume kabisa cha kile alicho Baba, Mfalme, alitaka kwa mwana mfalme wake kuwa nacho.

Je! Utakataa jaribio lake la kukuokoa? Je, utaamua kuishi katika ngome katika giza? Je! Utakataa kukubali nafasi yako ya haki kama mwanamalkia, Binti ya mfalme? Kwa nini usidai msimamo wako? Kwa nini usiishi kama mwanamfalme? Kwa nini, baada ya yote Knight yetu katika Shinning Armor amefanya ili kupata salama wetu, Je, sisi bado tutachagua kuishi maisha yaliyo ya utumwa katika ngome ya Jahannamu?

Ikiwa hujawahi kumwuliza mfalme wako Yesu kukuokoa, kwa nini kusubiri muda kidogo?

Omba sasa na uulize Mfalme Yesu kukuokoa, kuja katika maisha yako kuwa Bwana wako na Mwokozi, Knight yako katika Silaha ya Kuangaza, na milele zaidi kuishi kama binti wake.

Ikiwa umewahi kumwomba Mungu kwa ajili ya uokoaji huu na ujue kwa hakika kwamba umepokea wokovu kupitia Yesu Kristo, lakini kwa sababu fulani unaendelea kuishi kama kiumbe mateka, chakua nafasi yako kama binti wa Mfalme. Kuuliza na kutarajia Yeye akupe ushindi juu ya mambo yote haya katika maisha yako ambayo yamekuzuia mateka kushinda. Lazima sasa ujue ni nani. Baada ya kukubali na kumpokea Yesu Kristo kama Bwana na Mwokozi wa maisha yako, lazima ukiri kwako kwa msimamo kama binti wa mfalme na uishi katika ushindi.

Wewe ni mtu! Wewe ni princess (mwanamfalme)! Nenda, na uishi katika ushindi!

HATIMA YETU KATIKA KRISTO

Mara nyingi, tunaona ni rahisi kuamini kwamba Mungu anaweza kuwa na hatima iliyoandaliwa mtu mwingine lakini ni vigumu kuamini kwamba atakuwa na mmoja wetu binafsi.

Je! Unahisi kwamba Mungu ana mpango wa maisha yako?

____

Sasa kwa kuwa umechukua nafasi yako kama binti wa Mfalme unahitaji kuelewa kwamba Baba yako ana matumaini ya kimungu kwako, mpango thabiti wa maisha yako iliyoamuliwa kutoka kwa misingi ya ulimwengu.

Soma Waefeso 1: 4.

Andika kwa maneno yako mwenyewe jambo hili linakuambia nini.

____

____

____

Katika Biblia tunaambiwa juu ya mwanawake ambaye hatima yake ilitimizwa. Angalia juu ya Fungu zilizorejelewa na kujaza safu na majina sahihi.

Mwanzo 17:19: _______________________________ aliitwa kuwa na Isaka katika uzee wake kuthibitisha "kwa Mungu vitu vyote vinawezekana."

Ruthu 1:16; 4: 13-22: _______________________________ alipaswa kuonyesha wazi imani, kuondoka nchi yake na kuoa,_______________________________. Yeye hatimaye

_______________ kuwa mama wa _____________________, ambaye pia alikuwa babu wa

Daudi na babu wa Yesu.

Luka 1: 57-60: _____________________ alikuwa amepangiwa kuwa mama wa Yohana

Mbatizaji, mtangulizi wa Kristo.

Luka 1: 26-33: _____________________ alikuwa amepangiwa juu ya wanawake wengine

wote kuwa mama wa Yesu.

Je! Wanawake hawa wote walikuwa na nini kilichofanana?

____

Unafikirije kwamba hatima yao inaathiri ulimwengu?

____

Ikiwa wewe ni mama, wewe pia una hatima ambayo inaweza kuathiri ulimwengu baadaye.

Je . na ikiwa wewe si mama? Je, mwanamke lazima awe mama ili apate kuwa na athari muhimu

kwa wengine au duniani?

Soma **Esta 2: 7-9.** Hali yake Esta ya msingi ilikuwa nini? ________________________

Je! Historia yake ya bahati mbaya imemzuia kutoka kwa hatima ya Mungu? ________________

Je yako? ____

Kwa nini unadhani alipendeza mfalme? _______________________________

Soma Esther 2:13.

Wanawake waliruhusiwa nafasi yazipi za pekee wakati waliingia kwa mfalme?

____

Soma Esther 2: 15-18.

Watu walipokutana na Esta walimjibuje?

____

Esta aliomba nini wakati alipoitwa ili kumwona mfalme?

____

____

Alijibunini kwake? _______________________________

Kesho tutaona nini kilichokuwa kinashangaza sana kuhusu Esta alichofanya ambacho kilifanya watu karibu naye mara moja kumpenda sana. Sisi sote tuna hatima. Wewe pia ni mtu muhimu sana katika ufalme wa Mungu. Madhumuni yake kwa maisha yako yatatimizwa mara tu umejitoa mwenyewe kwake. Atatumia mapenzi yako pia kumbariki mume wako na watoto na kuwashawishi kutimiza hatima yake katika maisha yao. Kumpa Mungu uhuru wa kukutumia Ufalme wake duniani! Utapata kuridhika na utimilifu zaidi kuliko ndoto zako zilizowezekana!

ZOEZI LA FUNZO

Je! Umewahi kusikia kuna kitu kikubwa ulichotakiwa kufanya na yako

maisha, lakini wewe haukutambua ni nini hiyo, au uliogopa kujaribu kufikiria

kuwa tu ndoto ya bomba la ujinga?

____

____

____

Je, unahisi kwamba sasa unatimiza hatima ya Mungu kwa maisha yako?

____

Watu hao ni nani ambao una nafasi ya kushawishi kila siku?

Ni athari gani ambayo inaweza kuwa na wakati ujao wa ulimwengu wetu?

____

____

____

____

SIKU YA 2

WEWE NI WA THAMANI KATIKA MACHO YA MUNGU

SEHEMU YA I

Wakati wowote ninapokuwa nikifundisha utafiti huu mbele ya darasa nina picha ambayo ninaipenda kutumia ambayo husaidia kueleza nini sisi wote tunahitaji sana kuelewa. Kwa kuwa siwezi kufanya hii (visual) mbele yenu, nisaidie kwa kutumia mawazo yako, kama ungependa.

Kwenye mbele ya darasani nina meza na aina zote za vipande vya ufinyanzi juu yake, kila mmoja ina mshumaa ndani. Zote zimefanywa kutokana na nyenzo sawa [udongo], bado baadhi ni fupi, baadhi ni ndefu, baadhi yao ni ngozi au nene, ravu au ya rangi, mpya, zamani, baadhi ya matumizi ya wazi/kawaida, zingine hapana, baadhi ya sura kamili au baadhi ya kupasuka na zingine kuvunjwa. Kimoja hasa kinasimama kutoka kwa vingine vyote kwa sababu ni rembo sana, kamili na mrefu, kwa kweli. Inaonekana kama chombo kikubwa cha Ming, tete na samawati na nyeupe katika rangi.

Chungu kingine hasa ni aina ya kujificha nyuma ya wengine wote kwa sababu ni sanaa ilikosa, imevunjwa na mashimo makubwa na mikwaruzo nje ya njia yote kote. Ni wazi kuwa ni mbaya na hata imeketi sana juu ya meza, baada ya kurejeshwa pamoja na gundi la moto la gundi.

Wengi wetu sisi ni kama sufuria hizi. Sisi sote tumeumbwa kwa udongo, kwa mkono wa mfinyanzi. Baadhi yetu ni wafupi, baadhi ni warefu, baadhi ya wazito, wembamba, baadhi wana nywele za kahawia, nyeupe, nyeusi au nyekundu. Tani zetu za ngozi ni tofauti na wimbo wa thamani ambao tuliimba tukiwa watoto- "Mwekundu na njano, mweusi na nyeupe, sisi ni wa

thamani machoni pake." Ikiwa tunapenda kuvaa juu au kuvaa chini, vipodozi vya kuvaa

vinatung'arisha, sote tuna mwikwaruzo katika mioyo yetu na maisha zina nyufa na makovu

tuliyoona katika wale wote wazuri na kama vyungu mbalimbali.

Je, unahusiana na sufuria yoyote? Ni sufuria gani uliyesikia vizuri inakuelezea wewe, na

kwa nini?

____

Kwa macho yako tu: Andika makosa hayo ya zamani na maumivu ikiwa ni pamoja na hali

mafundisho kwamba kwa kosa lolote lako mwenyewe limesababisha kujisikia kama kuvunjika,

kupasuka kama sufuria.

____

____

sasa hebu tuangalie kwa makini sufuria hizi. Je, unadhani labda hilo limekosa, limejaa

kurudi pamoja, kuvunjika moja na mashimo na nyufa pana ndani inaweza kujisikia duni

ikisimama karibu na rangi ya samawati na nyeupe, Mingi huonekana kafafa? Pengine.

Tunafanya, si sisi? Labda hatimaye tutaona kwamba hatupaswi kwa sababu sisi sote tumevunjwa

kama vyombokama tunaiona kutoka nje au la. Unaona, ukigeuka hivyo kamili

kuangalia-kama-karibu karibu na wewe utapata zaidi ya nyuma yake kukosa kabisa. UKitoka

mbele huwezi kuona, kama vile wanawake wengi leo ambao daima wanaweka upande wao bora

tu inakabiliwa mbele mbele kufikiri hakuna mtu atakayeona maumivu ya kweli, kuvunjika halisi

kwao anaishi. Lakini wao hufa ndani ya hisia kwamba hawana uzuri wowote kwa chochote.

Sasa, fikiria wakati mwingine zaidi na mimi. Kumbuka mishumaa katika kila mmoja? Hebu tuzime mwangaza wa nje wa mishuma na kuangazia mishumaa ndani. Uumbaji kamilifu, hata moja na nyuma yote yaliyovunjika inaonekana giza kutoka mbele. Huwezi kuona mwanga mzuri unaangaza kutoka ndani. Lakini sufuria yenye kusikitisha, iliyopotoka ambayo imeshikanishwa kwa gundi nyuma pamoja? Inaangaza makali kwa kila mtu karibu, kutoa mwanga mzuri kwa wengine wote kuweza kuona. Tena, ndivyo ilivyo maisha yetu yaliyovunjika.

Ikiwa tunajaribu kuficha nyufa zetu, makosa yetu, masomo yetu, maumivu ya maisha kutoka kwa wengine, basi tunaonekana kuwa si kitu chochote kuliko chombo kilichojenga. Fafu zetu zimekuwa jambo la uzuri tu wakati tunampa Mwokozi na kumruhusu kuangaza nuru yake kupitia sisi sawa njia ya taa ya taa iliangaza kwa njia ya sufuria nzuri iliyopotoka. Mungu atatumia nyufa zetu kuhamasisha wengine ambao pia ni vyombo vya kupasuka bila matumaini ya Mwanga wa ulimwengu, Kristo, akiangaza ndani yao.

Katika kitabu cha Isaya, Mungu anatuambia kwamba Mwokozi atakuja kuchukua dhambi za ulimwengu. Mungu alijua sisi hatuwezi kuondokana na dhambi zetu zote kwa nafsi zetu, kwa hiyo Yeye alikuwa kaenda kutoa njia ya kufanya hivyo kwetu. Pia anaelezea nini itakuwa kama kwetu baada ya hayo kukamilika.

Soma **Isaya 1:18.**

Isaya anasema nini kuhusu dhambi yetu na sisi?

Mpaka tukigeuka kwa Kristo kwa kutubu mzigo mzito wa hatia ndani yetu utajeruhiwa, kupooza, na kutuibia furaha. Mara nyingi tunapoteza matumaini ya kutumiwa kwa zaidi madhumuni katika maisha. Tunaachwa na hisia ya kutokuwa na tumaini, ufanisi, na kabisa kukosa msaada kupata njia bora ya maisha. Mungu, kwa upendo wake usio na hekima, alijua tulihitaji njia ya kuwa huru kutokana na hatia hii. Kukiri itakuwa dhahiri kusafisha nafsi. Itatuokoa kutokana na maisha yaliyoharibiwa yanayosababishwa na kujidharau. Ni ajabu jambo la kutambua kwamba Mungu mwenye nguvu wa ulimwengu wote alitupenda kutosha kuchukua adhabu ya makosa yetu hata ingawa hatukustahili! Kwamba, rafiki yangu ni kile tunachokiita neema-neema isiyokubaliwa, rehema isiyofanywa na Mungu. Bila kujali hali yetu, upendo wake hutupa maisha ya amani, furaha, kuridhika, ushindi, na ishara kubwa! Je, mtu yeyote anawezaje kugeuza aina hii ya upendo, uhuru huu kutoka a maisha ya hatia?

Baada ya kumwuliza Kristo katika maisha yetu, sisi tunakuwa chombo safi na safi katika macho ya Mungu. Anasahau dhambi zetu. Kwake ni kama hatukuwa tumefanya dhambi kwanza. Tunaonekana kuwa na tatizo la kusamehe na kusahau makosa yetu, lakini Mungu hana! Tunapaswa kutambua kwamba kwa sababu ya upendo wa Mungu, mara tu tunatubu kwa kweli, sisi hapana tena lazima kubeba hatia ya zamani.

Wakati sufuria yetu imepasuka kwa sababu ya unyanyasaji ulioenea kwetu na mwingine kupitia hakuna kosa la sisi wenyewe, Mungu huchukua huduma maalum ya upendo na sisi. Wakati mwingine Yeye huenda njia za ajabu za kutuponya na kutupa tumaini la baadaye ili tuweze kutimiza hatima yetu.

Kumbuka hadithi ya Esta kutoka jana? Alikuwa yatima, na muyahudi yatima saa hiyo. Unaona, Nebukadineza alikuwa amewachukua watu wake, Wayahudi, mbali kwa utumwa wa vizazi vitatu mapema. Watu wake walikuwa bado wanachukiwa na watu wengi wa Sushan. Baada ya kuwa yatima, Mordekai ni binamu yake tu aliyeachwa kuinua na kumtunza. Angekuwa kuchukuliwa kuwa mtu "hakuna" na watu wengi, na mimi ni hakika katika nyakati nyingi yeye lazima awe amehisi kabisa, lakini kwa mpango mahususi wa Mungu, Esta alikuwa amepangiwa kuwa malkia wa ufalme wote!

Soma sura ya 2 ya Esta tena.

Esta alionyesha jinsi gani wakati alipoletwa kwanza kwa mfalme ikulu, na kupewa kazi ya mchakato wa uzuri / urembesho wa miezi 12?

Je! Alikuwa na mtazamo gani wakati alipelekwa kwa mfalme?

Kwa wazi, yeye hakuomba kuondolewa nje ya nyumba peke yake ambayo amewahi kuwahi inayojulikana, imechukuliwa kwa harem ya mfalme, na kuweka ndani ya wringer kwa miezi kumi na miwili kumvutia mfalme! Hata hivyo ni wazi yeye alikubali kuingilia katika maisha yake na neema na charm. Inasema kwamba kila mtu aliyemwona amempendeza. Sisi sote tunajua uzuri ni ngozi tu ya kina. Ikiwa Esta alikuwa na uzuri nje, unadhani angeweza kuendelea kumvutia kila mtu karibu naye kwa muda wa miezi kumi na miwili? Sio nafasi! Watu wataona uzuri wa nje na kupigwa na muda mrefu tu. Ili kupata muda mrefu neema na watu wanaokuzuzunguka siku zote, lazima pia uwe na ndani uzuri, tabia ambayo huangaza hata wakati wa mgumu.

Je! Una aina hiyo ya uzuri? Njia pekee ya kuwa na aina hiyo ya uzuri kudumu ni kwa Yesu kuangazia kupitia nyufa zako!

SIUK YA 3

WEWE NI WA THAMANI KWA MACHO YA MUNGU

SEHEMU YA II

Leo kazi yako ya nyumbani itakuwa na kusoma tu na sala tu. endelea kusoma

Hadithi ya **Esta katika sura 3 na 4.**

Wanawake kutoka kila matembeo ya maisha wanaonekana kupambana na njia wanayojiona.
Kwa hakika hii inajumuisha wanawake ambao wana mafanikio makubwa pamoja na ya kawaida,
ya kila siku wanawake kama wewe na mimi. Hata baada ya kumkubali Kristo kama Mwokozi
wetu binafsi mara nyingi tunapata hatia ambayo inaweza wakati mwingine kuwa na uwezo wa
kutosha kutuzuia katika ufalme wa Mungu. Huyu mkuu shujaa mwovu tunasoma kuhusu juu
yake kwenye utangulizi hii wiki hutafuta kutufunga minyororo kila mwanamalkia katika ngome
yake ya kifalme ya uduni.

Hivi karibuni nimeona Diana Hagee, mke wa Mchungaji John Hagee, ashiriki ushuhuda wake
kwenye TV. Alishiriki kwamba hakuwa tofauti na ugonjwa huu. Alishiriki jinsi ya kujithamini
ilikuwa jitihada kuu katika maisha yake kwa sababu hakuwa na mafunzo rasmi na hakuwa na
talanta katika maeneo ya kawaida ambayo wengi walitarajia mke wa mchungaji kuwa, na jinsi
yeye alihisi kutotosha kwa kazi ya Bwana.

Kwa hakika ninaweza kuhusisha! Nilisikia hadithi yake kama nilikuwa ninajitahidi na wito wa
Mungu maisha yangu mnamo Novemba 2002. Mimi si mke wa mchungaji, hivyo sikuwa na uso
wa kuwa na watu wa kanisa wanatarajia haiwezekani kwangu kama alivyofanya. Mimi nilikuwa
na wale walio karibu tu mimi kujibu, na kamwe kuweka kiasi kidogo cha shinikizo juu yangu

kukubali huu wito. Hata hivyo, nilihisi kuwa na wasiwasi kabisa, sistahili, nisio na elimu, nisio na vifaa, na kutosha kabisa kujibu wito wa Mungu kuandika mafunzo haya kwanza, lakini sasa wito wa Mungu ni kwa ajili yangu kushirikiana na wanawake kwa mbali.

Nilidhani, "Hakika si mimi, Bwana!" Sina shahada ya chuo kikuu ili kunifaa kuandika utafiti kama hii. Hakika hakuna chochote katika siku zangu zilizopita kimenifanya hata kidogo anastahili kusimama na kushirikiana na wengine ambao hawajui hata mimi!

Katika njia ya dunia ya kuzingatia, mafunzo yangu kwa kazi hii ni chochote lakini cha kutosha. Lakini unaona, Yule ambaye ananiita kwenye kazi ni wa kutosha, wa elimu, wa mafunzo, na vifaa. Anaweza kutumia vitu ambavyo havijasoma, Yeye anayechagua. Unaona, Mungu huwaita wale wasiokuwa tilifu bali huwatimilisha wale anaowaita kama vifaa!

Mungu kwa upole alithibitisha mwito huu kwa njia ya Neno Lake katika 1 Wathesalonike. Katika kitabu chote aliendelea zaidi na kuzungumza kwa moyo wangu ndani kuthibitisha kwamba Yeye alikuwa ananiita mimi kufanya kazi katika ufalme wake wakati wote huduma kwa wanawake kupitia utafiti huu.

Hata hivyo, niliendelea kuuliza, "Kwa nini mimi, Bwana? Sijui tu! Kuna wengi wanawake waliohitimu zaidi, wenye ujuzi ambao wanaweza kufanya kazi hii bora zaidi kuliko mimi! Hatimaye, siku nane baada ya Yeye kuninihakikishia wito huu, Yeye, kwa rehema yake ya neema, alinionyesha kwa nini.

Tafadhali soma **1 Wakorintho 1: 24-31.**

Mtu yeyote aliyasema kwamba Mungu hana hisia? Niliendelea kumwambia Mungu sikuwa

nahitimu, sikuwa na uwezo wa kutosha. Kwa kweli sikuwa na jina linalojulikana. Ulikuwa nani

unisikiliza? Sikuwa tajiri au maarufu, na sikuwa na digrii kabisa

Jina langu ambalo linaweza kuondosha ego yangu.

Ningewezaje kukamilisha chochote kwa ufalme Wake?

Jibu lake lilikuwa: Siwezi. Tosha. Ikiwa mafanikio yoyote yalitokea katika mradi huu mdogo

ingejulikana kwa moja na yote ambayo ilitakiwa kutoka kwake! Yeye angepokea

sifa zote, heshima, na utukufu kutoka kwa kila kitu na kila kitu kizuri kinachotokea kwa watu

wanaishi wakati wanapokuwa chini ya mafundisho haya. Haleluya! Hatimaye, jibu ninaweza

kuishi na! Mungu alikubaliana nami-au tuseme nilikuwa nimekubaliana na Mungu kila wakati na

sikujua tu!

Angalia mistari hiyo tena. Inathibitisha:

1. Mimi sio wa busara (kwa viwango vya dunia).

2. Mimi ni mzaliwa wa chini (si maarufu).

3. Mimi ni dhaifu (kuonyesha nguvu zake).

4. Mimi sio wa ushawishi.

Lakini tahadhari! Aya hizi pia zinathibitisha kwamba ni kwa nini amenichagua mimi! Na

kuchagua mtu kama mimi, hakutakuwa na shaka kwamba Yeye ndiye mwenye busara, mwenye

nguvu, na uwezo wa kufikia na kubadilisha maisha ya wanawake na mioyo!

Hakuna mtu atakuwa na shaka yoyote juu ya wapi mafanikio yatakuja

kutoka! Hii, Yeye anaahidi, atawafadhaisha wenye hekima (elimu) ya ulimwengu huu na

kuondosha kufikiria kwa ulimwengu huu wa kidunia.

Kwa hiyo tena, kwa nini angeita mtu kama mimi wakati anaweza kutumia wenye busara wote,

watu wenye elimu, watu maarufu anaowezakuchagua?

Soma mstari wa 28 tena na uandike jibu.

Mungu anaweza kuchukua wagombea wengi wasiwezekana na kuwabadilisha kuwa vyombo

Anaweza kutumia kwa heshima na utukufu wake! Yote anayohitaji ni nia yetu. Yote anayohitaji

ni kwa sisi kuacha kuhangaika juu ya kama sisi ni duni na kutambua kitu:

sisi ni!! Ndani yetu sisi ni duni, tunakosa, lakini wakati tunapokuwa binti wa Mfalme Yesu

tulichukua haki yake, kustahili kwake! Tunapoishi kwa imani ndani yake, Yeye anafanya kazi

kupitia kwetu kwa njia ambazo hatukuweza hata kuwa na ndoto juu yake. Anaweza kufanya

mambo haya na anataka kufanya mambo haya! Ufalme wake unakua kwa njia ya matumizi yake

ya watu wake.

Wasichana, haki yako haina chochote cha kufanya na kile ulicho nacho au haujakifanya.

Inahusiana na Yesu na kile alichofanya. Unapomwomba katika maisha yako kama

Bwana na Mwokozi, Baba huona tu haki Yake wakati Anakuangalia.

Munaona wasichana, hii sio juu yetu; ni juu yake na hekima yake, kulewa kwake, nguvu zake, mpango wake, mafanikio Yake ndani na kupitia kwetu na kwake ushindi wa mwisho!

Ikiwa tunaruhusu mkuu wa mashujaa wa uovu kutuzuia katika utumishi wa ufalme wa Mungu kwa sababu ya hisia za hatia, usalama na kutostahili, basi wengine karibu nasi watakuwa wanateseka pia. Wale ambao Mungu anataka kufikia ndani na kupitia kwetu watakwenda bila kufunguliwa na maisha yataachwa bila kubadilika. Hatupaswi kuruhusu hilo kutokea!

Mwovu hutafuta kukuweka ukiwa na shida, hatia, na shaka. Anatafuta kufanya kabisa chochote anachoweza kukuzuia kutekeleza hatima yako katika Kristo. Fikiria juu yake-ni nani ambaye hawezi kumtafuta Kristo kama Mwokozi, ambaye hawezi kamwe kupata faraja, hekima, au imani ikiwa adui anaendelea kukufunga? Wako nje huko, unajua-wengine wanasubiri kujifunza kuhusu Knight katika silaha zinazoangaza ambazo zitakuja na kuwaokoa; wanategemea wewe kuwaambia kuhusu uhuru wakisubiri kupitia Yesu.

Je! Uko tayari kujaribu? Je, uko tayari kuokolewa? Je! Uko tayari kusaidia kupata wengine ambao wanahitaji kuokolewa, pia?

Fikiria Esta. Alikuwa mgombea asiyewezekana, lakini Mungu alimtumia katika kubwa na njia yenye nguvu ya kuwa sehemu katika jaribio la ajabu la kuwaokoa siku yake! Je, wewe Angalia katika kusoma kwako kwa Esta kwamba alipokea baraka za Mungu kwa neema, uzuri na shukrani? Umekuwa ukiishi na hatia, bila kupata baraka za Mungu katika maisha yako kwa sababu unahisi hustahili?

Lazima utambue kwamba wewe mwenyewe haukustahili, lakini kama Yesu amekuwa

Mola wako Mlezi na Mwokozi, ni ustahili wake unaostahili pia.

SIKU YA 3

ZOEZI LA FUNZO

Kwa macho yako tu: Sawa, wanawake. Ni wakati wa 'kukimbia, wakati wa kupata kiwango cha

gut kwa uaminifu na Mungu wetu na sisi wenyewe. Ni wakati wa mara moja na wote kuweka

nyuma yenu dhambi hizo, huzuni, ukiukaji, hisia za kutostahili, inferiority, na hatia ambayo

imefanya wewe umefungwa katika udhuru wa adui ya msamaha wa ngome. Je, Jina la jumba

ambalo mfalme wa vita mwenye uovu amejaribu kukuweka mfungwa ni lipi? Andika hadithi

yako mbele ya Bwana Yesu. Baada ya kufanya,muruhusu akuokoe mara moja na kwa wote na

kumwomba akuonyeshe hatima ya kwa nini ulizaliwa!

____

____

____

____

SIKU YA 4

WEWE NI WA THAMANI KATIKA MACHO YA MUNGU

SEHEMU YA III

Soma Esta, sura ya 5.

Jana tulitumia muda wetu juu ya hadithi ya Esta na kugusa juu ya mapambano yangu binafsi na usalama na kutostahili. Kama Mungu aliendelea kunifundisha na kunipa elimu nzuri iwezekanavyo kwa njia ya Neno Lake, aliniletea kutambua kwamba Yeye alimaanisha kweli wakati Alisema ataniimarisha kufanya mambo yote ambayo Aliniita kufanya.

Usalama wetu huzalisha hisia zingine za upungufu, kutostahili, hatia, kukataliwa, unyogovu na kutostahili. Hisia hizi zitatufanya tuepushe na kazi ambayo Mungu anatuita kufanya na kutufanya tujisikie duni kwa kila mtu karibu na sisi. Tunakuwa muhimu, wivu, uchungu, au hasira. Sisi wenyewe na kila mtu mwingine karibu na sisi huzuni na hisia hizi zisizo salama. Tutaweza kuwa na sauti kubwa na kutokujificha kujificha hisia zetu au tutaanguka katika taabu ya kuwepo kwa kujitegemea tukizingatia wenyewe na kutoweza kwetu.

Katika **Waefeso 4: 1-2**, Paulo anatuonya, "Kwa hiyo, mimi, mfungwa wa Bwana, ninawasihi uenende kulingana na wito ulioitiwa kwako, kwa unyenyekevu wote na upole, na uvumilivu, kubebaana kwa upendo. " Hii inamaanisha nini?

____

____

____

Soma Kumbukumbu la Torati 28: 1-14.

Mungu anasema sisi ni nani?____

Rafiki yangu, sisi ni nani tusikubaliane na Mungu? Ikiwa Mungu anatupa baraka yake, na aya hizi zinafanya jambo hilo wazi, basi tunahitaji kumwamini.

Soma **Waefeso 6:10.**

Wakati Mungu anasema, "Sisi ni wenye nguvu katika Bwana," kisha mpendwa, using'ang'ane naye. Wewe tenda juu ya tamko lake na uwe na nguvu.

Mathayo 5:14 inasema kwamba sisi ni mwanga wa ulimwengu. Hivyo ndivyo Mungu anavyotufikiria sisi. Je, tunaweza kuacha kuhangaika juu ya kile wengine wanachofikiria juu yetu na kuzingatia kile Bwana wetu anachofikiria kuhusu sisi? Ikiwa tunamwamini, basi tunaweza kukubali wenyewe kama sisi. Kujitegemea halisi huja tunapokubali kile ambacho Mungu anasema juu yetu. Kujithamini kutakuwa na usawa na mzuri wakati tunapojifunza kujiona kama Mungu anatuona. Kumbuka, baada ya kuokolewa, Yeye hutuona kwa njia ya haki ya Mwanawe, Yesu.

Tunapoingia katika dhambi-na hata kama Wakristo waliojitolea, tutaweza-basi badala ya kujipiga kwenye kona ya ufanisi, tunahitaji:

1. Kukiri

2. Kusahau

3. Uombe nguvu ili kuepuka dhambi hiyo baadaye

4. Simama, na kuendelea na nguvu za Bwana!

Ukosefu wetu utatosha wakati tunamruhusu kufanya kazi Yake ndani na kupitia kwetu. Kisha hatima yetu inaweza kuafikiwa.

Dada zangu, Mungu ana mpango wa maisha yako. Anataka kukutumia kwa kazi kubwa na yenye nguvu katika ufalme wake, kazi ambazo zitaleta wengine katika ufalme Wake pia. Je, unamruhusu?

Kesho tutamaliza hadithi nzuri ya Esta na tutaelewa nini hatimaye ni kuhusu!

SIKU YA 4

ZOEZI LA FUNZO

Je! Unaweza kuhusisha na hadithi yoyote hii? Je! Huna wasiwasi kuhusu wewe ni nani ndani ya Kristo? Ikiwa ndio, hebu tuwape chini nyeupe na nyeupe ili tuweze kuanza kuona minyororo imefungulia ambayo imetunza sisi imefungwa kwa muda mrefu sana! Weka alama ya kando ya udhaifu huo unaokuzuia kutoka kumtumikia Mungu kwa njia anayokuita.

- Mimi sio mzuri wa kutumiwa na Mungu.

- Yangu zamani ni mbaya sana, dhambi zangu pia ni kubwa sana.

- Siko wa kupendeza sana.

- Mimi ni mdogo sana.

- Mimi ni mzee sana.

- Mimi si mzuri wa kutosha.

- Mimi sina elimu ya kutosha.

- Mimi si wa kutoka kwa "familia nzuri" ya kutosha.

- Mimi ni maskini sana; Mimi ni tajiri sana.

- Nimekuwa nikitumiwa kimwili na ngono na mume wangu, baba, mama, au mpendwa mwingine, kwa hivyo mimi sistahili.

- Nimebakwa; Mungu hawezi kutumia mwathirika.

- Nimetumia madawa ya kulevya na / au pombe; Mimi ni mbaya sana.

- Nimeishi maisha ya uasherati hivyo Mungu hawataki mimi.

- Mimi mara moja niliavya mimba; Hakika Mungu hawezi kutumia mimi.

- Nina rekodimbaya kwa polisi; hakuna mtu atanisikiliza.

- Nimekuja kutoka kwenye nyumba ya ulevi.

- Mimi ni mweupe; Mimi ni mweusi; Mimi ni mgeni; Mimi ni Myahudi; Mimi ni Mataifa; Mimi ni wa kabila mbaya.

- Ninaishi katika ujirani usiofaa.

- Sina msingi wa kidini wa kutosha kwa Mungu kuwa na uwezo wa kutniumia mimi.

- Tajaa wengine kama wanapokuja kwa akili.

Dada yangu, lazima tujiunge pamoja na kuruhusu mkono wa uponyaji wa Mungu kwa mara moja na kwa wote utuweke huru na uongo wa Shetani ambaye anatuambia sisi sio wa kupendekeza na hatuna umuhimu wowote kwa ufalme wa Mungu. Mungu anasema tofauti.

Mungu anasema anatutaka na anataka kututumia. Ninaamua kumwamini badala ya adui. Je wewe?

SIKU YA 5

UKO NA HATIMA YAKO.

Soma Esta, sura ya 6 hadi 9.

Ni hadithi ya ajabu! Mungu alichukua msichana mjakazi yatima, akamfanya malkia juu ya ufalme wote, na kisha akamtumia kuokoa jamii yake yote kutoka kwa maadhimisho. Je, umeona kwamba katika hadithi yake yote, Esta alikuwa mpole sana? Yeye kamwe hakujiinua mwenyewe, lakini badala kwa ujasiri lakini kimya alimtii Bwana katika kile alichotaka afanye. Kwa sababu ya roho yake mnyenyekevu lakini yenye nguvu, Mungu alikuwa na uwezo wa kufanya mambo makuu na yenye nguvu kupitia kwake. Alipopata habari juu ya tatizo hilo, hakumkimbia kwa mfalme kumwambia maoni yake. Aliomba, alifunga, na pia aliomba sala za wengine. Alifuatilia kile kiongozi wake wa kiroho wa kidunia alichochewa na akaenda kwa heshima mbele ya mfalme kwa ombi lake. Kisha, kwa ujasiri alimwambia ukweli wakati muda ulikuwa sahihi. Kuna mengi ya kujifunza kutoka kwa mwanamke huyu wa Mungu!

Sala ya mwanamalkia:

Je! Umemwomba Yesu kuwa Mwokozi wako na Bwana?

Ikiwa sio, fanya hivyo sasa. Rudi kwenye sura ya kwanza, siku ya nne na kufuata maelekezo na maandiko huko. Yeye, Mungu wa ulimwengu wote, amesimama kwa silaha wazi akiomba kwa wewe kuja kwa Yeye kwa ajili ya msamaha, uponyaji, amani, na furaha. Usisubiri tena. Njoo

Kwake sasa.

____

____

____

____

Ukiwa na hakika kwamba Kristo ni Mwokozi wako, Mwandikie naye barua chini ya kumwambia

yote juu ya kutokuwa na uhakika ambao umekuwezesha kupata hatima yako ndani yake.

Mwambie akuponya akili yako na akupe uhuru alioahidi.

Wanawake, ikiwa tunaendelea kushikilia maswala haya, hatuwezi kamwe kupata uhuru ambao

Kristo hutoa kwa kila mmoja wetu. Mara tu tumemwomba katika maisha yetu, Yeye

huwasamehe kabisa na kusahau historia yetu. Hakuna tatizo kubwa sana kwa Yeye kushinda

katika maisha yetu. Sasa ndio wakati wa kufanya amani na Mungu wetu kuhusu mambo yetu ya

zamani na kutoka zamani

Mwambie juu ya kutokuwa na wasiwasi wote ambao wamekukosea kwa muda mrefu. Kupata

kina, waaminifu, na mtu binafsi na Mungu. Kumbuka Yeye tayari anajua ni nini na jinsi

walivyoathiri wewe, lakini anataka kusikia kwamba sasa unawatambua na pia uko tayari

kuwaweka kwake kwa ajili ya uponyaji wa moyo wako na akili.

____

____

____

Thibitisha kwake uasi wako kwa kujiona tu kama unavyofikiri wewe ulikuwa badala ya jinsi Mungu alivyokuona.

Mwombe akusamehe kwa sababu ya kutokubaliana naye juu ya wewe ni nani ndani ya Kristo.

Je! Uko tayari kudai sehemu yako kama mfalme, kama binti wa Mfalme? Ikiwa ndivyo, Mwambie sasa. Ikiwa sio, unamwambia nini ni kwamba huamini neno lake. Mungu hapendi yale mazuri yako..

Mwambie akufunulie hatima yako na kukupa ujasiri na nguvu za kumruhusu kuitimiza ndani na kupitia kwako, kama vile alivyomfanyia msichana yatima wa Kiyahudi ambaye alisaidia kubadilisha historia!

JUMA LA 3

WATOTO WALIOPOTEA NA MAMA WANAOLALAMIKA.

Ningependa kucheka kama sikuwa na kilio kwa bidii! Ninaogopa ninazama katika wazimu wote huu; na siku kadhaa, vizuri, ningependa napenda!

Je! Wakati mwingine huwa na machozi wakati wa mwisho wa siku kwa sababu kati ya watoto wanapiga makofi, fujo zao, kupiga simu, kupiga mbwa pamoja na majukumu mengine yote, unasikia kama huwezi kuifanya tena?

Je, maajabu yote katika maisha yako yanakufanya uweze kujiuliza ikiwa unapoteza afya yako?

Dakika moja unajisikia kama hutaacha kulia na dakika inayofuata utapata hasira yako imeanza kama volkano na kushoto mlima wa hisia zilizoharibiwa kwa familia nzima ili kukabiliana nayo.

Au labda kwa sababu yoyote, unajikuta unapopiga kelele kwenye kioo hicho cha mwisho cha maziwa yaliyomwagika? O, lakini kusubiri dakika-hapa kuja machozi tena!

Je! Wakati mwingine hujisikia kama wewe unakaribia kuanguka, kama vile cookie yako ya umri wa miaka miwili tu chini ya carpet-tena?

Na akizungumza na huyo mwenye umri wa miaka miwili-ni yeye, pamoja na ndugu yake mwenye umri wa miaka minne, tena? Je, sio tu kumaliza kuwasafisha kwa dakika 30 zilizopita? Na kwa nini hakuna amani katika nyumba yako'?

Amani. Unajua neno. Mungu anazungumzia juu yake wakati wote katika Biblia! Sema, ungependa kipande cha bidhaa hiyo ya kawaida? Je! Nyumba yako ni kama eneo la vita ama ni eneo la amani?

Je, ndio kwa nini unaishia siku nyingi sana katika hali mbaya ya kuchanganyikiwa na uchovu?

Hadithi ya kusikitisha ni kwamba mama wengi huanza siku katika hali hii isiyo ya kawaida!

Je, ni lazima iwe hivyo? La, sio kama tuko tayari kusikia na kujifunza kutoka kwa Mjenzi wa Nyumbani Mwalimu!

Kuna njia bora na huanza na maneno machache muhimu sana: nidhamu ya kihisia na kuwa na tabia na mtazamo mpya. Hakuna kitu kinachoweza kukuchukua nguvu, usafi, wakati, utulivu wa kihisia, na mtazamo mzuri kwa ufanisi kama ratiba ya wakati usio na wakati na kuonyesha hisia zisizopigwa. Ingawa maisha katika karne ya ishirini na moja imejaa shinikizo la muda, madai yasiyowezekana, ratiba ya kazi nyingi, na kazi zisizo mwisho, tunaweza kudumisha usafi wetu! Hata pamoja na nyani wadogo wanaosababishwa na ratiba za muda, tunaweza kujifunza kuishi saner, maisha ya amani zaidi-vizuri, labda kwa leo hata hivyo! Unapata picha!

WHINERS "ANNOYOOSE"(SHUGHULI CHUNGU NZIMA ZA SIKU)

1. Tayari ni 9:00! Kwa kweli ninapaswa kujifunza somo langu la Biblia sasa, lakini nina uhakika kwenda kwenye HomeMart kabla ya watu kufika huko! Nitafanya baadaye!

2. Oh ni vyema watoto, tutaweza kusimama kwa McDonalds kwa chakula cha mchana!

3. Mtu, sikuwa na maana ya kukaa muda mrefu, lakini HomeMart hakika anajua jinsi ya kukuweka juu ya kuuza! Najua sikuwa na thamani ya kutumia pesa nyingine wiki hii, lakini Bill atapaswa kupata zaidi!

4. Nyumba hii ni haijapngwa, lakini nataka kuweka pazia zangu mpya! Nitatengeneza sahani baadaye!

5. Hapana watoto! Chagua toys zao! Ni karibu muda wa baba kwenda nyumbani!

6. Ee sasa, ni nini duniani nitakachoandaa kama chakula cha jioni? Sio haki tu! Bill anatoka kazi saa 5:00, lakini kazi yangu inaonekana kuwa haijafanyika!

7. Watoto, Nilisema nitachukua toys zenu!

8. Hapana! Mama, tunataka kucheza!

9. Watoto, ni vyema mungenijali mimi. SASA!

10. Mama, wewe ni mchoyo! Njoo utusaidie!

11. Sawa wavulana, nimepata! Mimi nitahesabu hadi tatu! 1 ... 2 ... 3 ... fanya Sasa hivi, au SASA!

12. Hatutaki! WHA-A-A-A-A - Tunahitaji kitu cha kunywa,

13. Mimi nilitaka kikombe cha bluu! WHA-A-A-A-A-

14. Hapana, nilitaka kikombe cha bluu! WHA-A-A-A-A-

15. Hello, Honey. Niko nyumbani ... ni nini hiyo yote inahusu? Na kwa nini kila kitu hakijapangwa?

16. (Akilia) Watoto hawa hawajali! Siku nzima mimi huisafisha nyumba iwe safi na kuipanguza nyuma na sasa unataka kujua nini mimi hufanya siku yote! Na ninajua sasa unataka kujua nini cha jioni!

17. Mama, nina njaa! Ninataka kula sasa!

18. Naam, Honey, ni nini cha jioni!

19. Naam, utahitaji tu kunisaidia kusuluhisha haya mambo!

20. Honey, pia nimechoka! Nililazimika kupakua samani tatu za viti leo na Mimi..............................

21. Naam, ninajitahidi pia! Unapaswa kuwatunza watoto hawa na nyumba hii kila siku! Na kazi yangu haina mwishokama yako ya saa 5:00!

22. Mama, nimejimwagia maziwa yangu ya chokoleti juu ya kichwa changu!

23. Yote ninayosikia ni MAKELELE YA SAUTI ZINAZOLIA!

SIKU YA 1

UNATAKA MIMI KUFANYA NINI ?!

Tito 2: 3-5 kutoka kwa Biblia ya Amplified inasoma hivi:

"Waombe wanawake wazee vile vile kuwa waheshimu na wajitolea katika uhamisho wao kama

inakuwa wale wanaohusika katika utumishi mtakatifu, wala sio wadhulumu, wala watumwa wa

kunywa. Wawapa ushauri mzuri na kuwa walimu wa kile kilicho sahihi na kizuri."

"Ili waweze kuwafundisha vijana wanawake wachanga na wenye akili (wasiwasi, wenye

nidhamu) na kupenda waume zao na watoto wao."

"Kuwa wenye kujidhibiti, wakamilifu, watengeneza nyumba, wenye asili nzuri (wenye fadhili),

wanaojitenga na kujishughulisha na waume zao, ili kazi ya Mungu iingie kuwa na aibu

(kufuruwa au kupuuzwa)."

Je, si ajabu kujua, kwamba Mungu ni nia ya maisha yetu, ikiwa ni pamoja na maelezo yote

madogo ambayo yanaweza kutuibia ushindi kila siku? Je, si ajabu kujua kwamba anatuahidi

kutuongoza kila wakati tunamwomba?

Njia moja nasi Yeye anatuongoza katika kufanya makosa machache ni kupitia mafundisho ya

Neno Lake. Mara nyingi mapema katika maisha yangu ya Kikristo, nilijiuliza nini Mungu alitaka

kujua kuhusu kuwa mke na mama. Nilijiuliza ni mambo gani niliyoweza kufanya ambayo yote yangependeza kwake na kunifanya kuwa na ufanisi katika kushawishi maisha ya watoto wangu kwa manufaa. Nifanye nini ambacho kitasaidia mume wangu na mimi kuwa na aina ya ndoa ambayo ingeweza kuishi maisha yetu yote?

Katika kutekeleza mapenzi ya Mungu kwa ajili ya maisha yangu, nimeona kwamba alikuwa ameandika yote yaliyotakiwa na muhimu kwangu kujua ili uwe na furaha, furaha, na mafanikio ya maisha, si tu katika maeneo ya kuwa mke na mama, lakini pia kama mwanamke binatsi. Nimeona kuwa moja ya sehemu za maarifa zaidi ya Maandiko juu ya suala hili ni kifungu kilichotajwa hapo juu kutoka Tito 2: 3-5. Kifungu hiki labda ni sehemu sahihi zaidi, yenye uchangamfu, yenye maarifa ya Maandiko yaliyoandikwa kwa wanawake tu, na kwa hiyo ni msingi wa utafiti huu wote.

Nimechapata mistari hapo juu kutoka kwa Amplified Bible kwa sababu inajumuisha maelezo zaidi ya maandishi ya awali kuliko matoleo mengine mengine. Ni kutoka kwa toleo hili tutachukua masomo yetu ya kila wiki. Aya hizi zinaweka kanuni saba ambazo Mungu anataka wanawake wazee kuwafundisha wanawake wadogo:

1. Kuishi maisha yenye udhibiti, yenye kujidhibiti, na mtazamo mzuri.

2. Kuwapenda waume zetu.

3. Kuwapenda watoto wetu.

4. Kuwa wa busara na uzoefu wa hisia za sauti.

5. Kuishi maisha safi.

6. Kuwa watunza nyumba.

7. Kujipatanisha na mume wetu.

Tutaanza kujifunza aya hii na kichwa cha kwanza: kuishi maisha yaliyomo, yenye kujidhibiti, na mtazamo mzuri wa boot! Ninaweza kukusikia sasa, "'Huzuni nzuri, Brenda. Kwa nini wewe usiulilize tu kutembea juu ya maji na kuifanya na tayari!" Tu hang na mimi, wasichana! Ninaahidi kwamba Bwana atatupa uwezo wa kufanya chochote atakachoomba kwetu-tu kusubiri na kuona!

Baadhi yenu huenda mliisoma mstari huu katika King James Version na kuona neno lililoandikwa kama maagizo yetu. Hapa, neno la Kiyunani sophronizeis lililotafsiriwa katika Biblia ya King James kama busara tu.

Unafikiria nini moja kwa moja unapopata neno kuwa *timamu*?

Watu wengi mara moja wanafikiria kuwa *timamu* inahusiana na pombe au madawa ya kulevya. Hapa katika maandishi haya, neno la *timamu* linamaanisha hali ya akili, si hali ya kimwili. Nguzo ya Nguvu ya Nguvu inafafanua sophronizeas, "akili nzuri, yenye usawa, nidhamu, au kurekebisha."

Kwa maneno mengine, Mungu anatuambia kwamba tunapaswa kuwa na nidhamu na utiifu, ambayo inapaswa kusababisha upole, akili nzuri!

Omba uambie, mtu anawezaje kutarajia kuwa na akili nzuri wakati mtu anaishi katika zoo? Je! Mtu anaweza kuishi katika nyumba na watoto wenye kutembea na mama wa kupoteza na kuwa chochote karibu na upole? Ikiwa tunaweza kumwamini Mungu, na kwa hakika tunaweza, basi kuna tumaini kwa sisi sote ambao sasa wanaishi katika zany, mambo isiyoeleweka, ya z izi ya ulimwengu huu!

Eleza siku ya kawaida katika maisha ya familia yako. Jumuisha katika maelezo ya maelezo juu ya tabia za utii wa watoto wako

---

Soma Methali 22:15.

Kwa mujibu wa aya hii, ni nini kilicho ndani ya moyo ya mtoto?

Ni nini kitauondoa upumbavu kutoka moyoni mwake?

Je, kuna maana yoyote kuhusu nini kitatokea ikiwa upumbavu huu unaruhusiwa kuendelea?

Ikiwa mtoto huyu anakua kuwa mtu mzima asiyejulikana ni nini kitakachojaza moyo wake?

Soma Wakorintho 13:11.

Kwa mujibu wa aya hii, sisi sisi, kama wanawake wazima Wakristo, sasa tunahitaji kufanya nini?

Naweza kumaliza somo la leo na swali lingine? Ikiwa mwanamke, mke, mama, ndani ya nyumba hana nidhamu na kutii, ni jinsi gani anapaswa kufundisha mtoto kuwa na nidhamu na wa k utii?

SIKU YA 1

ZOEZI LA FUNZO

Kazi ya leo ni rahisi, lakini ni ngumu.

Kwanza, ombeni na kumwomba Bwana kujidhihirisha mwenyewe kama unatumia neno lake kwa moyo wako na maisha yako wiki hii.

Kuangalia nyuma wakati wa utoto wako, wazazi wako au walezi wako wanasisitiza juu ya utii wako? Je, walikuadhibu kwa upendo wakati ulipoasi?

____

____

Tathmini tabia zako za maisha kwa upande wako mwenyewe kama mwanamke aliyekuwa na nidhamu, mke na mama. Je, wewe mara nyingi huasi katika maagizo ya Mungu katika maisha yako?

____

____

____

____

____

____

SIKU YA 2

TATIZO

Ouch! Somo la jana lilikuwa na uzuri mzuri ndani yake, huh? Je, umehisi kuwa na imani zaidi

katika eneo la nidhamu kama nilivyofanya? Mungu anataka kutusaidia kujifunza kuwa

wanawake wenye nidhamu ili tuweze kufundisha watoto wetu kuwa nidhamu.

Unafikiri nini wakati unasikia neno kuwa na nidhamu?

____

____

Watu wengi hufikiria adhabu wakati wanaposikia nidhamu ya neno, lakini je, mnajua kwamba

nidhamu na utii ni sawa? Ikiwa sisi ni watu wenye nidhamu, sisi ni watu mnyenyekevu. Vitendo

viwili vinashirikiana. Halafu haijatambuliwa, adhabu ni matokeo wakati sisi hatujidai wenyewe.

Sasa, hebu tutazame eneo lingine ambalo wakati mwingine tunapambana na, na hiyo ni tatizo la

kunyoosha wakati mambo hayaendi vile tunataka.

Je, mara nyingi huwashwa, hasa wakati majukumu yanaingilia kati ya mambo mengi ungependa

kufanya?____

Je! Watoto wako mara nyingi huwa wanalalamika wakilazimishwa kutii?__________________

Sababu moja ya watu wazima hulalamika ni kwa sababu sisi ni watu wenye ubinafsi na

isipokuwa Roho wa Mungu atakapofanya maisha yetu, tulikuwa na njia yetu wenyewe! Sababu

nyingine sisi mara nyingi huwa tunalalamika ni kwa sababu tunaogopa.

Wakati mwingine tunaogopa kufuata maelekezo ya Mungu kwa sababu hatuwezi kuelewa sababu zake kwao na tunaogopa shida iwezekanavyo ambayo mabadiliko yanaweza kusababisha. Tunaogopa barabara ya mabadiliko inaweza kuwa vigumu zaidi kwa njia ambayo tayari tuko tayari. Hebu tuseme nayo, sisi wanadamu sio kawaida kama mabadiliko, hasa kama tunadhani mabadiliko itakuwa ngumu. Tungependa kuendelea na matatizo ya leo, kwa sababu angalau tunajua ni nini na sisi tayari tukosabiliana nao.

Watoto wetu wanaitikia njia sawa na maagizo yetu kwa sababu sawa.

Kwa mfano, mara ya kwanza mtoto wako ana jina linalouma, unampeleka kwa daktari wa meno. Anaweza kulia juu ya kuingia kwa sababu anaogopa huwezi kumsaidia kama analia kwa msaada. Yeye anaogopa itaumiza.

Angependa kuishi na jila lake linalouma linalojulikana lakini lenye uchungu kuliko hatua ya imani katika eneo lisilojulikana!

Ingawa umemwambia kuwa utakuwapo kwa ajili yake na kumlinda kutokana na madhara ya kudumu na ameahidi kuwa hatakuwa na jino linalo uma ikiwa anatii, bado hataki kuingia. Hofu yake ina nguvu kuliko imani ndani yenu, mzazi wake mwenye upendo.

Biblia imejaa mifano ya watu wazima wanaofanya kama watoto na wanapiga kelele wakati waliogopa au hawakupata njia yao. Kutafuta kila siku kushiriki:

1. Baada ya kuacha ujuzi kwa wasiojulikana, njia rahisi ya kile ambacho huonekana kuwa njia ngumu.

2. Kuonyesha ukosefu wa imani kwa Mungu, mzazi mwenye upendo ambaye hutoa uhuru na matumaini.

Unafikiriaje kwamba Mungu anafanya kazi nasi tunapofanya kama watoto wasio na nidhamu, na wasiotii?

Tunakwenda kujifunza hadithi ambayo inajulikana zaidi juu ya kuzungumza, wasiotii, watoto wasiokuwa na imani, lakini, naamini, itakuwa kwa njia tofauti sana kuliko ulivyojifunza hapo awali.

SULUHISHO

SEHEMU YA I

Tafadhali soma **Kutoka 13: 17-22 na 14: 1-12.**

Kama historia, tunahitaji kukumbuka mambo muhimu ambayo yalisababisha Kutoka 13:17.

Watu wa Israeli walikuwa wamekuwa watumwa na uhamisho na Wamisri kwa miaka mingi.

Mama wa Musa, Yokebedi, alikuwa amekataa sheria ya Misri na kumficha mtoto wake

mchanga, Musa, katika kikapu cha kibinafsi cha "boti" na akamtia kwa mto. Alimwamini kabisa

Mungu kuingilia kati kwa mtoto wake. Mmoja wa watu pekee katika ufalme ambaye alikuwa na

mamlaka ya kumwokoa, binti ya Farao, akamkuta, alimhurumia na kumwomba muuguzi wa

mvua kumtunza mpaka alipowacha kunyonya.

Binti ya Farao akamwuliza Miriam, dada wa Musa, kupata mwuguzi wa mvua. Bila shaka,

akampeleka nyuma kwa mama yake ambaye alimchunga na kumjali. Kwa sababu ya imani yake,

Yokebedi aliona jinsi Mungu alivyomlinda mwanawe! Baada ya Musa kumwagilia, alikua katika nyumba ya Farao na akawa na sifa nzuri na kusimama ndani ya ufalme. Alipokuwa mtu mzima, aliona mmoja wa watu wake mwenyewe, Myahudi, akipigwa. Kwa hasira nzuri, alimuua Mmisri na kukimbilia jangwani kwa hofu ya maisha yake mwenyewe.

Miaka arobaini baadaye, baada ya kusikia wito wa Mungu juu ya maisha yake na kukua katika imani, Musa alirudi Misri, alidai kwamba Farao awatungue watu wake na kuwaacha kwenda nchi ambayo Bwana aliahidi. Kupitia Musa, watu waliona Mungu akifanya miujiza ya ajabu isiyo ya kawaida ambayo ilimshawishi Farao hatimaye kuwapa uhuru kwa watu wa Israeli. Katika mchakato huu, angalia ishara zote ambazo Mungu alitumia kuonyesha watu wa Israeli uwepo wake:

1. Waliona jinsi Mungu alivyookoa maisha ya Musa kama mtoto.

2. Walijua muujiza wa jinsi alivyolelewa katika jumba hilo.

3. Waliona jinsi, hata baada ya Musa kumuuwa mmisri, alirudi kwa Farao chini ya hofu ya kifo,   lakini Mungu aliingilia kati kwa ajili yao ili kupata uhuru wao.

4. Ili kuthibitisha tamaa yake ya kuwaona watu wake huru, Mungu hakutuma hata mmoja, lakini mateso kumi kwa Wamisri.

5. Pigo la mwisho, ambalo lilipatikana kwa malaika wa kifo kwa watoto wote wa Misri walizaliwa kwanza na wanyama (Pasika ya kwanza), imesababisha Farao hatimaye kukubali kuwaachilia Wayahudi.

Hii ni pale **Kutoka 13:17** inapoanza. Hapa, tutaweza kujifunza kuhusu Mungu, mzazi mwenye upendo, na watoto Wake ambao walionyesha kukosa ukosefu wa imani na tabia yao isiyo ya kawaida na ya kutotii.

Je, unashangaa jinsi walivyoweza kusisitiza utoaji na ulinzi wa Mungu kama walivyomtii katika utume huu? Alikuwa tayari amethibitisha mwenyewe kwa njia kubwa na yenye nguvu!

Katika **Kutoka 14: 10-12,** majibu ya watu yalikuwaje kwa changamoto ya kwanza waliyokutana nayo kwenye Njia ya Ahadi na kwa nini unadhani walitetea, kulalamika, na kulalamikia Mungu hivi karibuni katika uhuru wao mpya?

Soma mstari wa 12 tena. Kama vile ziara ya kwanza ya kijana kwa daktari wa meno, walihisi kuwa salama zaidi katika maumivu yao wenyewe inayojulikana zaidi kuliko walivyofanya katika ahadi isiyojulikana ya wajumbe wao, Mungu Baba yao wa mbinguni.

Kabla ya kuwa ngumu sana juu yao, jiulize hili: Ni matendo gani ya imani yaliyotupishwa tena kwao kufuata Musa katika maelekezo yake kutoka kwa Mungu? Kwa maneno mengine, walitakiwa kuondoka nyuma kwenda Nchi ya Ahadi?

Sasa fikiria juu ya maisha yako kwa muda. Ikiwa Mungu alikuambia uondoke nyumbani, fikiria:

1. Kuondoka nyumba pekee uliyoijua bila kujua mahali ulipo

2. Haujui mahali ambapo utapata maji tena.

3. Hakuna makazi

4. Hakuna kuoga au sabuni

5. Hakuna mswaki wa meno au dawa ya meno

6. Hakuna vipodozi au viyoo

7. Hakuna ramani iliyoandikwa, wingu tu kufuata (mawingu ya kawaida yana njia ya kutoweka)

Sasa fikiria shida zote zilizo juu zitatumika kwa watoto wako pia! Kulingana na historia yako, ingewezekana uweze kulalamika?

Musa alikuwa kiongozi aliyewekwa na Mungu kwa Wayahudi. Sisi sote tuna viongozi 'kwamba Mungu ametuweka sisi kufuata. Mume wako ni kiongozi kama huyo. Sheria za serikali zako ni zingine. Mwalimu wako wa shule ni mmoja na mchungaji wako ni mwingine.

Wakati Mungu anakupa maelekezo kupitia kiongozi wake aliyewekwa, je, unakumbuka-yote Bwana amefanya hapo awali? Je, unaonyesha imani ndani yake kuwaongoza wale ambao amekuomba ufuate, au mara nyingi huwa waasi wakati viongozi wanatoa maagizo ambayo hutaki kufuata?

Kwa watoto wako, wewe ni kiongozi. Lazima tuelewe kwamba sisi ni mfano unaoonekana zaidi wa maisha ya nidhamu ambayo watoto wetu wataona. Ikiwa hatuwezi kuadhibiwa na kumtii Mungu na viongozi anaowaweka katika maisha yetu, tunawezaje kutarajia watoto wetu kukubali na kutii nidhamu yetu

SIKU YA 2

Je! Watoto wako wanakubali nidhamu na utii? Andika orodha yoyote ya ya hivi karibuni ambapo waliasi dhidi ya maelekezo yako.

____

____

____

____

Jana tulitathmini tabia zetu za nidhamu na leo tabia za utii za watoto wetu. Je! Unaona kulinganisha kati ya hizo mbili?

____

____

____

Je! Mungu amefunua maeneo yoyote ambayo yanahitaji kuboresha katika maisha yako na ya watoto wako? Jaza matokeo yako na uwape Mungu kwa sala.

____

____

____

____

SIKU YA 3

SULUHISHO

SEHEMU YA II

Tunapokua na kuzingatia kujidhibiti zaidi, tunaweza kutarajia amani na furaha ambayo hutoka kwa utii kwa Baba yetu wa mbinguni. Vivyo hivyo, watoto wetu wanapata amani na furaha pamoja nasi wakati wanatutii, wazazi wao. Ni kazi ya wazazi kufundisha watoto wao kujidai. Wakati mtoto hawezi kufanya hivyo, mzazi lazima awafanyie. Kwa njia ile ile, ikiwa hatujitakii kwa nia njema Mungu atafanya hivyo kwa ajili yetu.

Soma aya hizi na kufuata mifano. Kwenye upande wa kushoto, andika ni nani mstari anayesema na upande wa kulia, andika kilichotokea

---

NANI	**HATUA GANI**
Kutoka 14: 10-12 Waisraeli	Waliogopa na kumlilia Mungu kwa msaada
Kutoka 14: 27b Wamisri	Aliwaangamiza wamisri
Kutoka 14:31 Waisraeli	Waliamini na kuimba nyimbo za sifa kwa Mungu
Kutoka 15: 24-25 Watu walilalamika	Musa kuomba na Mungu alitoa maji mema

Kutoka 15:27

Kutoka 16: 2-3

Kutoka 16:10

Kutoka 16: 19-20

Kutoka 16:35

Kutoka 17: 3

Je! unapata picha? Mungu alitoa na watoto walilalamika. Mara moja tu katika mistari hii yote walifanya hata kusema "asante." Watoto wasiokuwa na nidhamu na kutii, daima ni watoto wasio na shukrani, bila kujali umri wao wanaoishi.

Nina hakika mara nyingi wewe, kama mama, huhisi kuwa bila kujali ni kiasi gani unachofanya kwa watoto wako, haitoshi. Je! Unajua kwamba wakati wanaruhusiwa kufuta kwa kutoridhika wao ni zaidi ya kusikitishwa kuliko wewe? Watoto wote watatenda kwa njia fulani kwa sababu tu ni watoto. Lakini, wewe (mzazi wao, mwalimu wao, na mwalimu), wanatakiwa kuhakikisha kwamba tabia hii haiendelea! Mungu aliwapa wazazi watoto kwa sababu wanahitaji kufundishwa tabia nzuri. Mtazamo mbaya huja kwa kawaida, na tabia hizo mbaya na mitazamo zitabaki nao mpaka utawafundishe vizuri.

Mungu hakuruhusu tabia mbaya na mitazamo ya kwenda bila kujengwa na watoto Wake! Mara kwa mara alijaribu kuwafundisha kumtumaini na kuwa na imani katika matukio yake. Mara kwa mara, aliwaonyesha kuwa angesikia na kujibu sala yao. Aliwaongoza hata kwa kuonekana katika wingu mchana na katika nguzo ya moto usiku.

Walikuwa wavivu wa kiroho, na hawakujali kukumbuka kwamba ikiwa wangefuata tu kuongoza kwa Mungu, hata katika vita, angekutana nao kwa njia kubwa na yenye nguvu. Na bora zaidi, wangejikuta wakitumiwa na Mwenyezi, Muumba wa ulimwengu, kumfanyia mambo makuu, wao wenyewe, watoto wao, na watoto wa watoto wao!

Kama wanawake, Mungu ametupa ahadi ile ile. Kwa sisi sote, ana mpango ambao utatuletea furaha kubwa. Pia tunapaswa kuelewa kwamba chochote mpango wake kwetu ni, tunapaswa kukabiliana na changamoto kila njiani. Mungu kamwe hutupa uhai juu ya sahani ya fedha! Anatuwezesha kupigana njiani kwa sababu mateso hayo ni yale yaliyotukua na kutufanya kuwa imara. Anahitaji nidhamu yetu ya utii na utii ili kufikia hatima yetu. Bila maisha ya uhalifu na ya utii, hatuwezi kutambua ushindi wa kweli.

Sasa hebu tulinganishe maisha ya Yesu na mifano iliyotolewa na Waisraeli. Tutaona kwamba Wake alikuwa kinyume kabisa na watoto wa Israeli jangwani.

Soma Mathayo 17: 24-27.

Yesu alikuwa Mungu wa mwili na alikuwa na uwezo wa kukataa kulipa kodi zisizofaa. Badala yake, alitoa sababu wazi ya kuwapa. Ilikuwa nini?

Yesu alichagua nidhamu na utii kwa mamlaka ya serikali ingawa Yeye ndiye mamlaka ya juu ya ulimwengu wote! Alichagua kutii kwa sababu ilikuwa sahihi. Ni rahisi! Jinsi ya kujifurahisha! Ni upendo na mfano gani! Yesu kamwe hakufanya kinyume na neno lake lililoandikwa. Anatufundisha kujiadhibu wenyewe kwa kutii mamlaka aliyoweka juu yetu hata kama hatukubaliana nao. Ni tendo la heshima. Inatoa utulivu na utaratibu wa ulimwengu unaozunguka.

Yesu aliongoza maisha ya nidhamu na utii. Fikiria juu ya hilo. Sio tu alivyomtii Baba yake wa mbinguni kwa kuja hapa duniani kuanzia, lakini pia aliitii mamlaka ya kidunia ya haki wakati alipokuwa hapa.

Kumbuka maagizo yetu ya Tito 2 ya wiki hii? Neno la Kiyunani sophorizewas litafsiriwa kama "mwaminifu, mwenye busara, mwenye busara na mwenye nidhamu." Sasa yote ina maana! Mfano wa Yesu unatufundisha kwamba nyumba zetu zitakuwa zenye ustawi tunapopata adhabu na kumtii na kwa mamlaka anayoweka katika maisha yetu!

Hebu tuleta mfano huo kwa nyumba zetu. Nyumba yako ni nini kama mtoto wako mwenye umri wa miaka mitatu anachochea hasira? Kupiga kelele, kudai, watoto wasiokuwa na wasiwasi na wasiotii wa umri wowote husababisha hasira ndani ya nyumba. Mtu mzima au mtoto, matokeo ni sawa. Hakuna maendeleo ambayo yanaweza kukamilika wakati hatupatikani. Ya kuhuzunisha yote ni kwamba hakuna mtu juu ya uso wa dunia ni huzuni zaidi kuliko "mtoto," mdogo au mzee.

Wakati mtoto ni mdogo, kila kitu kingine kusimama ikiwa inaruhusiwa kuendelea. Mtoto anayecheka, akiachwa peke yake, atalia mpaka atakapokuwa mgonjwa, na wakati mwingine hata kupoteza pumzi yake. Uso wake hugeuka damu nyekundu wakati anapoanguka kihisia. Inachukua muda mzuri wa kitu ili kupata zaidi ya dhiki ya kihisia ya kuwa na shida ya kutosha!

Tena, fikiria juu ya mfano wa Yesu wa maisha ya nidhamu. Matokeo yake ni kwamba Yeye alitimiza vitu vyema na vya nguvu kwa Baba yake wa mbinguni na kwetu. Ikiwa tutaadhibiwa, binti za utii wa utii, na kuwafundisha watoto wetu kuwa nidhamu na utii pia, basi sisi pia tunaweza kukamilisha mambo makuu na yenye nguvu kwa Bwana wetu, sisi wenyewe, watoto wetu na watoto wa watoto wetu!

Mungu ametupa ahadi zake! Hebu tuendelee kwa imani na kumruhusu afanye kazi na kupitia kwetu!

SIKU YA 3

ZOEZI LA FUNZO

Kuwa mwenye hasira si lazima kuwa sauti na kukata mengi na mayowe. Kama watu wazima, kwa kawaida yetu huonekana kuwa ni kukomaa zaidi katika vitendo, ingawa tamaa haijawahi kukomaa kwa sababu.

Je! Umewahi kuwa na hasira na Mungu? ____

Ilikuwa ni nini?

____

Mungu alifanyaje hivyo na wewe?

____

____

Je, mtoto wako amewahi kuwa na hasira na wewe? _________________________________

Ilikuwa ni nini?

____

____

Ulishughulikiaje?

____

____

Je! Utafanya mambo tofauti ikiwa hutokea baadaye? Ikiwa ndivyo, jinsi gani?

____

____

____

SIKU YA 4

MAMA YANGU ALIZOEA KUSEMA "UWE MSICHAN MZURI SASA ..."

Soma Tito 2: 3-5.

Sasa hebu tuzingalie sehemu nyingine ya maelekezo kutoka kwa aya hii. Ikiwa unasoma kutoka kwa King James Version utaona neno lililo mema, au ikiwa unasoma kutoka kwa NIVor Amplified Version, itasema, "uzuri na wenye moyo mzuri."

Je! Unakubali au haukubaliani na maneno yafuatayo:

Kuwa asili nzuri ni kitu ambacho wewe huzaliwa au la? _______________________________

Kwa kuwa inahusiana na utu na tabia, una udhibiti kidogo au hakuna juu yake. Je! Unakubali au haukubaliani?_______________________________________

Je! Umewahi kuchukuliwa moja ya masomo ya kibinadamu au vipimo vya temperament? ______

Ikiwa ndivyo, je, ni hali gani ya upole? ______________________________________

Kama wengi, napenda kukubaliana na maneno hayo. Sisi sote tuna tabia za asili ndani yetu kuwa na kupinduliwa, kutumiwa, kutengeneza, furaha-kwenda-bahati, aibu, shida, nk Wakati kujifunza kuhusu aina yako ya tabia inaweza kuwa na manufaa sana, ninaogopa kuwa wakati mwingine tunatumia ujuzi huo kama udhuru ili kuepuka na tabia mbaya! Kwa mfano:

1. Mtu mwenye damu ya damu, anaweza kusema, "Ninapenda kuwa na furaha na siipendi kuishi kwa ratiba, kwa hiyo nadhani nitakuwa na uharibifu wa maisha yangu yote! Ha-he-hee-hee!"

2. Mtu aliye na temperament choleric anaweza kusema, "Hakika, nina tabia ya kuwa na muda mfupi, lakini ni jinsi nilivyo, hivyo utahitajika kuimarisha!"

3. Mtu mwenye temperament ya kukata tamaa anaweza kusema, "Ndio, mimi ni mkamilifu! Unahitaji kuamka mapema asubuhi tafadhali tafadhali!"

4. Mtu aliye na temperament ya phlegmatic anaweza kusema, "Lo, ruhusu! Pumziko ni muhimu zaidi kuliko kupata kazi!"

Kwa hiyo, kwa kuwa sisi kweli tunazaliwa na hali hizi, tunaweza kuzibadilisha? Je! Mungu anatarajia waweze kubadilika?

Soma **Wagalatia 5: 16-26.**

Ni ajabu jinsi majibu yanaweza kuwa sahihi hapo mbele ya macho yetu, lakini hatuoni!

Tunasema leo juu ya kuwa mzuri-wa asili na wenye moyo-mzuri. Mstari wa 22 na 23 hufunua chanzo cha hali njema na moyo wa neema. Ni nini? _______________________

Mstari wa 22 inasema kuwa wema na wema ni matunda ya Roho! Sio kitu ambacho unaweza kuchagua kuwa tu kwa sababu unataka kuwa. Njia pekee ya mwanadamu ni mzuri na yenye uzuri-ni ya kudhibitiwa na Roho Mtakatifu! Na njia pekee ya kudhibitiwa na Roho Mtakatifu ni kuwa na Yesu Kristo kama Mwokozi wako binafsi. Wakati wewe kumwomba aingie katika maisha yako, Roho Mtakatifu huchukua makazi ndani yako. Kisha, na kisha tu, anaweza kuwa na udhibiti wa maisha yako ili uweze kuwa na mtazamo mzuri na wenye huruma, hasa wakati wa vita vya maisha ya kila siku!

Wanawake, hatupaswi kukaa kama sisi tu! Ikiwa huna moyo wa kawaida, unaweza kuwa kama Roho Mtakatifu anaiongoza maisha yako.

Ikiwa wewe si wa asili mzuri na mwenye huruma, utakuwa wakati matendo yako ni Roho kudhibitiwa badala ya kudhibitiwa kwa mwili!

Tunapoiangalia kwa mtazamo wa Mungu, tunaweza kuona wazi kwamba wakati wowote hatufanyi kwa njia nzuri, yenye fadhili, basi Roho Mtakatifu hawezi kutawala maisha yetu. Mchezaji ni kwamba sisi, pamoja na kila mtu mwingine, tunajua!

Kukagua, unawezaje kudumisha hali nzuri, yenye fadhili ambayo **Tito 2: 5** inazungumzia?

____

____

Je! Unapaswa kufanya nini kabla Roho Mtakatifu anaweza kufanya kazi ndani na kupitia kwako ili kuendeleza hali hiyo?

____

____

Baada ya kumkubali Kristo katika maisha yetu kama Mwokozi na Bwana, inamaanisha nini tunapofanya kuwa na moyo wa maana, subira, na uchungu kwa wengine?

____

Sasa wanawake, kabla ya kupata chakula chochote na hatia, napenda kukukumbusha kwamba Bwana hutukomboa wakati huo tunapokiri dhambi zetu? Sisi sote tuko tayari kupoteza uvumilivu wetu wakati wa vita vya kila siku vya maisha na kutenda kwa njia zisizofaa kwa binti ya Mfalme. Ndiyo maana ni muhimu sana kwetu kuwa na wakati wa utulivu kila siku tunapoweza kusoma Biblia na kuomba. Tunahitaji Mungu kutusaidia kumruhusu adhibiti roho yetu. Ikiwa Yeye hudhibiti roho yetu, pia hudhibiti tabia zetu.

Mara nyingi, sisi, kama wake na mama, tamaa ya kikamilifu kudhibitiwa kikamilifu na Roho, lakini mara nyingi tunajikuta tukiongozwa na mwili. Kwanini hivyo? Ni nini kinachosababisha kujivunja mbali na Yeye anayetupenda na anaweza kufanya zaidi kwa tabia zetu na utulivu kuliko mtu yeyote aliyeweza?

Ikiwa tunatazamia katika Neno, tunajikuta wenyewe katika kampuni nzuri.

Soma Wagalatia 5:17.

Kwa nini Paulo anasema sisi mara nyingi tunajikuta zaidi kudhibitiwa na mwili kuliko Roho?

____

Soma **Warumi 7: 15-20.**

Kufafanua maelezo ya Paulo kuhusu tabia yake mwenyewe

____

____

Kama unaweza kuona vizuri, sisi sio pekee! Paulo alikuwa na tatizo sawa tulilofanya! Alipokuwa akipenda kufanya haki, mara nyingi alifanya jambo ambalo hakutaka kufanya! Kwa nini? Tena, asili yetu ya dhambi hupinga Roho ndani yetu! Lazima tuendelee kupambana na kukua karibu na Bwana kila siku. Kidogo kidogo, tutaboresha. Hata hivyo, sisi daima tutapata mgogoro kati ya mwili na roho zetu mpaka siku tunayoingia mbele ya Yesu mbinguni.

SIKU YA 4

ZOEZI LA FUNZO

Eleza hali yako ya asili. Ikiwa haujawahi kuchunguza mtihani wa hali ya kawaida, kuelezea jinsi unavyoweza kukabiliana na matatizo ya kila siku ya maisha.

____

____

____

____

Je, unaona njia gani unahitaji kubadilisha?

____

____

____

Andika sala yako kwa Mungu kuomba msaada Wake ili kudhibiti vitendo na majibu yako katika shida ya kila siku ya maisha

____

____

____

____

SIKU YA 5

KUNA VITA VINAVYOENDELEA

Soma **Wagalatia 5:18.**

Paulo anafafanua ufumbuzi wa vita kati ya mwili na Roho. Ni nini?

____

____

____

____

Anatuambia tunaweza kuwa na moja au nyingine. Tutaweza kuongozwa na Roho au

tutahukumiwa na sheria, lakini tusikosea kuhusu hilo, tutaongozwa kwa njia moja au nyingine!

Mstari wa 22-23 kuendelea kutuambia kwamba ikiwa Roho anatuamuru, tutazaa matunda ya

Roho, ambayo ni:

1. _______________________________   6. _______________________________

2. _______________________________   7. _______________________________

3. _______________________________   8. _______________________________

4. _______________________________   9. _______________________________

5. _______________________________

Tulijifunza kwamba amri yetu ya Tito 2-kuwa mzuri, mwenye fadhili, na ya nidhamu-ni kweli

sehemu ya matunda ya Roho. Si kitu tunaweza tu kuamua kuwa nacho. Ni matunda, au ushahidi,

umeonekana katika maisha yetu kama Roho Mtakatifu aliyebarikiwa anatudhibiti. Hatuwezi

kuwa na uwezo wa kuonyesha mara kwa mara aina hii ya mtazamo sisi wenyewe.

Tumeamua kwamba wengi wetu, kama wanawake wa Kikristo, tunataka kuishi katika Roho, lakini mara nyingi tunajikuta kuishi katika mwili badala yake. Tuligundua sababu kuu: mwili na roho vita vita dhidi ya kila mmoja kwa muda mrefu tukiishi duniani.

Unafikiria nini ni mambo ambayo yanatufanya tukumbwe na kuishi katika mwili badala ya Roho?

Soma **Isaya 40: 28-31.**

Fikiria kwa muda kuhusu cheo cha kozi hii: Kuishi katika zizi (Zoo). Sababu tu tunahitaji kozi hii ni kwa sababu jamii ni busy, busy, busy kwamba katika-ushauri wa familia karibu tu kukoma! Kwa sababu hiyo, wanawake wengi hawajawahi kufundisha na mafunzo ambayo yatawaandaa ili kukabiliana na mapambano ya kawaida ya maisha ambayo yanaweza kutubadili furaha katika dhamira yetu ya kumtumikia Bwana wetu.

Je, unafahamu kuwa kuna wezi huwa huru? Kila siku tunasikia juu ya wezi au wezi huvunja mabenki na maduka na kuiba bidhaa au pesa, lakini je, unajua kuna wezi zaidi kuliko wale ambao wangeiba vitu vyako?

Kuna wale ambao wanajaribu kuingia katika maisha yako kuiba vitu vya thamani zaidi kuliko bidhaa na mali! Wao ni furaha wanyang'anyi na wezi wa amani! Mara nyingi huonyesha katika hali ya dhiki.

Stress hukuchochea amani na furaha. Jiulize, nini katika maisha yako kinakufanya uhisi kuwa unasisitiza sana? Je, ni kujitoa zaidi? Je! Ni kutarajia wengine wengi au wewe mwenyewe? Je! Ni matarajio ya ukamilifu? Je! Unafikiri unaweza kuwa vitu vyote kwa watu wote kwa sababu ya roho ya kujiamini? Je! Ni ukosefu wa kujizuia unaosababisha kupata nyuma kwa sababu hujaadhibiwa katika majukumu yako? Ni nini kinachosababisha kushinda na shida? Karibu kila mtu anapata mtego huu wakati mmoja au mwingine.

Kila mtu ana shinikizo la kawaida, lakini wakati dhiki hiyo itapunguza furaha yetu na amani, basi tunaweza kujua kwamba tumeruhusu mambo ya ulimwengu, yaani, mwili, kuchukua udhibiti wa maisha yetu badala ya imani katika Bwana. Tumeanza kuishi katika mwili badala ya Roho.

Tunapaswa kumtazama Yule ambaye ana uwezo wa kutuwezesha, kutuongoza, na kutuongoza katika kazi zake.

Ikiwa sisi pia tunasisitizwa kuwa wenye fadhili na nzuri, basi tunaweza kuwa makini sana kwa mambo ambayo hakuwaita sisi kufanya. Lazima tuwe makini kulinda wakati wetu na tahadhari, tumia kwa busara juu ya mambo hayo ya thamani ya milele

Tunapofanya kujihusisha nje ya imani, tunapata wapi ufumbuzi wetu? Soma **Isaya 40: 28-31** tena na rekodi suluhisho.

Mungu hawezi kamwe kusisitiza nje! Yeye kamwe hupoteza! Ana nguvu na uelewa wa kupanua nguvu na roho zetu.

Nilipigwa kabisa wakati niligundua kuwa Mungu hajapata kamwe kusisitiza nje! Nimeishi siku nyingi sana duniani hapa chini ya utumwa wa shida juu ya mambo ambayo siwezi kufanya kitu chochote kuhusu! Sisi sote tunakabiliwa na dhiki katika maisha ya kila siku, lakini kushinda ni dhambi. Ili kutambua hili kama uthibitisho kwamba nilikuwa niishi katika mwili badala ya kuishi katika Roho kunisababisha huzuni kubwa.

Nilipaswa kufikia ufahamu kwamba kama nilitaka kuondolewa kwa shida ilikuwa rahisi kama kuleta moyo wangu, tamaa, shida, na hali kwenye kiti cha enzi cha Bwana wangu. Yeye ni Mwenye nguvu. Yeye ni katika udhibiti. Yeye ni Mfalme juu ya yote, hata mashaka ya moyo, tamaa, matatizo, na hali ambazo zininyang'anya furaha na amani duniani. Ninaweza kumwamini Yeye kushughulikia mambo haya yote. Yeye ataniongoza na kunionyeshea ufumbuzi wake kama nitampa imani yangu. Atafanya hivyo wakati wa ratiba yake, sio yangu, na muda wake utakuwa wakati]

Ikiwa tunaishi kwa Yeye na kumtumikia, atatupa nguvu ya kutunza familia yetu na kutochoka, kufikia mahitaji yetu ya huduma na kutokoma! Roho yake ndani yetu itatuwezesha kuwa mzuri na mwenye huruma!

Dada yangu, Mungu anaweza kuaminiwa! Ameidhinisha wakati wangu na wakati wangu tena. Hata sasa, kama ninajitahidi kufikia wakati wa mwisho wa kupata utafiti huu kwa mchapishaji kwa darasa mpya la Zoo kuanzia hivi karibuni, maisha yangu inaonekana kushinda na hali isiyokuwa ya udhibiti wangu. Mwaka mmoja tu uliopita nimepoteza mama yangu kansa, lakini sasa ninakabiliwa na moyo mmoja na baba yangu. Alipokuwa anakabiliana na vita vya maisha yake naweza tu kuangalia kama yeye inakuwa dhaifu kila siku. Nimeamua kumtegemea Bwana na Mwokozi wangu, Yesu Kristo, kuwa katika changamoto kwa wote kutoa faraja yangu baba, amani, na matumaini kwa kuwa Yeye hutayarisha kwa ajili ya kwenda nyumbani na kuungana kwake na Mwokozi wangu, Bwana Yesu Kristo, na mama yangu. Waambie kuwa ninawapenda, Baba!

SIKU YA 5

ZOEZI LA FUNZO

Masomo ya wiki hii yamekusaidiaje katika ufahamu wako wa matukio ya Mungu kwako?

____

____

____

____

Masomo ya wiki hii amekusaidiaje katika mtazamo wako?

____

____

____

____

Je! Umeona mabadiliko yoyote katika tabia yako au matendo kama matokeo ya kile ambacho Bwana amekufundisha wiki hii? Ikiwa ndivyo, waelezee.

____

____

____

____

Ikiwa una ujasiri, waulize mume wako au watoto ikiwa wameona tofauti katika matendo yako na athari za wiki hii na jibu majibu yao hapa

____

____

____

____

JUMA LA 4

ME JANE! WEWE TARZAN!

Kumbuka, "Ni nani hunk mzuri sana wa kiume wa Amerika yote?" Kumbuka jinsi baada ya kukutana naye, ulifikiri alikuwa mtu mzuri zaidi juu ya uso wa dunia? Huwezi kusubiri tarehe yako ijayo! Kila wakati simu ilipiga kelele ulipuka ili kujibu, unatarajia ilikuwa Charming Prince!

Wote wawili unaweza kutumia masaa pamoja tu kuzungumza juu ya siku zijazo, ndoto zenu, mawazo yenu, na malengo ya maisha. Ulishiriki kila kitu! Anapoumiza, huumiza. Alipokuwa akishiriki matarajio yake kwa siku zijazo, umemsaidia kwa moyo wote na kufikiri lazima awe mtu mkali zaidi, mkali zaidi, mwenye busara zaidi aliye hai! Alikuwa ya kuvutia - na hivyo ya kimapenzi! Ungemfuata mpaka mwisho wa dunia!

Wakati ulipokuwa pamoja, maisha yalionekana tu ya ukamilifu! Alikutendea kama malkia. Chochote ulichotaka, alitaka. Alifikiri wewe ni mzuri na alikuambia mara nyingi. Alionekana kuzingatia kila neno lako na kutoa msaada wa kimaadili na uelewa wakati wowote uliohitaji.

Ulikuwa na hakika unataka kutumia maisha yako yote pamoja naye! Uliamua kuwa ungekuwa pamoja milele na uhusiano wako ungeendelea kuwa safi. Na usiishi mwisho, kama ndoa zingine ulizozijua!

Hello ?! Kwa hiyo, kilichotokea?

Mazungumzo ya karibu ya karibu yalipotea wapi? Ambapo ni maneno mazuri na pongezi?

Je! Matarajio yake yaligeuka lini saa sita za kazi?

Kwa nini ndoto hizo zilikufa na mahali pao huwa na hofu kali ya kesho?

Wakati gani aliacha kuwa mwenye busara kama ulivyofikiri alikuwa? Nina maana yeye ni kama

mtu yeyote wa kawaida sasa!

Upendo uli wapi? Nini ufahamu wote ungeuka kwenye upinzani?

Je, alipokuwa akiwa na tarnation alipata nia ya golf, baseball, mpira wa miguu, mpira wa kikapu,

na triathlon? Siku yoyote sasa, wewe nusu umtarajia aje kutangaza safari yake ijayo ya Uholanzi

kwa mashindano ya kimataifa ya Tiddly Winks!

Na hasa hasa, alipata lini tofauti na wewe? Ilikuwa inaonekana kama wewe ulikuwa sawa sana!

Yeye ndiye aliyepaswa kutimiza mahitaji yako yote! Baada ya yote, yeye ni mume wako!

Kiongozi wako!

Mvulana, amewahi iliyopita!

Kitabu maarufu kiliandikwa miaka michache iliyopita, Wanaume wanatoka Mars; Wanawake

wanatoka Venus. Sijasoma kitabu na kwa hiyo sijui ikiwa nikubaliana na mengi ndani yake,

lakini ninakubaliana na kichwa! Wanaume wanaonekana kuwa kutoka Mars na ni hakika

kwamba hatujali mahali sawa.

Wanaume na wanawake wanadhani tofauti, hufanya tofauti na wana mahitaji na tamaa tofauti.

Mara nyingi, ni tofauti hizi, ambazo husababisha mahusiano yetu shida.

Kwa nini Mungu angetufanya tofauti sana alipojua kwamba tutaenda kuishi pamoja? Alijua kwamba hii inaenda kusababisha matatizo! Nani anasema Mungu hawana hisia? Ninashangaa mara ngapi anatucheka tunapokuwa katikati ya 'kubwa' na waume wetu kwa sababu ya tofauti hizo.

Kwa kiasi kikubwa, wakati ni povu nyepesi labda Mungu anapata kelele nzuri, lakini tunaporuhusu tofauti hizo kugawanya nyumba zetu na kusababisha shida kubwa na kupumua, basi kicheko kote kimekwisha na nina uhakika kwamba kilio chake kinaanza.

Kwa nini haikuweza kuacha jinsi ilivyokuwa wakati tulikuwa tukiwa na ndoa?
Najua haiwezekani kuamini, lakini ingekuwa, hata hivyo, kuwa hata kidogo ya uwezekano kwamba pia umebadilika? Hakuna-sio kabisa njia, unasema!

Fikiria hili:

1. Ulivaa nini alipofika nyumbani usiku jana? Unapokuwa msichana, ingekuwa umevaa kitu kimoja ikiwa angekuja nyumbani kwako kukutembelea na kula chakula cha jioni nawe? Au, ingekuwa umevaa tofauti kidogo? Je, ungekuwa umevaa kujifungua, labda manukato kidogo na kufanya nywele zako? Kwa maneno mengine, ingekuwa umevaa kuvutia?

2. Alipokuja tarehe ya chakula cha jioni, ungependa kumsalimu? Je, umamsalimu kwa njia hiyo jana usiku? Je, umemsihi hata hivyo?

3. Je! Ungependa jinsi siku yake ilivyoenda? Au je, unafikiria moyoni mwako "Ndiyo, naam, unafikiri ulikuwa na siku mbaya? Unapaswa kukaa nyumbani na watoto hawa mara moja kwa wakati! Kisha utaona nini siku halisi ya kazi ni juu ya yote! "

Point imefanywa (imeelekezwa)? Ninachosema ni hii: Ninyi nyote mmebadilika. Baadhi ni mabadiliko mema, baadhi sio mema, na baadhi ya mabadiliko yalikuwa muhimu tu. Mungu alijua mabadiliko haya yangekuja. Alijua nini tunapaswa kukabiliana nayo katika maisha haya na ndiyo sababu alitubariki kwa Neno Lake.

Ikiwa tutajifunza maagizo Yake na kisha tufuate, Anatuahidi baraka zake na maisha yenye furaha-hata katika ndoa!

SIKU YA 1

KUMBUKA KWAMBA YULE MUME MZURI ULIYEMUOA?

Soma Tito 2: 3-5.

Kuna pengine maelekezo zaidi ya sauti, hususan kwa wanawake, yameingizwa katika aya hizi tatu fupi kuliko katika kifungu kingine chochote cha Biblia. Mistari mitatu tu, bado inazungumza na wanawake wakubwa na wanawake wadogo, inatuambia ni sifa gani za tabia ambazo Mungu anataka kufanikisha ndani yetu, anatuambia kile anasema vipaumbele vyetu lazima, na nini mtazamo wetu wa kila siku unapaswa kuwa.

Nina hakika umeona bado lakini katika mistari ambayo huwahi kuitangulia hivi karibuni na kwa wale ambao hufuata mara moja, Mungu anaongea na waume wetu na anawapa maagizo. Sasa wasichana, hatuwezi kufanya chochote kumtia nguvu mume wetu kusoma na kufuata mafundisho Yake, lakini tunaweza kufanya kitu kuhusu kufuata maagizo ambayo Mungu ametupa. Kwa hakika, ushauri wa ziada wa Baba yetu wa mbinguni kwetu huenda kama kitu

hiki: "Pata jitihada nje ya jicho lako kabla haujaribu kuchukua mchepa wake" (Mathayo 7: 3-5).
OOH! Hiyo ni maneno magumu, lakini ni kweli.

Kwa hiyo, Bwana, ni nini ulichosema unataka nipate kujifunza? Hebu tuangalie tena. Maagizo ya kwanza ambayo Tito 2: 4 inatoa ni kwa wanawake wazee kufundisha wanawake wadogo kuwawapenda waume zao! Vizuri, mimi ni mzee na wewe ni mdogo, kwa hiyo nitakupa risasi yangu bora!

Je! Unataka kweli kujua nini Mungu anatarajia kwako? Je! Labda wewe huogopa kidogo kwamba ikiwa umewahi kujua kile anachotarajia, utahitaji kujisalimisha kwake kwa kubadilisha zaidi kuliko wewe uliyojadiliana? Hebu tuone ukweli: mabadiliko ni ngumu. Mara nyingi ni chungu, kwa ajili yetu na kwa wale walio karibu nasi tangu, baada ya yote, wanapaswa kuteseka kwa njia ya mabadiliko na sisi. Habari njema ni kwamba ingawa ni vigumu na chungu, hatimaye, wakati mabadiliko yametimia ndani yetu, tunafurahi na zaidi hutimizwa kuliko sisi tulivyofikiri iwezekanavyo! Kwa kushangaza, ndio wapendwa wetu! Kuna malipo ya milele kwa kufanya mambo njia ya Mungu, na hiyo ni kitu ambacho nimekubali kufanya kazi!

Je, si jambo la kushangaza kwamba Mungu anaona kuwa ni lazima kutuambia tuwapende waume wetu? Kwa nini angeomba hayo? Sababu tuliyowaoa ni kwa sababu tuliwapenda, sawa?

Hiyo inategemea kile ufafanuzi wako wa upendo ni na kama ufafanuzi wako si sawa na wa Mungu!

Tena, kurudi katika kumbukumbu yako wakati unapokutana na ukapenda na mume wako. Kumbuka hisia hizo? Kumbuka wakati ulipojua kwanza kwamba ulikuwa na upendo na unataka kumwoa mtu huyu? Eleza hisia zako basi, na nini kilichosababisha unataka kutumia maisha yako yote na mtu huyu. Hakikisha kuingiza nini ufafanuzi wako wa upendo wa neno ulikuwa wakati huo wa maisha yako.

____

____

____

____

____

____

Ili kuelewa ufafanuzi wa upendo wa Mungu, lazima tuangalie maneno matatu ya Kiebrania na Kigiriki katika maandiko ambayo yanatafsiriwa kwa Kiingereza kama neno upendo. Katika kifungu hiki, neno la Kiyunani linalotafsiriwa kama upendo ni philandros, ambalo linamaanisha "kupendeza, kuzingatia sana, kutenda fadhili, kupendeza, huruma za huruma." Aina hii ya upendo ni nini tunachopaswa kuonyesha kwa Wakristo wengine. Hapa Mungu anaonekana kuwa ni lazima kutuambia wake kwamba tunapaswa kuwatendea waume zetu kwa wema sawa na ambao tunawatendea wengine. Ouch!

"Asali yangu, napenda ungependa kunitendea kwa njia ile ile unayowatendea watu wengine." Je! Mume wako amewahi kusema maneno haya kwako? Mgodi una, na unanihukumu kama mbaya sasa kama inavyofanya sasa kutambua kwamba kwa kawaida sisi sisi ni vigumu sana kwa waume zetu kuliko sisi ni juu ya watu wengine. Ni aibu! Je! Unapima vipi katika idara hii? Je, ni vigumu kwa mume wako kuliko wewe juu ya wengine? Je! Unamshutumu kwa mambo ambayo huwezi kusema kitu kuhusu wengine?

Je! Utajiunga nami katika kumaliza masomo ya siku hii katika sala ya kukiri, wanawake?

SIKU YA 1:

ZOEZI LA FUNZO

MAOMBI YA KUKIRI: Unaweza kuomba kitu kama hiki, au kuzungumza na Bwana kutoka kwa moyo wako mwenyewe kama anavyohukumu:

"Bwana, mara nyingi mimi sikumtendea mume wangu kwa huruma au huruma huruma Mara nyingi nimewafanyia wengine wema, lakini wakati nyumbani nimeonyesha kila kitu lakini fadhili kwa mtu huyu niliyechagua kuwa mpenzi wangu wa kila siku. Mara nyingi mimi inaonekana kuwa na imani na kujiamini kwa wageni kamili zaidi kuliko mimi kuonyesha kwa mume wangu mwenyewe. Wakati mwingine mimi huonekana kuthamini mali zangu zaidi kuliko mimi mwenyewe m Oh, Mungu, nisamehe. Nirudie kwangu upendo niliokuwa nao kwa mtu huyu. Ongeza kwa hisia zako "Upendo wako" unavyofundishwa katika kifungu hiki. Nisaidie Bwana, kufanya kila siku kile Roho wako Mtakatifu amenifundisha leo. Asante mapema kwa kile utafanya katika maisha yangu na maisha ya mume wangu kwa kujifunza na kufanya mafunzo. Katika jina la Yesu la thamani, Amina "

Andika sala yako mwenyewe ya kukiri kama Mungu anavyohukumu moyo wako.

____

____

____

____

Sasa wanawake, hebu tufanye mazoezi yale tuliyojifunza leo!

Nisalimieni mume wako mlangoni usiku wa leo kwa busu Mwitie huruma na huruma. Sema kitu kizuri. Kulalamika juu ya chochote. Andika jarida lake hapa:

____

____

____

____

____

SIKU YA 2

PAPA BEAR ANAPENDA PIE

Hebu tuendelee mahali pa jana, wanawake. Hebu tujifunze kweli maana ya kupenda waume zetu!

Leo soma 1 Wakorintho 13: 1-8.

Andika orodha tofauti katika kifungu hiki ambacho kinaelezea upendo.

NINI UPENDO	NINI SI UPENDO

Wanawake, ungejionaje mwenyewe katika maonyesho ya sifa za upendo hapo juu kwa mume wako?

Ninaweza kusikia baadhi yenu sasa. "Ulisema nini? O, lakini huwezi kuelewa! Kwa hakika hujui mume wangu! Kwa nini, yeye ni ____-.

Je, yeye ni mbaya sana, wanawake? Hebu tumjaribu na tujue! Pata orodha ya uwezo wa tabia chini. Pindulia sifa hizo na nguvu ambazo unaweza kutambua kwa mume wako na kuongeza wengine ambao unaweza kutambua ambazo hazijaorodheshwa.

1. Ni wa kuomba

2. Ana kazi thabiti

3. Mume wa familia

4. Mwaminifu

5. Huweka yadi yake juu

6. Kiongozi wa kiroho

7. Hutumia muda na watoto

8. Ni wa msaada

9. Ni wa kufikiria

10. Mzuri kwa ucheshi

11. Bora

12. Kufurahia Kupenda

13. Ni wa uzoefu

14. Ni wa maono

15. Inaendeshwa na lengo

16. Ni wa mfulululizo

Angalia mtu wako Je, ni mambo gani uliyopenda juu yake mwanzoni na sasa umepewa nafasi?

Andika orodha hizo na sifa zingine nzuri katika tabia yake

Tumia nafasi ya ziada katika vijiji na uorodhe watu wengi ambao unaweza kufikiria.

1.

2.

3.

4.

5.

6.

7.

8.

9.

10.

Sasa, tambua makosa hayo ambayo yanaonekana kuendesha wewe wazimu. Kuwa mwaminifu.

Tumia kichwa chako badala ya hisia zako! Tumia nafasi ya ziada katika vijiji ikiwa unahitaji.

1.

2.

3.

4.

5.

6.

7.

8.

Sasa, nenda kwenye "Pie ya Papa Bear." Sasa, papa ya rangi ya Papa hutumia nyekundu kwa nguvu zake na bluu kwa udhaifu wake.

Kushangaa?

Kwa nini kuzingatia asilimia yake ndogo ya udhaifu badala ya asilimia yake kubwa ya sifa? Wafilipi 4: 8 inasema:

"Mwishowe, ndugu zangu, chochote ni cha kweli, chochote ni cha uaminifu, chochote kilicho haki, chochote kilicho safi, cho chote kilichopendeza, chochote kinachofaa, ikiwa kuna uzuri wowote, na ikiwa kuna sifa yoyote, fikiria juu ya mambo haya. "(Mkazo wangu)

Wasichana, kifungu hiki kinamaanisha amri ya Mungu, sio maoni yake.

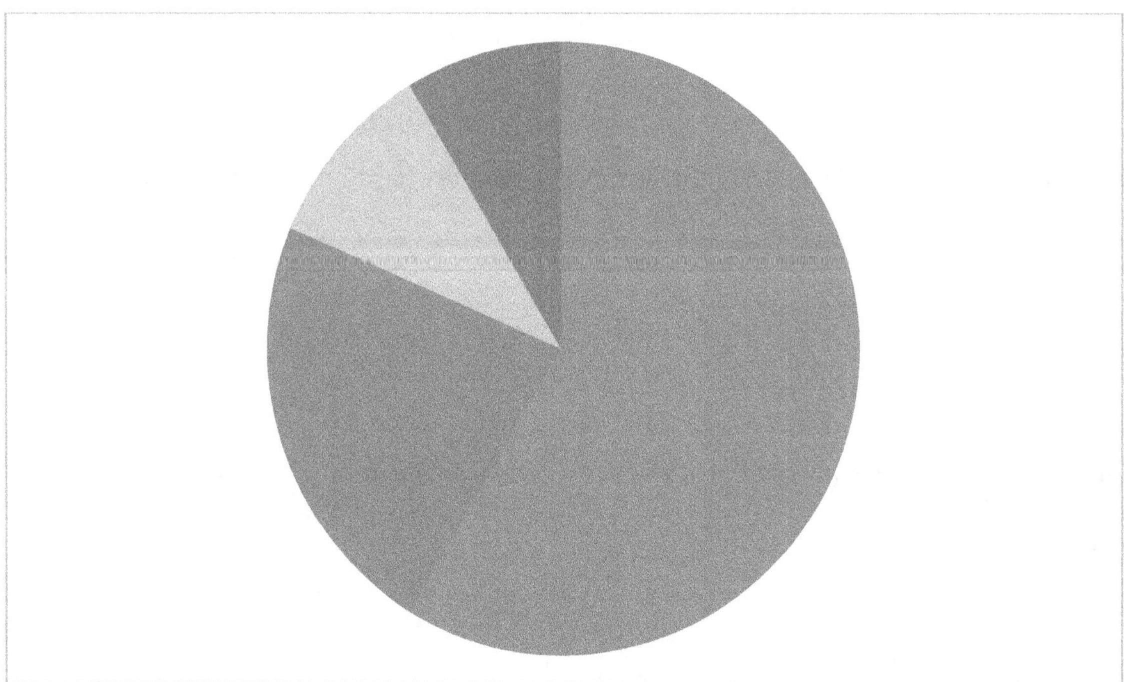

SIKU YA 2

ZOEZI LA FUNZO

Hebu jaribu njia ya Mungu leo! Siku zote leo, fikiria tu ya wema wa mume wako. Unapokuwa pamoja naye usiku wa leo, kumpa kipawa cha sifa ya uaminifu, kizito, kiburi na shukrani kwa sifa hizo na kazi yake ngumu kwa ajili yako na familia yako. Kufanya yote haya kwa kugusa kwa huruma na busu. Utastaajabishwa na majibu yake.

Panga mbele! Andika kuhusu sifa hizi utamsifu mume wako usiku wa leo.

____

____

Weka majibu yake hapa: -

Ulijifunza nini kutokana na majibu yake?

SIKU YA 3

SASA, NI JINSI GANI NITATOA HIKI KIBANZI KUTOKA KWA MACHO YANGU?

Leo, soma **1 Wakorintho 13: 1-8 tena.**

Upendo ni nini? Kumbuka kifungu chetu tena. Kama unakumbuka, tumekuwa tukijifunza philandros, au upendo wa ndugu.

Mara nyingi tunadhani ya upendo kwa mume wetu kama tu mushy, touchy, feely aina ya hisia, lakini unajua kwamba upendo halisi ni kweli hatua? Je, ulijua upendo sio kitu tu "kuingia" kama kuanguka kwenye gully? Je! Unajua kwamba upendo wa kweli ni uamuzi badala ya hisia tu?

Wow! Hiyo inakwenda kinyume na nafaka ya kila kitu ambacho tumefundishwa na jamii yetu ya kisasa! Wakati filamu zinaonyesha upendo, 'daima' hupenda katika upendo "na mara nyingi kuanguka kwao mara moja katika kitanda!

Hata hivyo, kulingana na Mungu, hilo sio upendo halisi kabisa. Hiyo ni tamaa, na ndiyo baada ya uhusiano umejengwa na ahadi ya ndoa inafanywa, sehemu ya kimwili ya ndoa ni muhimu sana Lakini, kwa upendo wa kweli kukua, upande huu wa kimwili unapaswa kutokea kwa kujitolea kwa kina na kukubaliana kwa uhusiano wote wa ndoa. Mungu, kwa hekima yake isiyo na mwisho, alijua kipengele kimwili ni pia msingi usio na msingi wa kuanzisha ndoa nzima. Tutazingatia sehemu ya kimwili ya wiki ya upendo baada ya ijayo, basi hebu sasa tuzingalie ufafanuzi wa Mungu kuhusu uhusiano wa upendo, ambao utakuwa msingi ambao maisha yetu yote pamoja yanaweza kujengwa!

Neno la Mungu linaonyesha kuwa hata kama tuna aina zote za zawadi nyingine za kiroho, ufahamu kamili wa Neno na imani kubwa ya kutosha kusonga milima, ikiwa hatuna upendo sisi ni____

Tena, kama tulivyofanya jana, kwa upande wa kulia, soma sifa nane ambazo sura hii inafundisha kwamba upendo na sifa nane hazipendi.
Soma Yohana 3:17.

Andika kwa maneno yako mwenyewe mstari wa 17 unaokuambia:

Mstari wa 17 inatuambia kwamba upendo wa Mungu kwa ajili yetu hauna masharti yoyote.

Neno linaeleza kuwa hata ingawa tunafanya mambo mengi yasiyopendekezwa, Yesu hakuja duniani hapa kutuhukumu kwa mambo tunayoyafanya kila siku, lakini badala yake Yeye alitupenda na alikuja kutuokoa licha ya sisi kufanya vibaya.

Mara nyingi, kama wake, tunaweka hali katika upendo wetu kwa waume wetu. Tunawahukumu haraka wakati wao wanashindwa kufikia matarajio yetu. Kwa kadri tunapotupendeza, tutawapa wema na matunda mengine ya upendo. Ikiwa hutukodhi sisi hatukiti kuwaonyesha kuwa hasira yetu, hasira, au ubinafsi. Mara nyingi tunaweka rekodi kubwa ya akaunti ya makosa yao kwetu. Kwa hiyo, anafanya kitu sawa na wewe, unasema?

Sasa ni nini tena kuhusu shida hiyo katika jicho langu, Bwana?

SIKU YA 3

ZOEZI LA FUNZO

Kutumia ufafanuzi wa upendo wa Mungu katika aya hizi, je, matendo yako kwa mume wako ni matendo ya upendo wa kweli? Chini ya safu ya kwanza, tunga orodha ya vitendo ambavyo unavyojua una nguvu na kwenye safu nyingine, fuata orodha ambayo Bwana amekuhukumu.

NGUVU	UNYONGE
1.	1.
2.	2.
3.	3.
4	4.
5.	5.
6.	6.
7.	7.
8.	8.

Kumbuka, sikusema kwamba kila kitu ni kosa lako kabisa! Mimi ni kusema tu kwamba kila mmoja wetu anaweza kufanya kazi tu juu yetu. Tunapaswa kuomba na kumwomba Mungu afanye kazi kwa mume wetu. Ikiwa tunataka Mungu kusikia na kujibu sala yetu ya kumsaidia mume wetu, lazima tujitahidi kujitikia Yeye mwenyewe.

Ikiwa utajitahidi mwenyewe na kuruhusu Mungu atumie mume wako, nawaahidi, atafanya kazi sawa!

Siku zote leo, fikiria mawazo yako kwenye maeneo ambayo unajua unahitaji kuboresha. Usiku wa leo wakati mume wako atakaporudi nyumbani akiwa na kazi, kwa kufanya kwa makusudi sifa hizo, hata kama husihisi. Upendo wa kweli ni uamuzi na hatua, si tu hisia.

Weka majibu yake kwa mtazamo wako mpya.

SIKU YA 4

WADADA, NINAJUA WEWE NI MWEREVU NA MWENYE HEKIMA, LAKINI ...

Tena, soma **1 Wakorintho 13: 1-8.**

Leo tutazungumzia zaidi kwa kina juu ya sifa za philandrostype ya upendo. Moja ya vigezo vilivyotumiwa kuelezea aina hii ya upendo ilikuwa "kuzingatia sana."

Sisi sote tumekuwa na watu katika siku za nyuma zetu ambao wamebariki sana maisha yetu na kutufanya tuonyeshe upendo huu kwao. Kwa kawaida tunapoheshimu sana au kumheshimu mtu ni kwa sababu ya namna fulani maalum walitusaidia au kutupinga.

Fikiria nyuma kutoka kwa mtu wako wa zamani kwamba umekuwa na heshima kubwa kwa sababu ya kitu walichokufanyia ambacho kimesababisha maisha yako. Kwa kifupi, kuelezea ni kwa nini unawaheshimu sana (neno lingine juu ya kuheshimiwa litakuwa heshima).

Sasa, hebu tufanye mchezo wa "tuseme" kwa muda mfupi. Tuseme mtu huyu angefanya kitu kibaya, si muhimu bali bado alikufanya uwe wazimu Je, utawadhuru, hasa kwa umma?

____

Je! Unaweza kuwaita marafiki zako wote kuwafungua kwao kuhusu jinsi mtu huyu alivyokuwa mbaya, au kwa sababu ya heshima yako juu yao, je, utafanya kazi kwa faragha na kisha ukawasamehe?

____

Uaminifu ni tabia chache siku hizi. Badala ya kuweka moyo wa shukrani kwa mambo yote yaliyopita mume amefanya, wanawake wengi wanabaki kuwashukuru na waaminifu kwa muda mrefu kama mume wao hana kitu cha kuwashawishi leo. Ndoa inakuwa "Nini umefanya mimi leo" uhusiano bila uaminifu hivyo inahitajika sana kujenga baadaye. Hakuna, mke au mume, anaweza kuishi kwa aina hiyo ya shinikizo.

Kumbuka: Upendo hauhifadhi rekodi ya makosa! Je! Unaweka rekodi dhidi ya mume wako? Je, ni muda gani wa orodha yako ya ushujaa dhidi yake? Je, unawaita wapenzi wako wote wa kike au mama yako kurekebisha makosa yote aliyokuwa amekufanyia, au wewe haraka kuchukua uchungu wako kwa Bwana kwa uponyaji na kisha kumsamehe?

Soma **Mathayo 6: 14-15.**

Ni nani anayesema hapa? _______________ Je, Yesu anasema nini? _______________

Hizi ni maneno kutoka kwa midomo ya Yesu mwenyewe, wanawake! Yesu haitoi maoni; Anatupa ahadi. Anaahidi kutusamehe ikiwa hatutasamehe wengine, na hii inajumuisha waume wetu!

Mara nyingi katika ndoa, kwa sababu tunatamani kuolewa na mtu mwenye hisia za kinyume, mke atakuwa mgumu na mwenye hofu kwa sababu mumewe hafanyi mambo kwa njia anayofanya au kwa haraka kama angevyofanya.

Zaidi ya tofauti hizi zinaonekana, huwa na subira zaidi. Kushindwa kwa uvumilivu yeye atakuwa, zaidi atamfanya afanye njia yake na wakati wa ratiba yake. Ninaelewa hisia hii, wanawake. Mimi ni mwanamke pia, na nimesikia maumivu hayo hayo. Lakini Mungu amenifundisha kitu kupitia majaribu haya.

Unaona, wanawake, wewe ni mkali na wewe ni smart na uko tayari kuendelea. Ikiwa unajihakikishia yeye si mkali au mwenye busara kama wewe, huwezi kumheshimu sana na kumtukana na kumchukiza. Hii ndio hasa adui anataka!

Mtazamo huu utaua ndoa yako.

Je! Ni sawa kwamba ni muhimu kwako? Ikiwa ndio, tafadhali kuelewa hili: Hakuna mtu atakayekuwa mzuri, wa kutosha au mwenye uwezo wa kufikia matarajio yako.

Mwanamke aliyekuwa amekataliwa mara tatu mara moja akaniambia kwamba hakutaka kumchacha mume wake wa kwanza ikiwa angeelewa kanuni hii tu.

SIKU YA 4

ZOEZI LA FUNZO

Kazi # 1:

Umekuwa umekuwa umeshuhudia mume wako kuhusu nini?

1.

2.

3.

4.

5.

Chochote ni kwamba umekuwa unajishughulisha na mume wako-waache peke yake. Tayari umemwuliza na kitu kingine chochote kinaendelea. Njia moja ya uhakika ya kuhakikisha kuwa haiwezi kufanywa njia yako au wakati wa ratiba yako ni kumdanganya.

Haifanyi kazi tu. Angalau haifanyi kazi kwa faida yoyote katika uhusiano wako.

Ikiwa unataka furaha, amani, ushirika, upendo, na furaha nyumbani kwako basi baada ya uhusiano wako na Bwana, uhusiano wako na mume wako unapaswa kuwa kipaumbele cha juu!

Kazi # 2:

Je! Orodha yako ya "ushujaa" kwa muda mrefu ni kinyume na mume wako? Andika orodha hapa:

Sasa, katika sala mbele ya Mungu, weka malalamiko yako mbele Yake. Mara tu una, kwa tendo la mapenzi yako, umsamehe mume wako. Usiweke tena kwenye ndoano tena. Usichukulie vitu hivi dhidi yake tena. Kutoa makosa yake kwa Mungu na kuruhusu Mungu atendee naye wakati wake mwenyewe na kwa njia Yake mwenyewe.

Sasa, kama tendo la mwisho la msamaha kwa mume wako na kumtegemea Mungu, nenda kwenye shimo lako la jikoni na:

.... CHOMA HIYO ORODHA.

SIKU YA 5

NZURI NI NZURI KAMA IFANYAVYO

Ouch .. .. somo la jana lilikuwa ngumu, sivyo? Lakini ilikuwa ni sawa, hivyo kama Baba yako wa mbinguni ana nia yako, atabadili mawazo yako kutoka ndani na kisha haitakuwa vigumu sana! Mabadiliko hayawezi kutokea mara moja, lakini itatokea. Kumbuka: Mungu hukutana na sisi wapi!

Mara nyingine tena, soma 1 Wakorintho 13: 1-8.

Siku ya 3 ya wiki hii, tumegundua kuwa upendo halisi wa kweli ni uamuzi na hatua, sio tu hisia.

Leo, tutajikumbusha kuishi kwa nadharia hiyo, si tu kuzungumza juu yake au kukubali kuwepo kwa ukweli wake. Kwa kuwa kuishi nadharia hii sio sehemu ya asili ya maamuzi yetu ya kihisia, tunapaswa kuamua kufanya hivyo, kuchukua hatua juu yake. Ni rahisi sana kukubali ukweli bila kuifanya!

Sasa inaweza kuwa wakati mzuri wa kukumbusha wenyewe kinachofanya darasa hili liwe tofauti na wengine wengi: hapa tunajifunza sio kweli tu, lakini tunafanya ukweli katika ulimwengu wa kweli. Kariri mistari hii, kutakuwa na mtihani (unapoona asali yako usiku wa leo).

Mstari wa 4-8 hutuambia sisi upendo ni nini.

1. Huvumilia

2. Ni subira

3. Ni wema

4. Huzaa-yaani, anaendelea wakati wa nyakati mbaya

5. Anachagua kuamini bora kuhusu yule anayependwa

6. Ni matumaini chini ya hali zote

7. Anapenda wakati ukweli unavyoonekana na unashinda

8. Kamwe hautafaulu (hupungua au inakuwa kizamani

Aya hizi pia zinatuambia upendo sio. The Amplified Version inapata hata zaidi kuhusu kile upendo sio!

1. Hauna kamwe wivu

2. Usiwe na wivu

3. Je, si kujivunia?

4. Je, si kutenda kwa hila

5. Je, sio kujisifu (kujivunia, kupendezwa kwa kiburi)

6. Je, si mbaya

7. Je, si kutenda bila kujali

8. Je, si kusisitiza juu ya haki zake au njia yake mwenyewe

9. Je, si kutafuta kibinafsi

10. Sio kugusa, hasira, au hasira

11. Je, hasira hasira

12. Sifurahi katika udhalimu na udhalimu

Ni nani anayeweza kupenda kama hii? Mwanamke anayedhibitiwa na roho tu au mtu anaweza kufikia lengo hili la juu. Hatupaswi kusumbuliwa, lakini badala ya kutambua kwamba tunapaswa kutegemea Mungu kila siku (saa moja au dakika kwa dakika ikiwa ni lazima!) Kufanya kazi Yake nzuri ndani na kupitia kwetu, na kumwamini Yeye wakati anaahidi kumaliza kazi Yeye anayo ilianza ndani yetu.

Huko katika darasa hili kwa ajali. Uliwekwa hapa kwa uteuzi wa Mungu. Mungu amekwishaanza kazi hii nzuri ndani yenu na ameahidi kwamba Yeye atamaliza. Kitu pekee ambacho kinaweza kumzuia ni wewe.

Nini kuhusu hilo, wasichana? Je, uko tayari kwa Mungu kufanya kazi hii ya upendo ndani yako? Wakati mwingine nimesikia wanawake wanasema, "Ninataka tu talaka!" Jua kile ninachosema? La, huna! Nini unataka ni kwa ajili ya vitu kuwa jinsi ulivyotaka watakuwa wakati ulipooa naye

Basi hebu tufanye kazi kidogo. Kujifanya wewe ni marafiki tena. Kumbuka tena siku za kwanza za thamani na asali yako? Kumbuka jinsi ulivyovaa kwa tarehe? Ungevaa maua, manukato, na mavazi ya snappy yaliyo maana ya kuvutia? Kwa nini umeacha? Mimi nitakuwa bet yeye ajabu kuhusu hilo pia. Mume wako alivutiwa na kwanza kwa sababu ya njia uliyoyatazama. Mungu aliwafanya kwa njia hiyo. Ikiwa unashangaa kwa nini yeye haonekani anataka kulipa kipaumbele zaidi tena labda unapaswa kuangalia kwa bidii kwenye kioo. Sizungumzii juu ya kujaribu kuwa mtindo mzuri, ninazungumza juu ya kunyoosha mzuri, kunuka harufu nzuri, kuangalia kwa furaha na kukaribisha.

Ikiwa utamruhusu Mungu atumie njia Yake ndani yako, sio tu furaha ya siku hizo kurudi, lakini furaha hiyo isiyojulikana itakuwa imeboreshwa kwa furaha isiyofaa na utimilifu, kubwa zaidi kuliko chochote ungeweza kukiangalia kwa wewe mwenyewe!

Niniamini, nimeiona na inafaa sana juhudi!

SIKU YA 5

ZOEZI LA FUNZO

Usiku wa leo wakati mume wako atakaporudi nyumbani kutoka kazi, awe amevaa kitu kizuri na mkali. Jipambe na manukato. Weka nywele zako. Huna haja ya kuvaa kitu cha dhana, wasichana; tu kufanya mazoea mazuri. Onyeni unajali kuhusu muonekano wako na picha yake. (Ikiwa unajiuliza kama Mungu angekubali jambo hili, soma Methali 31:22.)

Kuongeza hii mtazamo wako mpya na ufahamu mpya kuhusu maana halisi ya upendo na wewe hakika kufurahi jioni!

Lakini jihadharini: Ikiwa anafikiria yuko katika nyumba isiyofaa na inaonekana kuwa kama wazo hilo, mambo inaweza kuwa mabaya zaidi kuliko wewe ulivyofikiri!

Kumbuka: Lengo letu ni kumtii Bwana wetu, bila kujali ni nini mume wetu au mtu mwingine yeyote anayefanya! Unafanya hivyo kumpendeza Mungu! Huna kufanya hivyo kwa kukabiliana na vitendo vya mtu yeyote kwako.

Weka majibu ya mume wako hapa:

____

____

____

____

____

Anza sasa kuzingatia sifa zilizoorodheshwa siku ya 5 ya upendo na sio. Mwishoni mwa Juma la 7, tutarudia kutoka kwenye kumbukumbu-basi itakuwa rahisi kufanya mazoezi katika maisha ya kila siku.

Unaweza fanya hii!

KUJIFUNZA KUKIMIA WAKATI

BABA BEAR AMEKASIRIKA!

Haikufanya! Je, pia!

Haikufanya! Je, pia!

Nyamaza! Hapana, umefunga!

Umefunga! Umefunga!

kweli kusikia maneno hayo kwa sauti kubwa? Nina uhakika una. Kwa hiyo kuna kila mwanamke huko Marekani. Wakati mwingine hukosea hata kama hutaki kukubali. wakati mwingine hukosea kabisa. Swali ni - wakati hii inatokea na hujui hasa ulichofanya kumkandamiza mtu huyo, unashughulikiaje?

Nini kuhusu hali hii: Watoto wamekupa sura kila siku; dryer kuacha mfalme na mizigo miwili ya nguo mvua bado kukaushwa; mbwa aliwaacha mshangao unaofaa katikati ya sakafu ambapo ulikuwa unatembea (huku ukibeba: mguu wa mguu wa juu katika mikono yako). Wakati wa kusafisha fujo, chezi iligeuka kwenye majivu yaliyopigwa.

Fiasco ndogo hiyo ililazimisha mshangao wa chakula cha jioni kuwa Msaidizi wa Hamburger! Hata hivyo, bado ulikuwa na nia ya kuwa na chakula cha 'kushangaza' kikamilifu kinasubiri mume wako.

Kwa sababu ya ibada zako za asubuhi, kwa namna fulani umehifadhi usafi wako-kwa tabasamu juu ya uso wako - wakati unapomtembea Bwana Nice Guy ... saa mbili mapema.

"Habari Mpenzi. Wewe uko nyumbani mapema. Ulikuwa na da ...

"Nadhani 1 niliwaambia watoto hao kuweka baiskeli yao nje ya gari ... na pale ambapo heck ni briefcase yangu ... lazima uhamia jana ... Baada ya kukuambia si lazima. Nilipaswa kufanya kazi na kutambua mshtuko wote karibu hapa asubuhi hii imefanya mimi kusahau hilo! Ikiwa ilikuwa ni mlango ambako nilikuambia uondoke, hii haikufanyika! Ni kosa lako kabisa! "

Unaangalia juu na mlango, na pale huweka safu yake, haki ambapo aliiacha jana.
Ilikuwa barafu niliyosikia tukipitia kupitia mishipa yako?

Kuna kitu kimoja ambacho ningependa kutoa wazi wakati huu. Katika sura hii tunasema juu ya matukio ya kusikitisha ya maneno yanayotokea kila wakati wa ndoa lakini si wakati wote. Sielezei hali ya unyanyasaji wa kimwili ambayo hutokea katika nyumba nyingi sana katika utamaduni wetu. Ikiwa unakabiliwa na unyanyasaji wa kimwili kwa fomu yoyote, tafadhali pata msaada mara moja. Lazima uondoke nyumbani pamoja na watoto wako (ikiwa kuna yoyote) na upee salama. Tafadhali kuelewa utunzaji wa huruma wa Mungu kamwe haukutarajia kukaa nyumbani ambako kuna unyanyasaji wa kimwili. Lazima pia ujue kwamba wewe, watoto wako, au hata mume wako hawezi kamwe kupata msaada unaohitajika wakati unapokaa ndani ya nyumba hiyo. Baada ya kuanzisha mahali pa usalama, unaweza kupata msaada kwa familia nzima, ikiwa ni pamoja na mume wako ikiwa ni tayari. Kukaa nyumbani kunasababisha hali hiyo kuwa mbaya zaidi na hatari kwako na watoto wako kuongezeka. Tumaini Mungu na ukimbie.

SIKU YA 1

SITASEMA NENO LINGINE

Soma 1 Wakorintho 13: 1-8.

Kwa kweli, hali ya ufunguzi inaweza kuwa kikuu kidogo, lakini unapata uhakika. Je, aina hii ya

hali imetokea kwako? Ulijibuje? Kuwa mwaminifu!

____

____

____

Wanawake wengi watashughulikia njia moja ya nne:

1. "Ninahitaji kusimama mwenyewe! Sitamruhusu aongea nami kwa njia hiyo! Ninaweza

   kusikia kama vile anavyoweza! Mimi nitamwonyesha-nani anadhani yeye ni nani?

   Anatakiwa kunipenda na kunitendea kwa heshima ". . . Yada, Yada, Yada.

2. (Kuomboleza kwa huruma) "Siwezi kuamini ungeongea nami kwa njia hiyo (boo

   hoohoo)! Ninakwenda nyumbani kwa mama! "

3. Kwa kichwa kilichopigwa chini, na mabega yamejitokeza, unasema, "Naam bwana.

   Najua asali, ni kosa langu kabisa. Nitajaribu kufanya vizuri. Samahani, mimi niko kweli."

4. Upole na baridi. Kwa mwezi ujao!

Je! utashangaa wewe kujua kwamba hakuna njia yoyote hapo juu ni jinsi Mungu angependa

utende?

Je, Mungu anataka tufanye nini kwa ghadhabu ya ghadhabu na waume wetu? Na itachukua nini ili uweze kuitumia njia ya Mungu?

Jambo la kwanza linalohitajika kuitikia njia ya Mungu itakuwa upendo wa Mungu.

Wiki iliyopita tulijifunza kwanza kuhusu upendo wa philandros, au upendo wa upendo.

Mwishoni mwa kazi za wiki tulianza kujifunza kuhusu upendo wa agape, upendo safi wa wote.

Ikiwa mwanamke ana pelandroslove peke yake kwa mumewe, ataishia takwimu za talaka katika hali ya juu. Hakuna yeyote kati yetu, waume au wake, anaweza kuendelea kujisikia upendo kwa mtu wakati wanapokuwa wakitupiga kelele, kutupigania, au kutulaumu kwa kitu ambacho hatukufanya, hasa, ikiwa aina hii ya ghafla hutokea mara nyingi.

Kitu pekee ambacho kinaweza kubeba mume au mke kupitia mahusiano haya ya ndoa katika ndoa ni uamuzi wa kutenda kwa kusudi badala ya hisia. Upendo wa Agape ni aina ya upendo Mungu ana kwetu. Upendo usio na masharti, upendo wa milele, hivyo bila kujali nini kinachotokea, bila kujali mtu anafanya nini kwako, haitoi, hauwezi kupungua. Hata wakati huzuni na kuumiza, hata wakati kupoteza kuteseka, na kutengana hutokea, upendo unaendelea kushikilia juu ya ukweli kwamba itabaki imara ikiwa mtu ana hisia za upendo au la.

Kumbuka wimbo ambao unasema, "Umepoteza hisia hiyo ya upendo"? Mwimbaji anadhani kwamba kwa sababu hisia imekwenda, hivi karibuni, msichana pia atakwenda. Hiyo ndiyo namba moja ya sababu kuna talaka nyingi katika utamaduni wetu. Kwa wengi, mara tu hisia zinapungua, haraka kama upande wa giza wa utu wa mtu huleta kichwa kibaya, mtu aliyekosa huchukua kwenye bluu mwitu huko! Wengi wanadhani matatizo haya yanamaanisha kuwa upendo umeondoka bila kutambua kwamba vita vinajitokeza na kwenda, na hata kama ukiondoa mapambano ya leo, kesho italeta mpya ambayo inaweza kuwa ngumu zaidi kuliko leo.

Njia pekee ambayo ndoa yoyote inaweza kuifanya kupitia nyakati ngumu ni kuelewa kwamba upendo unaendelea kwa sababu mtu ameamua tu kuwa itabaki. Je, ulipata hiyo? Upendo wa Agape ni uamuzi rahisi. Tunapenda kupenda licha ya dhambi za mpendwa.

Soma **Hosea 3: 1.** Mungu anamwambia Hosea kufanya nini, ingawa mkewe amefanya uzinzi dhidi yake?

____

Inasemaje juu ya mtazamo wa Mungu kuelekea Israeli hata ingawa amegeuka kwa miungu mingine?

____

Upendo wa Agape haukubali dhambi. Haitoi dhambi. Haina sababu za dhambi. Haijaribu kujifanya kuwa dhambi haipo. Haina kuchukua lawama kwa dhambi; inaendelea tu kuwepo hata wakati ambapo haifai.

Ni chaguo la yule anayependa, sio aliyependwa. Hakuna chochote mpendwa anayeweza kufanya ili kustahili, kwa maana hakuna hata mmoja wetu hana dhambi. Hatuwezi kuipata, kwa maana sio ndani ya nguvu zetu. Hakuna chochote mpendwa anayeweza kufanya ili kumaliza kwa sababu hiyo.

Huu ni upendo wa kawaida ambao unakuja tu kutoka kwa Mungu na ni jambo pekee ambalo litawapa uwezo wa kushikamana kote wakati kwenda unapopata raghest. Wakati mume wako atakapokukasirikia, bado unajua kwamba haukufanya chochote kinachostahili, wakati anapiga matusi, hugeuka bega la baridi, au anakataa kukushirikisha urafiki wa kihisia unayotaka, upendo wa agape ni kitu pekee itawafanya uendelee. Njia pekee ya kuweka ahadi yako kwa ndoa ni kuwa na upendo wa kawaida wa Mungu, kuruhusu udhibiti wa hisia zako na mapenzi yako

Ndoa yako ina maana gani kwako?

____

Ina maana gani kwa watoto wako?

____

Je! Ndoa yako ni muhimu kwao na wewe kutoa dhabihu na kufanya uamuzi wa kutoa upendo wa agape kwa mume wako hata wakati huo ungependa kupiga shingo yake kama kuku? "Hata Mungu wakati mwingine anataka kutuadhibu sana, lakini kuzuia Mwenyewe na anasubiri sisi kurudi njia zake.

Katika **Hosea, sura ya 7-13,** Mungu anaelezea sana jinsi anavyotaka kuwaadhibu Israeli sana kwa uzinzi wake wa mara kwa mara katika ibada yake ya miungu mingine, lakini katika sura ya 11, mstari wa 9, anasema nini?

____

Mungu, kwa upendo wake usio na mwisho, huzuia taifa lake mpendwa adhabu ya mwisho kwa neema ya upendo wa agape na uvumilivu kuwaleta tena katika ushirika na Yeye. Je, hatuwezi kuwazuia waume zetu kwa njia ile ile? Je! Hatuwezi kuacha "kupiga shingo yake kama kuku" na badala yake kumruhusu Mungu ampendee kupitia kwetu, kumpeleka kwa Yeye mwenyewe, na kumruhusu arudi ushirika wake? Je, hatuwezi kumruhusu Mungu awe Mmoja wa kutupatia matibabu yake?

Wengi wenu katika darasa hili walitoka kwenye nyumba zilizovunjika. Najua kwa sababu umeshiriki tayari ambayo imeumiza na mimi. Unajua maumivu ya kuwa mtoto katika nyumba isiyo kamili. Bado unajisikia upweke, ukosefu ambao kutengana husababishwa. Je! Unataka kuwa na moyo huo huo kwa watoto wako? Hapana?

Kisha lazima uwe tayari kufanya kitu ambacho angalau mmoja wa wazazi wako hakuweza kufanya. Lazima upeleke kwa Mungu kwanza na kumruhusu kumrudisha mwenzi wako. Tambua kwamba hasira yako, hasira, na uchungu wako kupata njia ya Mungu kama anajaribu kufikia mume wako. Anapopigana na wewe kwa hasira na hujidhi kwa njia ile ile, hawezi kusikia Roho Mtakatifu akisema naye kwa sauti yako na matusi yako. Badala ya kusikia sauti yako hasira, je, sio manufaa zaidi kwa yeye kusikia kutoka kwa Mmoja aliyemfanya kwanza?

Hii si rahisi! Ni kawaida kujitahidi kujilinda mwenyewe wakati mtu anavyosaidiana na kwa udanganyifu. Lakini ikiwa tunapaswa kuwa na ushindi katika uhusiano wetu wa ndoa, ni lazima tujifunze kusitenda kwa njia ya asili, bali kutenda kwa njia ya kawaida ya Roho Mtakatifu. Hii haimaanishi sisi turuhusu mtu kutudhuru. Kwa kinyume chake, hilo halitawasaidia kuona upendo wa Mungu iwe bora zaidi kuliko kupiga kelele nyuma. Tutajifunza zaidi kuhusu jinsi tunaweza kujibu vizuri katika masomo machache ijayo.

Kumbuka "Pie kwa Papa Bear" kutoka wiki iliyopita? Uwezekano mkubwa zaidi, tabia zake nzuri zilikuwa nyingi sana kwa wale walio hasi. Je, si sisi, kama wake, tuna neema kidogo? Je, hatuwezi kuimarisha kidogo tu? Baada ya yote, upendo wa agape ni nini tunachotaka, sawa? Mungu hutupa. Je, utampa mume wako kama Mungu ameuliza?

Ni wakati wa uamuzi.

SIKU YA 1

ZOEZI LA FUNZO .

TAARIFA YA UAMUZI:

Siku ya leo ni____

Leo, Mbele ya Mwenyezi Mungu, mimi, ______________________, ninafanya uamuzi ufuatao:

Hata ingawa mume wangu hastahili daima, nitafanya kazi nzuri kumpa upendo wa agape. Ninatambua kwamba matendo yake hayana uhusiano na uamuzi huu; ni kitendo cha mapenzi yangu kwa utii amri ya Mungu.

Wakati ninapojua kwamba wakati mwingine nitashindwa katika tamaa hii, nitafanya kazi nzuri kutambua haja yangu ya kukiri na kuruhusu Mungu aigee kutoka ndani na kutoa upendo wa agape kwa mume wangu kupitia mimi. Ninaelewa kuwa kumpa upendo wa agape hakutakuwa na maana kwamba ninasamehe dhambi yake au kufunika dhambi yake, lakini kwamba mimi kuruhusu upendo kwake ndani ya moyo wangu kuendelea na ingawa haipaswi kustahili. Najua bila shaka kwamba siwezi kufanya hivyo mwenyewe, kwamba tu kama unipenda kupitia mimi hii itatokea. Ninajitolea tu juu yenu ili kutumiwa na wewe kama chombo cha kubeba upendo huu kwa mume wangu.

OMBI LA AHADI

Sasa, Baba wa mbinguni, ninawahakikishia na kukuahidi, kwa sala, uamuzi huu:

____

____

____

____

____

AHADI KWA WATOTO WANGU

Ninyi watoto wangu, _______________________, _______________________

_______________________, _______________________

_______________________, zaidi ya hayo, nawahimiza kuomba kila siku kwa ajili ya ulinzi wa Mungu nyumbani mwako na kufanya kila kitu kwa kibinadamu ili kuweka nyumba yetu pamoja, imara, salama kwa siku zijazo.

Ikiwezekana, kuruhusu mume wako asome ukurasa huu, na kwa upendo amwombe ajiunge na wewe katika ahadi hizi kwa ajili yako mwenyewe, watoto wako, na hasa kwa Mungu, kupitia imani katika Yesu Kristo. Usijaribu kulazimisha au kumtia nguvu mume wako katika ahadi hii. Lazima umruhusu Roho Mtakatifu afanye kazi katika maisha yake, kama vile anavyofanya katika yako. Usijaribu kuchukua nafasi ya Roho Mtakatifu. Ikiwa utafanya, utazuia mume wako asikie wakati Anaposema naye. Tafadhali usifanye kosa hili.

OMBI LA MUME LA AHADI

____

____

____

____

____

Iliyosainiwa:

Mke:____

Mume: ____

SIKU YA 2

UTAMUACHA MUNGU AFANYE KAZI YAKE

Soma mistari katika **1 Wakorintho** tena, au jaribu kurudia tena kutoka kwenye kumbukumbu.

Ilikuwa ngumu jana kwako? Naomba ungeweza kufanya uchaguzi sahihi. Ikiwa hii yote bado ni mpya au "mbichi" kwako na haukuweza kufanya uaminifu huo kwa uaminifu, kisha uendelee kuomba na kujaribu kumruhusu Mungu afanye kazi na kupitia kwako. Unaona, wakati unapofikia mahali unavyoweza kujitolea, utavuna amani zaidi na furaha zaidi kuliko ulivyofikiria kwa sababu utajifunza kwamba amani na furaha hazipatikani wakati wapendwa wetu watatutibu sahihi. Wanapatikana wakati tunapojikuta katika imani kamili, imani na utii kwa Mungu. Baada ya kuwa na uwezo wa kufanya ahadi hiyo tunahitaji kujifunza jinsi ya kuweka ahadi hizo, na ndio tutafanya leo.

Chanzo pekee cha upendo wa agape ni Mungu. Mmoja pekee ambaye anaweza kukupa nguvu ya kutumia upendo huu ni Mungu. Anapaswa kukupa kitu ambacho anahitaji kuwa nacho ili kufanya mambo yake. Ni jinsi gani Baba yetu wa mbinguni atuwezesha kumtegemea Yeye kabisa badala ya sisi wenyewe.

Atakupa lini upendo wa agape? Anatoa wakati unapoomba. Kama Tu wokovu, unauliza. Atakupa kwa uhuru wakati unavyotaka. Yeye hatakuhimiza juu yako. Je, uliuliza kwa dhati jana? Ikiwa ndivyo, basi alikupa. Sasa unapaswa kutumia tu yale uliyopewa.

Una uchaguzi. Chagua kuendelea kuishi na hasira yako, chuki, ugomvi, furaha, na upweke, au kuchagua kutekeleza upendo wa agape aliokupa na kupata amani ya ndani na kuridhika licha ya hali yako.

Wakati upendo wa agape ulipo udhibiti wa hisia zako, utaanza kutunza zaidi juu ya hukumu ya Baba yako wa mbinguni kuliko wewe kufanya matibabu ya mume wako.

Unapoamini Mungu na kuchagua njia Yake, unamfungua Yeye kufanya kazi katika maisha ya mume wako kwa njia ambayo hajawahi kufanya kazi kabla. Halafu inakuwa wajibu wa Mungu, sio wako, kutetea wewe na kumleta katika utii wa kimungu.

Soma petero 1:3

Chanzo pekee cha upendo wa agape ni Mungu. Mmoja pekee ambaye anaweza kukupa nguvu ya kutumia upendo huu ni Mungu. Anapaswa kukupa kitu ambacho anahitaji kuwa nacho ili kufanya mambo yake. Ni jinsi gani Baba yetu wa mbinguni atuwezesha kumtegemea Yeye kabisa badala ya sisi wenyewe.

Atakupa lini upendo wa agape? Anatoa wakati unapoomba. Tu kama wokovu, unauliza. Atakupa kwa uhuru wakati unavyotaka. Yeye hatakuhimiza juu yako. Je, uliuliza kwa dhati jana? Ikiwa ndivyo, basi alikupa. Sasa unapaswa kutumia tu yale uliyopewa.

Una uchaguzi. Chagua kuendelea kuishi na hasira yako, chuki, ugomvi, furaha, na upweke, au kuchagua kutekeleza upendo wa agape aliokupa na kupata amani ya ndani na kuridhika licha ya hali yako.

Wakati upendo wa agape ulipo udhibiti wa hisia zako, utaanza kutunza zaidi juu ya hukumu ya Baba yako wa mbinguni kuliko wewe kufanya matibabu ya mume wako.

Unapoamini Mungu na kuchagua njia Yake, unamfungua Yeye kufanya kazi katika maisha ya mume wako kwa njia ambayo hajawahi kufanya kazi kabla. Halafu inakuwa wajibu wa Mungu, sio wako, kutetea wewe na kumleta katika utii wa kimungu.

Kwa maana ni mapenzi ya Mungu na nia ya kuwa kwa kufanya haki (maisha yako mema na ya uaminifu) inapaswa kutuliza (muzzle, gag) mashtaka ya ujinga na upinzani mbaya wa watu wajinga.

Naam, Mungu ni mzuri kabisa katika jinsi atakayomtendea mume wakati akiwashtaki kwa haki, kuonyesha hasira au kututendea vibaya. Mimi binafsi nadhani Mungu anaweza kushughulikia, si wewe?

Sio unayotaka kusikia? Ninatambua neno "0" ni kidonge ngumu kwa baadhi ya kumeza. Bwana ametuamuru kuheshimu maamuzi ya waume wetu, na kufuata kwa hiari uongozi wao. Toleo la King James linasema utii huu na neno hilo linaweka ladha mbaya katika kinywa cha wanawake wengi! Hiyo ni kichwa tunachojadili kwa undani zaidi katika wiki 12, lakini kwa sasa unapaswa kuelewa hili: Watu wote wana wanadamu wengine tunapaswa kuwasilisha kwenye dunia hii.

Katika kazi, lazima tuwasilishe kwa bosi, hata tunapokubaliana naye. Kuendesha gari kwenye barabara kuu, tunapaswa kuwasilisha kwenye doria ya barabara, hata tunapokubaliana. Katika chumba cha mahakama, tunapaswa kuwasilisha uamuzi wa hakimu hata tunapokubaliana, hata wakati tunadhani yeye ni wa haki - na kadhalika na kadhalika. Kila taasisi lazima iwe na kichwa, kiongozi ambaye lazima achukue wajibu wa mwisho wa maamuzi. Mungu alichagua kuwa nyumbani, na mume ni mtu huyo, hata wakati hatukubaliani.

Tena, sikumwambia kwamba unapaswa kukubali tu chochote anachochora nje, tu kwamba kuna njia sahihi na njia mbaya ya kumwona akisitishwa. Njia sahihi ni hakika si njia ya asili au njia rahisi, lakini ndiyo njia pekee ya kupata mabadiliko ya kudumu ndani ya uhusiano wako wa ndoa. Kuna njia ya kuzungumza amani na kukataa unyanyasaji kuendelea; hata hivyo, kupiga kelele nyuma, kupuuza, kucheza doormat, au kulia hysterically si jibu. Endelea kusoma.
Tena, soma 1 Petro 2:15 na 3: 1. Je, mistari hii inasema nini?

____

____

Nakumbusha: ili kupokea "tuzo" unayotamani, lazima ufanye mambo njia ya Mungu. Ikiwa unataka mume wako kukupatie kwa heshima na wema Mungu amri zake, lazima ujibu naye jinsi Mungu anavyohitaji kwanza.
Kumbuka ukweli mwingine muhimu: sisi ni vigumu kwao kwa uharibifu wao usiofaa, lakini mara nyingi husahau wenyewe.

SIKU YA TATU

DAWA CHUNGU NI NGUMU KUMEZA

Tafadhali kuwa na sala hasa unapojifunza Neno la Mungu kwa siku hizi. Wanaweza kuwa na

athari kubwa katika maisha yako binafsi na katika ndoa yako.

Soma Yeremia 29:11.

Katika mistari hii, Bwana anasema nini anataka kwako?

____

____

____

____

Kwa mstari huu ninaweza kuona kwamba Mungu sio tu anayependa ni bora kwangu, lakini kwa

kweli anataka mambo bora kuliko mimi ambayo ningeweza kuwa na ndoto ya nafsi yangu.

Kutambua tu hii hufanya dawa zote ngumu, za uchungu ambazo tulihitaji kuchukua wiki hii iwe

rahisi zaidi.

Ninatambua kwamba Mungu hajaribu kuondokana na ubinafsi wangu au uwezo wangu wa

kufikiri nafsi yangu, bali kwamba anajua bora zaidi kuliko mimi nini kinanifanya furaha, nini

kitatumika katika maisha yangu (na nini hakitakuwa) na mabadiliko gani mimi haja ya kufanya

ili kuzingatia ujuzi wake na mahitaji yake.

Kwa hakika, ninamtuma Yeye kuongoza maisha yangu, mawazo yangu, na matendo yangu.

Kwa kuwa tunajifunza kuhusu kupenda waume wetu kwa upendo wa agape, hebu sasa tuangalie mambo mengine kadhaa ambayo yatatusaidia katika uhusiano wetu na waume wetu.

Mimi hivi karibuni nimesikia mchungaji anafundisha juu ya suala la kurejesha uhusiano uliovunjika. Hapa ni baadhi ya mambo muhimu yake juu ya jinsi ya kurejesha uhusiano uliovunjika (tafadhali tazama juu ya mistari mwanzoni mwa seti ya kila kauli):

Mimi Petro 5: 5 - Funguo la kujenga upya mahusiano yaliyovunjika ni:

Kuondoa___________________

____

Warumi 12: 3 - Mpaka tuondoe kiburi cha uongo, hatuwezi kamwe kuwa na ushirika na mume wetu ambayo Mungu anatarajia kuwa na. Kiburi cha udanganyifu kinatufanya kufikiri sana sisi wenyewe, ya kile tunachofikiri (maoni yetu) na kile tunachofanya (matendo yetu) kuliko tunapaswa.

Hatua sita za kurejesha uhusiano mzuri kwa unyenyekevu:

Soma Yakobo 4: 6.

1. PENDA MUNGU____

Mpaka hatimaye tutaelewa kuwa hatuwezi kufanya mambo haya bila msaada wa Mungu, tutashindwa na uhusiano wetu utaendelea kushindwa pia.

Epuka hayawani! Weka mtu mwingine kwanza.

Soma **Warumi 12:10 na Wafilipi 2: 3.**

2. HAKIKISHIO

Mtu mwingine anahitaji uhakikishe thamani yake kama mtu na kama mwenzi wako. Kumbuka, unatakiwa kuolewa ili kukidhi mahitaji ya kila mmoja, si tu kwa ubinafsi kupata mahitaji yako mwenyewe. Fikiria nyakati nzuri. Fikiria sifa nzuri za mtu mwingine badala ya wale hasi (kumbuka juma la wiki "Pie kwa Papa Bear"?).

Fanya haraka! Utafiti wa hivi karibuni ulifanyika kwenye mahusiano ya tumbili na ugunduzi muhimu sana ulifanywa. Ng'ombe kupigana kama wanadamu wanavyofanya. Ikiwa hawana mawasiliano ya jicho wakati wa dakika tano za kwanza baada ya kupigana, uhusiano wao umeharibiwa milele. Wow! Je! Hii inahusu darasa yetu au nini? !!

Soma **Wagalatia 6: 5 na Warumi 3:23.**

3. KUBALI MWENYEWE

Kuna pande mbili kwa kila hadithi. Vyama vyote viwili vina jukumu la kusema au kufanya kitu kibaya katika karibu kila hoja. Wakati mwingine inaweza kuwa tu mtazamo mbaya, lakini kama kila mmoja atakubali kosa lake mwenyewe, litakuwa na kiburi kutokana na kutawala. Thibitisha hisia za kila mmoja. Ukiwashtaki lawama, huwezi kufanya maendeleo yoyote.

Soma **Wakolosai 3:13.**

4. RUHUSU

Lazima kuruhusu kila mmoja awe mwanadamu. Kupumzika! Usijeruhi sana! Sisi sote tunafanya makosa hivyo usiondoke mwisho wa kina wakati mtu anayefanya kosa hutokea kuwa mume wako. Jaribu kujifunza kupasuliana kidogo. Humor itasaidia kupunguza mvutano. Ni hakika inafanya kazi katika darasa hili, sivyo ?! Jifunze kutoa "zawadi ya upendo" kila siku.

Soma Wafilipi 2: 4 na Warumi 15: 2.

5. JARIBU KUJIREKEBISH

Tunapaswa daima kuwa na nia ya kurekebisha mahitaji ya watu wengine. Baada ya yote, tunataka waweze kurekebisha kwetu, si sisi?

Soma 1 Wakorintho 7: 4, Wafilipi 2: 5-7 na Waroma 15: 5.

6. ACHANA

Katika jamii ya leo, watu wana wasiwasi sana

na haki zao wenyewe.

Hii imetolewa nje ya

jamii ya ubinafsi iliamua kufanya jambo lake mwenyewe

bila kujali yaliyo sawa kulingana na Neno la Mungu.

Bibilia inasema kwa wazi kwamba Kristo alitoa haki zake kwa manufaa yetu. Kwa nini hatuwezi kuacha haki zetu kwa manufaa yake na faida ya ufalme wake? Yesu alikuwa na haki ya kukaa mbinguni. Alikuwa na haki ya kuja katika dunia hii ya dhambi na watu wenye dhambi. Alikuwa haki ya kuchukua adhabu yetu msalabani. Alitoa haki hizo kwa sababu ya upendo wake kwetu. Hatukufanya chochote kustahili. Tumefanya dhambi, sio Yesu. Yeye hakutupa deni lolote. Aliwapa hata hivyo. Kwa hiyo, tunadhani ni nani kusisitiza juu ya haki zetu juu yake? Anataka

148

ndoa zetu kuwa na nguvu kwa ajili ya mema ya ufalme wake. ikiwa tutatoa haki zetu kwa Kristo, atawafanyia utukufu wake na faida yetu.

SIKU YA 4

WEWE SI KITAMBARA CHA MLANGO(DOORMATT)

Soma **1 Petro 3: 1.**

Je! Inaonekana kuwa wewe unasema kwamba bila kujali mume wako anasema au jinsi anasema kuwa unapaswa kusema na kukubali?

____

Katika mstari wa 1 wa sura ya 3, angalia neno ambalo Petro anatumia kuanzisha maagizo mapya kwa wake. Wakati neno pia linatumiwa, linamaanisha "kama ilivyokuwa kabla," au "kama nilivyosema hapo awali." Kwa hiyo, wakati wowote unapoona neno pia, lazima urudi kwenye mistari zilizopita ili uone ni nini unatakiwa kufanya kama vile hapo awali, au kuona ni nini kilichosema.

Sasa soma **1 Petro 2: 11-17.**

Katika mistari hii, ni nani tuliyeambiwa kuwa chini yake? _____________________________

Je, hii ni maelekezo kwa ajili ya wake? _______________ Je! Ni nani? _______________

Je! Mstari wa 12 unasema nini mazungumzo yetu / majadiliano / neno lazima iwe?

____

Je, mistari ya 13-17 ina maana gani kwamba mtazamo wetu unapaswa kuwa?

____

Sasa soma mistari 18-25.

Aya hizi zinaandikwa moja kwa moja kwa nani?

____

Kama Wakristo, sisi ni watumishi? _____________________________________

Nani ni bwana wetu?____

Je! Mistari ya 19 na 20 inasema mtumishi anapaswa kukubali mashtaka yoyote mabaya?

____

Mstari wa 21 inatuambia kwamba tunapaswa kufuata mfano wa Kristo. Je, mstari wa 22 na 23

unasemaje aliitikia wakati alipigwa mashtaka?

____

Mstari wa 23 inasema kwamba Kristo aligeuka kwa Yeye anayehukumu kwa haki, (akimaanisha

Mungu Baba), akimaanisha kuwa hakuwa na wasiwasi juu ya jinsi Mtu alivyomhukumu, bali tu

jinsi Baba alivyomhukumu. Tunaweza kujifunza nini kutokana na hili kuhusu kuhukumiwa kwa

haki na waume wetu?

Tunapopatwa na mashtaka yasiyo ya haki au kuteswa na wengine, kwa kweli tunasumbuliwa

kwa nani? ____

Ni nani wanapaswa kuwa na hisia zetu? ____

Kwa nini? ____

Soma **1 Petro 3: 1-2.**

Ikiwa inahusu mume kuwa mshindi na mazungumzo safi, inahusu mume anayefanya kazi katika

kutotii Neno, sio tu waume wasiookoka. Inamaanisha utii wake kushinda kama nafsi yake

ikashinda. Kwa hivyo, mazungumzo yako yanapaswa kumshawishi mume wako kwa kumtii

Mungu.

Katika siku za nyuma, wengi wamefundisha na kufundishwa kuwa ili kuwa waumini na

kujishughulisha na mke lazima awe na utulivu, apate maumivu, na kusema chochote.

Uwasilishaji ni suala ambalo tutasoma kwa undani zaidi baadaye, lakini napenda kuwaelezea

sasa hivi kwamba aina hii ya mafundisho imetoka nje ya moja muhimu sana.

Mstari wa 2 unasema kuhusu mazungumzo / tabia yetu. Majadiliano ni nini tunachosema na jinsi

tunavyofanya wakati tunaposema. ft ni kuhusu safari yetu ya nje na Kristo. Inahusisha sifa yetu na ushuhuda kwa muda mrefu, si tu tukio moja. Ikiwa mazungumzo yetu ni yale ambayo yanapaswa kuwa machoni pa Mungu, hatimaye itaathiri mume wetu kwa mema.

Kwa bahati mbaya, itamshawishi pia kama mazungumzo yetu sio yale ambayo Mungu angekuwa nayo, kwa kutotii badala ya utiifu. Aina mbaya ya mazungumzo au majibu ya kweli itaimarisha tabia yake mbaya. Je, ndio tunachotaka?

Hivyo basi, tunajibuje? Kwa mujibu wa sura hizi mbili kutoka 1 Petro, tunapaswa:

1. Kuwa waaminifu katika mazungumzo yetu (2:11, 2:22).

2. Usiwe na uovu au aibu (2:16, 23).

3. Kuwa na heshima na mpole (2:18; 3: 2, 4).

4. Uwe chini ya mamlaka (2:13, 14, 16, 18; 3: 1). Angalia jinsi mstari mmoja unahusu mamlaka ya mume na nne hutaja mamlaka nyingine katika maisha yetu, na huelekezwa kwa wanaume na wanawake.

5. Mwamini Mungu kuwa mwamuzi na kushughulikia mambo njia yake kwa ajili ya maslahi yako bora (2:23, 3: 5).

Kumbuka, mtu pekee ambaye tunaweza kubadilisha ni sisi wenyewe. Lazima tuondoke mabadiliko ya wengine kwa Bwana wetu ambaye anawapenda zaidi kuliko sisi tulivyoweza.

Je, unajisikia kutosha kubadilisha njia zako na kutimiza matarajio ya Bwana? Kisha kujiunga na umati, asali! Lazima kumbuka, tu na Mungu kupitia wewe unaweza kufikia lengo hili.

Kumbuka anaahidi:

Naweza kufanya mambo yote kupitia Kristo ambaye anitia nguvu!

(Wafilipi 4:13, NIV)

SIKU YA 4

ZOEZI LA FUNZO

Baada ya kusoma 1 Petro, sura ya 3, kuelezea kwa njia yako mwenyewe njia ambayo Mungu anataka kujibu kwa wengine, hususan mume wako, wakati unapojisikia bila kudhulumiwa.

Sasa, ueleze kwa uaminifu jinsi maagizo Yake yanatofautiana na jinsi unavyojibu kwa kawaida

SIKU YA 5

AMRI KUMI?

Soma **Matendo 24.**

Paulo alifanyaje baada ya kushtakiwa kwa haki, alifungwa jela kwa miaka miwili, akaanguka meli wakati wa kifungo na hatimaye akamleta mbele ya Felix kwa siku yake mahakamani.

Unapaswa kupata majibu kumi tofauti, mitazamo, au vitendo katika mazungumzo yake. * (Kumbuka, mazungumzo ni yale unayosema na kufanya.)

1 .____

2 .____

3 .____

4 .____

5 .____

6 .____

7 .____

8.____

9.____

10.____

List specific ways God has spoken to you about changing:

____

____

____

____

____

____

* Majibu kwenye ukurasa unaofuata

NINI MKIRISTO ANAPASWA KUFANYA WAKATI AMBAPO ANASHUTUMIWA KUSIKO KWA KWELI.

Tunajua jinsi Yesu alivyoitikia wakati wa mashtaka yasiyo ya haki, lakini tunaweza, kama wanadamu wanatarajiwa kujibu kwa njia ile ile?

Mungu, kwa hekima na usio wake usio na kipimo, ametupatia mifano mingine ya wanadamu katika aina hiyo ya hali na jinsi walivyoitikia. Mfano mmoja ni hadithi ya Mtume Paulo. Katika kifungu kilicho chini, Paulo alikuwa amefungwa kifungo kwa miaka miwili kwa kitu ambacho hakuwa na hatia. Ni ajabu jinsi Paulo alivyoweza kuweka mtazamo kama wa Kristo kupitia mapambano yake.

Baada ya kusoma na kusoma vifungu hivi, angalia kama unaweza kutambua mistari zinazoonyesha ukweli kumi chini (baada ya kufanya utafiti huu, nimeamua kuwaita ukweli huu).

AMRI ZANGU KUMI ZA KUKABILIANA NA KUSHUTUMIWA
Imechukuliwa kutoka kwa mfano wa Mtume Paulo
Matendo, sura ya 24

1. Kukubali kuwa kutakuwa na udhalimu na mashtaka ya uongo.

2. Tambua kwamba mwendeshaji wako wa kibinadamu amevunja uaminifu.

3. Jihadharini wanajua ukweli lakini bado hawako tayari kufanya hivyo, kwa hiyo ninapaswa kuomba kwao.

4. Kuwaheshimu.

5. Kwa njia ya kweli, sura kesi yangu. Usisite.

6. Fanya yaliyo sawa machoni pa Mungu, sio mtu.

7. Usijali kuhusu kifungo changu (kihisia au kimwili).

8. Endelea kushuhudia ukweli wa Mungu.

9. Usijaribiwa kuanguka kwa unataka kuwa rushwa (mtu yeyote anayekudai kwa uongo ana kitu wanachotaka kutoka kwako).

10. Jihadharini kuwa uhuru kutoka katika utumwa huu (mapambano) hauwezi kutokea kwenye meza yangu ya wakati lakini kwamba itatokea.

Tangu Bwana alionyesha mtazamo huu kumi ambao Paulo alionyesha wakati wa kukabiliana na mapambano na mashtaka ya uongo, nilifikiria kwamba matatizo yangu ni ndogo kwa kulinganisha na labda ningeweza kuifanya, pia. Sijawashinda bado, lakini nina kuboresha!

Kama Paulo, katika Wafilipi 3:14, mimi "nitaendelea kusisitiza kuelekea alama ya juu ya Mungu katika Kristo Yesu."

Mungu awape neema unapojitahidi kumtumikia na kukua katika Kristo Yesu.

NINI KINAFANYIKA WAKATI MAMA BEAR ANAPOCHEMKA/ANAPOKASIRIKA?

Tumezungumza mengi kuhusu Papa Bear kuwa moto, lakini ni nini kuhusu Mama Bear? Je!
Yeye daima ni baridi, ametulia na kukusanywa? Au je, wakati mwingine ni Mama Mwekundu?

Labda hali hii ni kama nyumba yako:

Mume huja baada ya siku mbaya katika kazi, lakini bado anasema:

"Ndugu asali, ni jinsi gani da ..."

"Ni kuhusu muda! Nimeshika watoto hawa kila siku ... Huwezi kufanya chochote karibu hapa
kunisaidia. Ninachofanya ni kazi, kazi, na kazi! Angalau ungeweza kupika chakula cha jioni
mara moja kwa wakati unapokula kula chakula cha mchana kila siku, na kisha uje kurudi kwenye
ofisi ya utulivu! Baada ya yote, kazi ya mwanamke haijawahi kufanyika. Nina watoto hawa 24/7.
Unaenda kuingia ulimwenguni kila siku. **HUWEZI** kamwe kusikiliza watoto wanaolia. Mimi ni
mgonjwa sana na nimechoka na hili! "

Karibu nyumbani, asali! Shukrani kwa kufanya kazi ngumu ili nipate kuwa mama wa kukaa
nyumbani!

Ni mfano gani unaowezekana kutokea nyumbani kwako? Kuwa mwaminifu. Fanya mfano wa
hivi karibuni unaweza kukumbuka ya mojawapo ya matukio haya yanayotokea.

____

____

____

____

____

Mume wako aliihusishaje? Labda angeweza kutumia kidogo ya hekima Mungu ametufundisha

tu? Au, labda unaogopa kwake kujifunza jambo hilo? Je, ni wakati wa kupiga chumbani,

wasichana?

JUMA LA 6

KULALA NA KUKU ALIYETOLEWA MANYOA?

Ok, umeamuka saa 6:00 asubuhi, kuandaa kifungua kinywa, kutuliza watoto wenye kupiga kelele, ukaona viatu vilivyopotea, kusafisha karatasi ya kazi ya nyumbani ambayo puppy alikuwa ameyotumiwa kwa urahisi kama potty yake, alipata hoja kumi na mbili kati ya mtoto wako, binti - na tamu yako Romeo, aliwapa watoto kwenye basi ya shule (baada ya kukimbia basi kwa vitalu sita), kusafisha chini ya mtoto wa chini (na miguu, miguu, nywele na mikono - alidhani ni chokoleti!) na hatimaye uko tayari kikombe chako cha kwanza cha kahawa ya asubuhi. Sasa ni 7:55 A.M. Siku itakuwa bora sasa ingawa, sawa? WRONG! Hii ni siku ya kawaida katika maisha ya kusisimua ya "zookeeper."

Na usiku sio tofauti. Papa Bear huja nyumbani kutoka siku yake kazi na mara moja anafikiri zookeeper (wewe) yuko tayari kwa muda wa kuzaliana! Pigo lako la kwamba majirani husikia ni dhahiri si Lillie wito wa kupiga simu; ni zaidi kama Lillie Hisia ya Laughing Hyena ya shambulio. Maskini Papa Bear anaendesha hibernation na anatoa jioni yake Jumatatu Usiku wa Soka na Brent Hughes. Yeye bila shaka ana matumaini kwamba baada ya nyani kidogo ziko kitandani, "mshangao" wake waweza kulala. Kwa kushangaza kwake anaona kwamba usiku wa leo mpenzi wake wa kitanda anaonekana kama chakula cha Jumapili cha aliyekangw'a - kabla ya kupikwa. Mwanamume, jioni hiyo ya usiku ilitoka wapi, hata hivyo? Ndugu Musa?

Horace, mume anajiuliza, "Ambapo upendo huo ulikwenda wapi? Nini kilichotokea kwa bibi harusi yangu? Anachukua zaidi kama bobcat kuliko turtledove. "

Matilda anashangaa, "Ambapo maneno ya kupendeza ya upendo, kugusa kwa kimapenzi, na mtazamo unaofaa?" Wito wa Horace wito sasa unafanana na grizzly badala ya teddy bear! Kwa nini maneno yake ya maua yaligeuka kwenye malalamiko ya miiba?

Mvulana, ni jambo jema wewe hakutambua ndoa na watoto watakuwa kuwa mgumu, huh? Ikiwa ungejua jambo hili, huenda haujashiriki katika maisha haya mazuri katika zoo.

Hey, nini kilichotokea kwa 'asali' wakati wa asubuhi?

Naam, asali, ikiwa unaimba blues hizi unaweza kumtumia bwana arusi wako pia!

Kitu lazima kifanyike sasa, kabla ya Lipo la Miss Honey au Mheshimiwa Smooth Talker anaingia kwenye eneo hilo na anajaribu kurekebisha matatizo yako ya ndoa na kukushawishi mmoja wenu kwamba wanaweza kujaza usiku huo wa upweke.

Nyoka mbili za kale katika nyasi ziko nje, unajua, zinangojea katika mabawa mpaka bwana wao na bwana, Mheshimiwa Enemy, wanaona wakati umeiva kwa eneo la udanganyifu katika bustani.

Ikiwa Horace na Matilda wanaendelea kuruhusu hilo kutokea, Mwalimu Mheshimiwa atashinda vita vingine zaidi, na kwamba ndoa itashiriki 51% ya wengine wote ambao hupiga vumbi!

Kwa nini kuna kiwango cha talaka 51% hata kati ya wanandoa wa Kikristo?

Nini kosa hili yote?

Je! Ni mume? NDIYO.

Je, ni mke? NDIYO!

Naam, ni gani hiyo? YOTE!

Baadhi ya wake wanasema, "Ni nani anayejali?" Nilishindwa na jambo hilo la ngono muda mrefu uliopita. Ngono ni zaidi kwake kuliko mimi. Nina watoto wote nilitaka, kwa hivyo ninaenda kwa vitu vyote. "

Hiyo ni asali nzuri, kwa muda mrefu kama mume wako anakubaliana na maneno hayo. Unataka bet kwamba yeye hana? Najua, najua-mimi si lazima bet!

Mungu anasema nini kuhusu ngono? Mungu? Jinsia? Katika hukumu sawa? Je! Sio kufuru au kitu?

Wasichana, ninafurahia habari! Mungu ndiye yule aliyeumba ngono! Mwanzo kumbukumbu ya hesabu ya Mungu ya kila kitu alichoumba: Nzuri! Tunaweza kujua bila shaka kwamba ngono ni nzuri machoni pa Mungu!

Kwa sababu Mungu aliumba ngono kuwa nzuri na zawadi kwetu, adui yake kisha akasema, "Ninawezaje kuharibu zawadi hii ya ngono? Ninawezaje kuipotosha kuwa kitu chafu na dhambi badala ya kitu kizuri na cha kupendeza? "Kisha akajitokeza kupotosha na kupotosha zawadi nzuri ya Mungu kwa kila njia angeweza kufikiri.

Njia pekee ambayo tunaweza kupambana na adui ni:

1. Kuelewa vizuri kwa nini Mungu alitupa zawadi hii ya thamani - kusudi lake katika ndoa yetu.

2. Kuelewa kwa nini adui hufanya kazi kwa bidii kupotosha zawadi hii na jinsi anajaribu kukamilisha hili.

3. Kuelewa urafiki wa kimwili kutoka mtazamo wa mwanamke na kutambua mahitaji yake.

4. Kuelewa urafiki wa kimwili kutoka mtazamo wa mwanadamu na kutambua mahitaji yake.

5. Kuelewa njia tunahitaji kurekebisha tabia zetu na mawazo yetu ili tuweze kupata utimilifu kamili na baraka ambazo Mungu alitaka tuwe na ndoa yetu.

Tutaangalia tofauti ya maeneo haya tano katika kila masomo yetu ya kila siku wiki hii.

Na furaha ya furaha! Tutakuwa na wiki nyingine ya kusisimua ya Kazi za Kazi ambazo wewe na mume wako hakika kufurahia!

Ah! Njooni wasichana, onyesha-onyesha nafasi! Utafurahi ulivyofanya!

SIKU YA 1

NI NANI UNASEMA ALIUMBA NGONO?

Tutaendelea na sehemu ya ushauri wa Paulo katika Tito 2 kwa wanawake wakubwa kuwafundisha wanawake wadogo kuwawapenda waume zao. Kwa wiki mbili zilizopita, tumejifunza nini upendo una maana kulingana na maandiko. Katika wiki yetu ya kwanza juu ya ndoa, tulijadili upendo wa philandros au upendo wa upendo. Wiki iliyopita, tulijifunza upendo wa agape. Leo, tunajifunza aina nyingine ya upendo muhimu, ambayo inabakiwa tu kwa waume wetu: upendo wa eros, au kwa maneno ya leo, upendo wa kijinsia. Kwa kuwa Mungu alinunua ngono na adui amefanya kila kitu anachoweza kuwapotosha mpango wa awali wa Mungu, mpango wa awali wa Mungu ulikuwa ni nini?

Soma **Mwanzo 1: 28-3 1** kupitia sura ya 2.

Kwa nini Mungu alichagua kumsaidia Adamu?

Katika mstari wa 2:18, Mungu anaelezeaje msaidizi atakayemfanyia Adamu? Soma kutoka New King James Version ikiwa una upatikanaji wake.

Mstari wa 18 hufanya wazi kwamba Mungu atafanya msaidizi sawa na Adamu. Msaidizi mwenye thamani tu, kama ya juu, juu ya kiwango sawa na Adam, lakini siyo kama yeye. Angemkamilisha. Hawezi kuwa adui yake ya kushindana naye, lakini ingeweza kumfanya awe mzima. Alikuwa kiume; alikuwa mwanamke. Tofauti zao zingekubaliana, kutimiza, na pamoja waweze kupata kazi ya kufanya maisha pamoja.

Sisi, kama wanawake, hatuna haja ya kupigania usawa. Mungu tayari alitupa kwamba wakati alipotufanya. Anasema hivyo hapo juu katika mstari 18. Lakini, wasichana, Yeye alitufanya tofauti! Wanawake wengine hawana akili kama wanavyofikiri wao ni! Wanafikiri kuwa kuwa sawa na wanaume inamaanisha kuwa sawa na wanadamu. Mungu hakutaka kuwafanya wanawake kuanza na kama alitaka tuwe sawa na wanaume. Ikiwa hiyo ilikuwa ni kesi, angeweza tu kuwafanya watu zaidi!

Baada ya kufanya **Hawa,** jambo la kwanza alilofanya lilikuwa kuwabariki kwa kuwapa dhamana takatifu ya urafiki wa kupatikana katika uhusiano wowote mwingine duniani.

Sehemu ya mwisho ya mstari wa 1:28 imamuru Adamu na Hawa kufanya nini?

Mungu aliwatarajiaje kutimiza kuzidisha huko?

Nani, basi, aliumba ngono? ____

Kulingana na aya ya 1:31, Mungu alifikiri nini juu ya kila kitu alichofanya?

Kwa kuwa Mungu alisema kila kitu alichokiumba kilikuwa nzuri sana, kinachojumuisha ngono, sawa? Soma Mwanzo 2:24. Unafikiri "kuwa moja" inamaanisha nini katika aya hii?

Je, mstari wa 2:25 inasemaje wangevaa? ___________________________

Wangejisikiaje kuhusu kuwa uchi? ___________________________

Soma **Mwanzo 3: 8-10.**

Ilikuwa tu baada ya Adamu na Hawa kumtii na kuvunja sheria za Mungu ambazo walifanya

aibu. Ilikuwa ni dhambi ya kutotii na sio ngono ambayo imesababisha aibu. Walikuwa

wamefanya ngono tangu Mungu aliwapa tena katika mstari wa 1:28. Baada ya dhambi kuingia ulimwenguni na kwa sababu ya upotovu wa kijinsia nje ya ndoa, watu wengi chini ya miaka wameamini kwamba ngono zote ni dhambi isipokuwa ni kuzaliwa. Aya hizi zinathibitisha kuwa sivyo tu!

SIKU YA 1

ZOEZI LA FUNZO

Ikiwa utaanza kwanza Kusoma Kazi ya leo na kisha kuelezea kwa mume wako, anaweza kuwa tayari kushiriki nayo. Njia ambayo unampa hii itafanya tofauti kati ya majibu yake. Mwambie, lakini msijaribu kumtia nguvu kwa njia ya hasira, kumtuliza au kitu chochote!

Kwa ajili yako:

Kabla ya juma hili kuzingatia ushirika wa ndoa, ulikuwa na maoni gani kuhusu mtazamo wa Mungu juu ya ngono? Kutoka wapi umejifunza mtazamo huu?

____

____

____

Maoni haya yana tofautianaje na yale uliyojifunza hadi sasa wiki hii?

____

____

____

____

Je! Unaona maeneo ya kuboresha? Ikiwa ndivyo, ni mpango gani wa kuboresha?

____

____

____

Je, unaona njia ambazo unaweza kuwa na umoja wa kimwili zaidi na mume wako?

____

____

____

Ikiwezekana, kwa mume wako:

Kabla ya juma hili, ni maoni gani ya mtazamo wa Mungu juu ya ngono? Kutoka wapi

umejifunza mtazamo huu?

____

____

____

Maoni haya yana tofautije na yale uliyokuwa ukizungumza na mke wako wiki hii?

____

____

Je! Unaona maeneo ya kuboresha? Ikiwa ndivyo, ni mpango gani wa kuboresha?

Je! Ungependa kuwa zaidi katika umoja wa kimwili na muke wako?

Jitayarishe kwenye "sehemu za uboreshaji" zilizotajwa hapo juu! Je! Wako

waume wanashirikiana bado, wanawake?

SIKU YA 2

MWENYEZI MUNGU ALISEMA, "WACHA RAHA IANZE!"

Ili kuendelea kujifunza kwa mpango wa awali wa Mungu kwa urafiki wa kimwili, tafadhali soma **Mwanzo 1: 26-29** tena.

Baada ya Mungu kuumba Adamu na Hawa katika mstari wa 26, alifanya nini katika aya ya 28 na 29 kuhusiana na Adamu na Hawa?

1 .____

2 .____

3 .____

4 .____

Kitu cha kwanza kabisa Mungu alifanya ni kumbariki Adamu na Hawa. Ni ajabu sana kuwa na baraka za Mungu katika maisha yetu! Mungu alitaka bora zaidi kwa watoto wake wapya 'Kama tunavyowafanyia watoto wetu, aliwapa mahitaji yao yote huko Bustani ya Edeni. Jinsi ya kusikitisha hawakutambua baraka za Mungu! Pia mara nyingi tunakosa baraka zake kwa sababu hiyo hiyo!

Jambo la pili Mungu alifanya katika mstari wa 28 alikuwa amri waweze kuzaa na kuzidi, kujaza dunia na viumbe vyake vilivyoundwa. Alichagua ngono kama njia ya kukamilisha kazi hii. Pia alijenga miili yetu kwa uwezo mkubwa wa kufurahia uzoefu na kupata faraja kubwa na ushirika katika mchakato.

Mambo ya tatu na ya nne aliyofanya ilikuwa kuwapa mamlaka juu ya kila kitu kilicho hai duniani na chakula kupitia mimea. Kwa madhumuni yetu katika utafiti huu, tutazingatia mawili ya kwanza.

Fikiria juu ya wasichana, jambo la kwanza Mungu aliwafanyia ilikuwa kuwabariki, jambo la pili lilikuwa kuwapa ushirika wa kijinsia na amri ya kuitumia ili kueneza dunia. Alituruhusu kuunda watoto kwa kutumia zawadi hii ya kipekee na nzuri! Watoto wetu watapewa kwetu kwa sababu ya umoja huu, umoja huu ambao unatuunganisha na mwenzi wetu na hakuna mwingine. Alipenda sana kwa sisi kufurahia muungano huu kwamba Yeye aliumba miili yetu kwa njia ambayo hatuwezi kupata radhi hii ya kipekee kwa njia nyingine yoyote.

Kwa kweli, dhambi na Shetani walikuja ili kujaribu na kupotosha mpango huu mzuri. Tunapokuwa mmoja na waume zetu inamaanisha sisi kuwa na uhusiano nao. Mungu alitaka kuwa tunapaswa kushikamana (kwa umoja) katika angalau sehemu nne za maisha:

1. Kimaadili   2. Kihisia   3.Kiroho   4. Kimwili

Wakati sisi hatuko kwa umoja katika mojawapo ya maeneo haya sisi bado ni watu wawili tofauti. Hatuwezi kamwe kupata kikamilifu furaha ya umoja wetu wa ndoa mpaka tutakayekutafuta: 'kujua, kuelewa na kupata karibu na kila mmoja katika maeneo haya mawili. Mungu anataka uwe na umoja huu mzuri katika ndoa kwa utulivu wa kihisia utaleta katika maisha yako. Itakuleta faraja, kukubalika, ushirika, nguvu, ujasiri, na hisia ya mali na kujua kwamba kwa angalau mtu mmoja duniani, wewe ni muhimu zaidi! Umoja wa Mungu wa pekee utakupa yote hayo.

Wenzi wengi wa ndoa wanahitaji kufanya kazi angalau moja ya maeneo manne ya umoja.
Sehemu moja ya udhaifu itaathiri umoja wa jumla, kama vile kiungo dhaifu katika mlolongo.
Mara nyingi mume atakuwa na nguvu katika kushirikiana kimwili kwa umoja na dhaifu katika
ushirikiano wa kihisia, kiakili, au kiroho. Kwa ishara hiyo, mara nyingi mke atakuwa na nguvu
katika eneo la kihisia, kiakili, au kiroho, lakini dhaifu katika eneo la kimwili.

Kama mifano:

1. Mke hawataki kuwa wa karibu kimwili isipokuwa anahisi kwa umoja na mume wake
   kihisia.

2. Kama mume anahisi kuwa kuna umoja mdogo katika kimwili yeye hatatenda vizuri
   katika eneo la hisia.

3. Vipande vyote vinajisikia vikiwa tupu kama sehemu ya kiroho ni dhaifu, kwa sababu ni
   Mungu anayepa kusudi na maana ya uhusiano. Bila Yeye, ni haraka inakuwa tupu.

Sehemu zote nne za hizi ni muhimu sana!

JUMA LA 2

ZOEZI LA FUNZO

Umeunganishwa jinsi gani na mwanandoa mwenzako?

Je, unaweza kuhesabu ndoa yako katika kila sehemu hizi nne?

Ikiwezekana, mume wako atakujiunge na kazi ya leo. Usishinie kwenye jambo hili ikiwa hayu

tayari. Hebu Roho Mtakatifu awe mmoja wa kufanya kazi katika maisha yake.

Kwa kiwango cha 1-5, pima kila moja ya maeneo manne ambayo tumejadiliana leo kwa

kuzunguka idadi ambayo inawakilisha kiwango chako cha umoja kama wanandoa.

Kiwango:

1. Hakuna umoja

2. Umoja kidogo

3. Umoja wa 50%

4. Umoja mingi

5. Umoja kamili, hakuna uboreshaji unaohitajika

Vipimo	Kipimo cha Mke	Kipimo cha Mume
Kiakili	1 2 3 4 5	1 2 3 4 5
Kihisia	1 2 3 4 5	1 2 3 4 5
Kiroho	1 2 3 4 5	1 2 3 4 5
Kimwili	1 2 3 4 5	1 2 3 4 5

Linganisha kipimo chako na kujadili njia za kuboresha katika maeneo inahitajika zaidi. Washirika wote wanahitaji kuboresha katika maeneo yao wenyewe ya udhaifu ili ndoa nzima iweze kuboresha, lakini bila kujali ikiwa ni tayari, lazima ufanye sehemu yako.

SIKU YA 3
NI ZAWADI. . . IWEKE SPESHELI NA REMBO ZAIDI.

Kama tulivyosema katika kuanzishwa wiki hii, wakati Mungu anapanga mpango mzuri wa mwanadamu, adui anataka kuharibu au kupotosha mpango huo ili kutushinda na kutuibia furaha yetu.

Soma **Waebrania 13: 4.** Katika aya hii, Mungu anasemaje anahisi juu ya kitanda cha ndoa?

Soma **Wakolosai 3: 5** na **1 Wakorintho 6:16.**

Kutoka kwenye aya hizi mbili, kulinganisha mtazamo wa Mungu kuhusu ngono ndani ya ndoa
(Waebrania 13: 4 hapo juu) na mtazamo wake juu ya uhusiano wa ngono nje ya ndoa.

____

____

____

Sisi sote tunajua jinsi adui anajaribu kuwajaribu watu katika uzoefu wa kijinsia bila ya ndoa,
wakati mwingine kwa njia za kupotosha sana, na tunapenda kuelewa ni hatari kwa ndoa yetu na
sisi. Lakini, sisi kama Wakristo tunaelewa jinsi adui anaweza kutumia majaribu ndani ya ndoa na
kutufanya tuwe katika uzinzi?

Soma **Methali 5: 15-23.**

Nini tahadhari ya Sulemani katika kifungu hiki?

____

____

Tunapaswa kujilinda kutokana na majaribu yoyote ambayo yanaweza kusababisha uharibifu
katika uhusiano wetu wa ndoa.

Wanawake wengine hutumia ngono kama silaha katika ndoa ili kupata njia yao wenyewe. Nimeona wake na waume (ingawa mara nyingi ni wake), wanatishia kuacha ngono kutoka kwa mke ambaye anakataa kukubaliana na maoni au kufanya jambo fulani jinsi njia ya mke inavyotaka. Nimesikia wanawake wanasema juu ya kufanya tishio mpaka baadhi ya trinket au milki ni kununuliwa, au mpaka kupata chochote wanachotaka. Nimejisikia pia kuhusu wanaume na wanawake wanaokataa kumleta mwenzi wao (kwa sababu za ubinafsi, labda?).

Katika hali yoyote ikiwa hii inatokea, usifanye kosa juu yake, maneno ya upendo inakuwa kitu zaidi kuliko mbinu ya udhibiti. Hii ni kupotoa haki ndani ya ndoa, na ikiwa hii inakwenda bila kujengwa, mke aliyekosa atakuwa lengo la mpango wa udanganyifu wa adui.

Kulingana na **1 Wakorintho 7: 5**, amri ya Paulo kuhusu uhusiano wa ngono ni nini? Ni lini inaruhusiwa kwa wanandoa kuacha?

____

Je! Inasema nini Shetani atafanya ikiwa tunapaswa kupiga ngono katika ndoa?

____

Mungu anajaribu kutufundisha kwamba katika hali ya kawaida, hatupaswi kupinga mwenendo wa kijinsia katika ndoa isipokuwa kwa makubaliano ya pamoja ya sala na kufunga.

Soma **2 Samweli 12: 13-24**. Baada ya Daudi kutenda dhambi na Bathsheba, Nathani alitabiri kifo cha mtoto wao. Baada ya toba yao, unabii uliwafanya wafanye nini?

____

Baada ya wakati wa sala na kufunga, kisha kifo cha mtoto, Daudi alifanya nini?

Je! Matendo yake yalifanya nini kwa Bathsheba alipoingia na kulala naye?

Aya zilizo hapo juu zinahakikisha kuwa urafiki wa kimwili ni chanzo kikubwa cha faraja kwa mume na mke.

Bila shaka, kuna nyakati nyingine, hasa kwa sababu za matibabu, kwamba lazima tujiepushe. Mambo ya Walawi, sura ya 18, pia huzuia tendo la ngono wakati wa kipindi cha hedhi. Hata hivyo, maandiko ni wazi sana kwamba hatupaswi kuzuia ngono kama adhabu au kudanganywa.

Jihadharini: Ikiwa unafanya hivyo hivyo, una hatari kugeuza upendo wako kuwa mpango wa malipo katika mfumo wa kupiga marufuku. Haitakuwa tena tendo maalum la upendo kati yako na mke wako, lakini kitendo cha kuwa mnada kwa bei nzuri. Kwa hiyo, mpenzi mmoja anaanza kujisikia wanafanya kazi kwa urafiki wa kijinsia badala ya kufanya kazi yake!

Hiyo sio Mungu aliyokusudia, wala ni nini kitakachotunza ndoa pamoja! Je, wewe mara nyingi, au umewahi, unatumia pendeleo la ngono kama silaha au chombo cha kupata kile unachohitaji kutoka kwa mume wako? Ikiwa ndivyo, eleza tukio moja. Umepokea nini ambacho kilikuwa muhimu kwako?

Je! Malipo uliyoyatafuta yanaonekana kuwa nafuu na si muhimu kwako sasa?

____

Je L.ord amekuhukumu wewe kwa hatua hii? Tafadhali chagua majibu yako hapa:

____

____

____

Je! Mume wako amewahi kutumiwa dhidi yako? Ikiwa ndivyo, ilikufanya kujisikia aje?

____

____

____

____

SIKU YA 3

ZOEZI LA FUNZO

Ikiwa wewe ni mwanamke ambaye amekuwa na tabia ya kutumia neema ya ngono kama silaha au chombo, utahitaji hasa kufanya kazi ya leo.

Usiku huu, wakati mume wako atakapokuja kutoka kazi, kumpa salamu maalum kama tulivyofanya wiki iliyopita. Uvaa katika kitu kisichocheka; Hakikisha kuwa ununuka mema tu kama ungekuwa na wakati ulipokuwa unafikiana; kumgusa; kumbusu; na hakikisha una mtazamo mzuri wa akili.

Ikiwa hii imekuwa tabia yako:

Mara watoto wanapokuwa wamelala, kaa na mume wako na ujasiri kukubali makosa yako katika eneo hili. Mjue kwamba unataka kubadilisha na kwamba hii si jaribio jingine la kumtumia, lakini kwamba wewe ni wa kweli. Ikiwa anaonekana akiwa na wasiwasi, unaweza kufanya mazoezi ya ahadi yako kwa muda kabla hajaamini kwamba unamaanisha kile unachosema. Wakati wa kitanda, kuwa na kuvutia na kupatikana kwa urafiki wa ngono, lakini amruhusu aende kwanza. Ikiwa anafanya, kuwa mshiriki, mshiriki tayari! Wajulishe sababu pekee unayofanya hii ni kwa sababu unampenda na unataka kushiriki katika zawadi hii maalum na yeye bila nia ya kusudi.

Ikiwa haikuwa tabia yako ya kutumia ngono kama silaha au chombo:

Rejea kwa mume wako jinsi unavyoona mtazamo wako wa kijinsia maalum. Ikiwa anaanzisha maamuzi ya upendo, jiwe tayari, tayari, na uwezo wa kuthibitisha kuwa unamaanisha!

178

Kumbuka, wanawake: Tunafanya kile tunachofanya kwa sababu ya upendo wetu kwa Bwana wetu Yesu Kristo kwanza, na upendo wetu kwa mume wetu, wa pili.

Andika jibu la mume wako hapa:

____

____

____

SIKU YA 4

MAHITAJI YAKE (MUME) VS. MAHITAJI ZA YAKO (MUKE)

SEHEMU YA I

Soma **1 Wakorintho 7: 2-4.**

Soma Maneno ya Sulemani, **sura ya 1-4.**

Kama nilivyosema hapo awali, radhi ya ngono ni zawadi nzuri kutoka kwa Mungu kwa wanandoa wa ndoa. Inapaswa kuwa moja ya maeneo ya uhusiano wetu ambayo huleta kiwango kikubwa cha furaha, neema, radhi, na umoja wa roho kwamba katika uhusiano wowote wa kibinadamu katika maisha, lakini mara kwa mara tunatumia wakati mwingi sana tunashindwa katika eneo hili. Moja ya sababu ni ukosefu wetu wa kuelewa jinsi wanaume na wanawake wanavyo tofauti katika eneo hili. Mara nyingi mke anadhani mumewe anahitaji kitu kimoja anachofanya na visa versa. Tunahitaji kuelewa kwamba Mungu alitufanya kuwa tofauti katika eneo hili kama alivyofanya katika kila eneo.

Wanaume wengi, hata wanaume Wakristo waliojitolea, watakuambia kuwa ngono ni muhimu sana kwao. Wengi watakuambia pia kwamba tamaa yao kubwa katika uhusiano wao wa ngono kwa wake zao kwa uadui kuanzisha ngono mara nyingi. Zaidi ya hayo, unajua kwamba wanaume wengi wa Kikristo wanaona maisha yao ya ngono kuwa boring?

Je, wewe ni maisha yako ya ngono yenye kuchochea? Ikiwa unafikiri hivyo, unaweza kuwa na uhakika mume wako anafikiri hivyo, pia!

Wanawake, ninakuja kukuambia kwamba ikiwa ngono ni suala kubwa kwa mume wako, ni suala kubwa kwako kama unataka kuwa au la! Ikiwa amechoka na hajakuambii, basi hatua inaweza kuwekwa kwa kuvunjika moyo. Wanawake pia wanahitaji maisha ya ngono ya nguvu. Kwa wote, inaongeza viungo kwa maisha vinginevyo kamili ya shinikizo na mapambano.

Vipi kuhusu wake? Je! Mara nyingi wanawake wanapenda kuwa tofauti ndani ya uhusiano wa kimwili? Wengi hutamani urafiki wa kihisia wa kihisia na waume zao na kwamba iwe wazi wakati wa kufanya upendo.

Kwa nini hatuwezi tu kutoa kila mmoja kile tunachohitaji zaidi? Je, sio muhimu kwa kila mmoja kutimiza mahitaji ya karibu sana? Ikiwa tunawapenda wenzi wetu na ikiwa tunampenda na kumheshimu Mungu, tutafanya kila kitu iwezekanavyo ili kujenga ndoa zetu: o kuwa chanzo kikubwa cha utimilifu Aliyotaka wawe.

Mume wako anapaswa kujifunza kutekeleza wewe pia na ni kweli ambayo wengi wao wanataka, lakini hawajui nini ni wake zao wanahitaji. Lazima tuwe tayari kutoa maneno tunayotaka. Mara kwa mara mimi husikia kutoka kwa wanawake ambao waume zao wanaonekana wasijali ikiwa mahitaji yao hayatimizwa, lakini ni ya kawaida. Neno moja la onyo hapa: Unapaswa kuzungumza ukweli kwa upendo kwake, lakini Mungu pekee ndiye anayeweza kumhukumu moyoni mwake.

Soma **1 Wakorintho 7: 2-4**. Kwa mujibu wa aya hizi, ni nani anayewajibika kwa kutimiza ngono yako? ____

Ni nani anayewajibika kwa kutimiza ngono ya mume wako? ______________________
Kwa hiyo, kuna hivyo! Ni kosa la bwana wako wakati uzoefu usiofikia, huh ?! Naam, unaweza kusema hivyo .. kwa nini, kwa muda mrefu kama wewe pia unakubali kwamba kwa mujibu wa mstari huo huo, ni wajibu wako kama uzoefu wake hauwezi kupiga kengele yoyote!

Je, si hivyo kama Mungu? Ili tujifunze kutegemeana, alitoa mamlaka juu ya mwili wa mume wako kwako na mamlaka juu ya mwili wako kwa mume wako! Ili kujua jinsi ya kuleta utimilifu kwa waume wetu tunapaswa kujua nini kinachomfanya ajike, akizungumza kwa ngono. Siyo siri kuwa wanaume na wanawake ni tofauti sana na kuja kwenye kitanda cha ndoa wanatarajia na wanahitaji tofauti, wakati mwingine kinyume na mambo.

Kwa mfano, mume wako anahitaji kukidhi kwa kujamiiana kama vile unahitaji matendo ya wema na upendo. Na asali, hawezi kupokea ngono ikiwa huna fadhila, haki? Kwa ishara hiyo, huwezi kupokea fadhili ikiwa haikamiliki katika eneo la kijinsia! Huko tena, Mungu alikuwa wa kipaji, kwa sababu kuwa na utimilifu kamili tunahitaji wote wawili, na hii ndiyo njia Yake ya kuhakikisha kuwa tunapata!

Mfano mwingine wa tofauti zetu ni kwamba mwanamke anahitaji ngono kuwa uzoefu wa kihisia pamoja na msisimko wa kimwili. Kwa ajili yake, msisimko wa kijinsia ni uzoefu wa kihisia! Anataka kuzungumza kwanza na kushiriki kila kitu anachokihisi kwa maneno, kisha kufanya upendo. Anataka kufanya upendo, kisha kuzungumza-vizuri labda, ikiwa halala usingizi kwanza! Haki, wanawake?

Matatizo mengi hutokea wakati wanandoa wanajaribu kutoa furaha ya ngono kwa njia wanayoipenda badala ya jinsi mume wao anapenda. Ikiwa tutajifunza kuweka mahitaji ya waume wetu kwanza, na wanajifunza kuweka kwanza yetu, basi wote wawili wanamalizika kabisa.

Mimi nitaifanya kuwa rahisi sana kwa mgawo wetu wa dakika 15 wa kujifunza, wanawake wa OK? Katika chati ifuatayo, nitaweka orodha tofauti ambazo wanaume na wanawake wanaona uhusiano wao.

WANAUME	**WANAWAKE**
1. Unahitaji kutimiza ngono kujua kuwa wapendwa.	1. Unahitaji uhusiano wa kihisia kujua wanapendwa
2. Kuhimizwa kwa ngono kuibua	2. Kusisitiza kwa ngono kwa kugusa, huruma na maneno
3. Papo hapo kuamka ngono	3. Arousal hutokea polepole kwa kuendelea
4. Nia ya mazungumzo haihusiani na ngono	4. Mazungumzo ya karibu yanahitajika kutimizwa
5. Anataka mpenzi	5. Anataka mwenzi wa roho
6. Anatamani mke kushawishi ngono	6. Anataka zaidi romance mara nyingi zaidi
7. Unataka zaidi kiasi	7. Unataka ubora zaidi

SIKU YA 4

ZOEZI LA FUNZO

JE, UMEANDALIWA KWA AJILI YA FUNGATE?

Unaposoma sura ya 1- 4 katika Maneno ya Sulemani, umeona jinsi mke alivyoelezea uhusiano wao wa upendo? Je! Unaweza kuelezea nini yako?

____

____

Mume wako angeelezeaje maisha yako ya upendo? Je! Una ujasiri wa kumwuliza na kupokea jibu lake bila rancor? Jibu lake:

____

____

Kesho usiku utakuwa wajibu wako muhimu zaidi wa juma hili na utahitaji kuanza kuandaa leo. Ikiwa una watoto, jitahidi kupata nafasi ya kukaa mara moja na familia au marafiki. Unaweza hata kuchanganya usiku na mwanamke mwingine alichukua darasa hili, na mmoja wenu kufanya kazi hii Ijumaa usiku na nyingine Jumamosi usiku.

Ikiwa hii haiwezekani kabisa, lazima uwaandishe kabla ya muda. Waambie kuwa kesho mama na baba watakuwa na usiku maalum pamoja. Jaribu kuwazuia kutoka kwa nap yao na kuwaweka kitandani mapema. kama wao ni mzee sana kwa ajili ya naps, kuwaonya kabla ya muda kwamba watahitaji kuwa tayari kwenda katika vyumba vyao ndani ya saa moja baada ya baba kurudi nyumbani kutoka kazi na kukaa huko usiku. Kuwapa tuzo kwa mtazamo mzuri na mwingine kwa tabia nzuri. Kwa ishara hiyo, kuwapa adhabu yako kwa kutotii. Hakikisha kuwapa kile wanachopata, nzuri au mbaya. Fanya hivyo kwa ajili yao pia, kuwaambia kuwa hii itafanya mama na baba na furaha na kupendana zaidi. Kazi yoyote, lakini unaweza kufanya hivyo! Itakuwa nzuri sana kwa ndoa yako na ambayo inafanya kuwa nzuri kwa watoto wako. Hakuna kitu kinachopa mtoto usalama zaidi kuliko kuona mama na baba akiwapa mawazo maalum ya upendo kwa kila mmoja.

Panga leo orodha rahisi kwa kuingilia kesho usiku. Unaweza kutaka kupeleka utoaji, chochote kilicho rahisi -kuwepo nyumbani kwako. Ukipika, uifanye kitamu lakini sio matumizi ya muda. Utatumia muda zaidi juu yako na yeye kuliko chakula.

Panga kuvaa mavazi ya sexy wakati mume wako atakapokuja kutoka kazi. Panga kitambaa kingine chochote cha chakula chako cha jioni, ambacho kitatumika baada ya watoto wako kitandani, katika chumba chako cha kulala!

Kuandaa mahali katika chumbani yako ambapo unaweza kuhudumia chakula cha jioni. Unaweza kuwa na meza ambayo unaweza kuanzisha huko; unataka kutengeneza pala kwa picnic; au unataka kuwa na chakula cha jioni kitandani. Pata ubunifu!

Hakikisha chumba na wewe wote hunukia nzuri na ni mkali na safi. Kuwa na kucheza na muziki na mishumaa ilia na kutumia maua safi ikiwa inawezekana. Rose petals waliotawanyika juu ya sakafu na kitanda kutoa kugusa nzuri.

Baada ya chakula cha jioni hutumiwa (ikiwa anakuwezesha kupata mbali!) Kumpa backrub. Ndiyo, naelewa, unafanya kazi kwa bidii kama anavyofanya, lakini tu mara moja, fanya hivyo. Angalia kama jibu lake linafaa shida.

Sasa, basi wacha asili ichukue mkondo. Fanya upendo mkali kwake, na wewe mshambuliaji. Rekodi jibu la mume wako kwenye shughuli zote za wiki hii. Ikiwa amefurahia sana kama nadhani atakavyo, mwambie kama ana hamu kujiunga na wewe katika kufanya juhudi zaidi ili kukidhi mahitaji ya kila mmoja. Nitajitahidi (huko nitakwenda kupiga tena!) Atajibu kwa sauti ya ndio!

SIKU YA 5

MAHITAJI YAKE (MUME) VS. MAHITAJI YAKO (MUKE)

SEHEMU YA II

Neno la ushauri: Nimegawanya utafiti wa leo katika sehemu mbili. Ikiwa una watoto wadogo ambao unakuwezesha kuwa na muda mdogo wa kujifunza wakati wa asubuhi, ungependa kuchelewa sehemu ya mafunzo ya leo hadi asubuhi asubuhi ili uwe tayari kwa tarehe maalum ya usiku huu. Hata hivyo, ni muhimu sana kwako kuendelea na muda wako wa ibada na Bwana leo. Itasaidia kuandaa moyo wako na mtazamo kwa furaha ya harusi ya usiku wa harusi!

Soma **Wimbo Uliobora, sura ya 4-8.**

Unaposoma kifungu hiki kuzingatia kwamba hii ni hadithi inayoelezea wed3.ing na usiku wa harusi wakati wao kwanza walipata ushirikiano wa ngono kama wanandoa. Angalia upendo wa upendo ambao wanasema kwa kila mmoja na ukamilifu wa bibi na bidii ya umoja huo. Anasema kujisalimisha kwa ngono kwa maneno mazuri ya romance ndani ya sura ya 4.

Katika sura ya 5, Sulemani anaonyesha kwa furaha kwa uthibitisho wa Mungu wa muungano wao. Bibi na mke harusi hawapaswi mifupa juu ya ukweli wao ni kichwa-juu-kisigino kwa upendo na mama mmoja na kwamba lengo lao ni juu ya kila mmoja ingawa wageni wa ndoa bado wanahudhuria wakati wa kuondoka kwenda kwenye chumba chao cha ndoa.

Fikiria tarehe yako usiku wa leo na mume wako kama fursa yako ya pili katika usiku wa harusi uliopendekezwa.

Kwa kifupi, andika mpango wako wa utekelezaji wa kazi ya tarehe ya usiku wa jioni. Ulipata nini kutoka kwa kitabu cha Wimbo Uliobora ambayo inaweza kusaidia usiku wako kuwa maalum zaidi?

____

____

____

____

____

Napenda kumaliza sehemu hii ya 'Kuwapenda Mume wako' wa Kuishi katika Zoo na maneno machache kuhusu mambo mengine muhimu sana ambayo mume anahitaji kutoka kwa mke wake.

1. Haja ya ushirika

2. Mahitaji ya msaada

3. Mahitaji ya mkewe kuvutia

4. Mahitaji ya msaada wa kiroho

Kama muhimu kama urafiki wa kimwili katika ndoa ni, hakika si suala pekee muhimu. Kwa kweli, sehemu ya kijinsia ya ndoa ni duni sana kuwa jambo kuu la kuimarisha katika uhusiano wako. Wakati unapoendelea, mahitaji yako ya ukuaji katika maeneo haya yatakuwa na nguvu.

Kumbuka Siku ya 2 ya kazi ya wiki hii? Kwa kweli kuwa moja tunapaswa kukua katika maeneo yote manne ya uhusiano wetu.

Je, unakumbuka nini maeneo hayo manne yalikuwa?

1.   3.

2.   4.

Katika ngazi ya kihisia, haja yake kuu ni ushirika. Nilishangaa kujua kwamba mume wangu aliniona kuwa rafiki yangu wa karibu kabisa. Nilishangaa kwa sababu hakuwa na mara nyingi kushirikiana mawazo yake ya kina, shida, hofu, na ups na kihisia kama marafiki zangu wa karibu sana, hivyo nilidhani alifanya hivyo na marafiki zake wa karibu zaidi.

Usiku mmoja, wakati wa mjadala mkubwa sana, alishirikiana kuwa nilikuwa rafiki yake wa karibu na kwamba alihitaji mimi kusikiliza matatizo yake, mawazo na ndoto zake. Sikuwa na ufahamu kwamba wakati alipokuwa na marafiki zake walijiunga na shughuli kama vile softball, golf, uwindaji, au uvuvi-lakini kugawana mawazo ya kibinafsi haikuwa sehemu ya nje hizo. Wakati nilikuwa na shaka mume wangu alinipenda kwa moyo wake wote, nimefikiria kwa makosa kwamba marafiki zake wa kiume walikuwa wafuasi wake, labda wewe ni rafiki mzuri wa mume wako pia. Hata kama yeye hajashirikishi naye mara kwa mara mawazo yake ya ndani, labda mara nyingi zaidi kuliko anavyoshirikiana na mtu mwingine yeyote. Ingawa anaonekana kutumia muda mwingi na wavulana, lazima ujue kwamba muda wake pamoja nao unatumika katika burudani au kazi, si kushirikiana.

Kwa sababu hii, siku zote nina makini kuwa na vitu vingine vilivyopangwa wakati wa kujua kwamba mume wangu atakuwa nyumbani. Mimi kumtia kwanza. Ikiwa nataka mawazo yake, ni lazima nipange kumpa mgodi. Nimewajua baadhi ya wasichana ambao hutumia saa kadhaa kwenye simu na marafiki, au wakati wao wote pamoja na watoto wakati mume wao ni nyumbani.

Tafuta mambo unayofurahia kufanya pamoja na kuweka muda wa kufurahia yao kwenye kalenda. Panga mipango ya kutumia muda pamoja! Fanya uteuzi kwa wakati huo ikiwa unapaswa. Mimi na mume wangu tunafanya hivyo tu. Ikiwa hatuwezi, majukumu ya nje na shinikizo zitachukua wakati wetu wote, bila kuacha chochote kwa kila mmoja.

Kitu kingine mume wako anahitaji sana kutoka kwako ni msaada wako. Kuunga mkono kwake inaweza kuwa rahisi kama kuthibitisha kuwa wewe ni upande wake. Hakuna chochote kinachosababisha mume kujisikia peke yake kuliko kujua mke wake mwenyewe dhidi yake.

Kuna tofauti katika kupinga mpango au uamuzi fulani amefanya na kuwa dhidi yake kama mtu binafsi. Njia ya kumfanya kumjulishe wewe bila shaka ni kuwa kama ufahamu na kuhimiza iwezekanavyo. L.ajue kumtumaini na kumthamini. Mwambie kumheshimu hata unapokubaliana na suala hilo. Kumbuka, masuala ya kuja na kwenda, lakini uhusiano wako ni wa kudumu.

Njia nyingine unaweza kumwonyesha msaada wako ni kwa kufanya nyumba yako kuwa salama, kisiwa cha kukubalika na uthibitisho. Anahitaji tu kujua kwamba wewe ni upande wake.

Kumbuka, wakati uliolewa naye ulifikiria kutosha kumchagua kutumia maisha yako yote pamoja naye. Umemwamini wakati huo; amwamini sasa.

Hakika, atafanya makosa fulani. Hivyo, wewe! Kwa kweli, wakati huu, atahitaji msaada wako zaidi. Badala ya kumshtaki au kumpiga, kumsamehe na kuminua katika sala. Omba pamoja naye na kwa ajili yake. Huwezi kufikiria ni kiasi gani ambacho kitamhusu kwake na ni kiasi gani atakufahamu kwa hiyo. Inaweza hata kumtia moyo kumsaidia na kukufahamu zaidi kwa kurudi. Ikiwa wewe ni mke wa kukaa nyumbani, unahitaji hasa kumwonyesha shukrani yako kwa kuwa tayari kuwa mkulima peke yake na kukuruhusu kuzingatia nyumbani.

Jambo jingine nitakalojadili leo ni haja yake ya kuwa na kuvutia iwezekanavyo. Huna haja ya kuwa supermodel kuvutia kwa mume wako. Pia alichagua kutumia maisha yake yote na wewe. Alipenda njia uliyoyatazama au hakutaka kuvutiwa kwako kuanza. Kinyume na kile ambacho ulimwengu unatuambia, waume wanaelewa kwamba maonekano yetu yatabadilika kwa umri, mistari itaonekana, matiti yatashuka, na nyuma haifai kuwa imara tena, lakini tunaweza bado kuvutia. Baadhi ya wake wanafikiri kwamba baada ya urembo wa ndoa sio muhimu tena. Hiyo ni kweli kabisa! Ili aendelee kuhisi kuvutiwa na wewe, unahitaji kumvutia.

Kitu cha mwisho nitakachojadili ni haja ya mume wako kuwa wewe ni kiroho kali. Anahitaji mke ambaye atamwombea, kwa watoto wao na kukua kiroho kupitia Neno la Mungu. Hakuna kitabu kingine juu ya uso wa dunia inaweza kufanya zaidi kufanya ndoa yenye furaha na maisha ya nyumbani kuliko Biblia. Biblia ni mwongozo wa mafundisho ya Mungu kwa jamii ya wanadamu.

Jambo la nguvu zaidi unaweza kufanya ili kuwa na furaha kubwa nyumbani ni kuwa shujaa wa sala na mwanafunzi wa Neno. Hii haina kuchukua talanta maalum. Hakuna elimu inahitajika. Haijalishi kama wewe ni wenye vipaji au nzuri, mafuta, ngozi, rangi au chochote!

Kila mwanamke anaweza kuomba. Mungu husikia maombi ya mke akimwombea mumewe na watoto wake. Sala ni tendo lisilo na ubinafsi. Ni unyenyekevu katika hatua na hakuna kitu kitaleta matokeo ambayo yana nguvu zaidi katika maisha ya familia yako kuliko sala. Kwa njia, ukosefu wa sala pia ni jambo la ubinafsi, la kujitegemea ambalo mke anaweza kufanya. Wala hakuna hata mmoja wetu katika darasa hili awe na hatia ya hilo!

Umekuwa na wiki nyingi, wasichana! Sasa ningependa kuandika ujumbe mdogo kwenye sura zako. Ikiwa unafikiri watapokea vizuri, waache wasome. Inaweza kuwa nzuri kwako nyote.

NENO LA WAKATI LA HEKIMA KWA WAUME WANAOHANGAIKA.

Wiki tatu zilizopita, mke wako amekuwa akifanya kazi ngumu sana kujifunza kukupenda kama vile Mungu alitufundisha kupitia Neno Lake.

Mengi ya yale tuliyojifunza tumejaribu kutekeleza na Majibu yetu ya Kila siku. Nina hakika umefurahia wao kama vile wanavyo. Ikiwa ndivyo, utakuwa mtu mzuri wa kuwajulisha kwamba!

Huenda unajiuliza, "Ni nini? Je! Hii itaishia? "Nidhini yako itasaidia naye. Unawezaje kuwa na moyo? Mwambie.

Wanawake wengine wanahitaji kusikia maneno yako; wengine wanahitaji kugusa kwako; msaada wako; wengine kwa muda kidogo ambayo ni maalum zaidi kutumika pamoja. Chochote ni, nina hakika utakubali kwamba moyo wako utakuwa na thamani ya kutazama.

Njia nyingine tuliyojifunza ni kwa kugawana uzoefu wa kibinafsi na ujuzi kwa njia ya washauri katika darasa ambao tayari wamekwenda kupitia matatizo mengine ambayo anaweza kuwa nayo sasa. Kuna ujasiri mkubwa uliopatikana kupitia kwa kujua wewe sio peke yake mwanamke aliyekuwa na changamoto fulani.

Yote katika yote, anajitahidi sana kukuelewa vizuri na kukufanya uwe mtu mwenye furaha, zaidi zaidi. Natumaini utamwonyesha shukrani yako. Kwa falsafa hii katika akili, kuna mambo machache kuhusu wanawake ambayo inaweza kuwa na manufaa kwa wewe kuelewa, lakini ambayo inaweza kupata vigumu kueleza.

MAWAIDHA/VIDOKEZO KWA WANAWAKE

1. Kama vile unavyovutiwa na inaonekana yake, anavutiwa na wema wako.

2. Kwa mwanamke, ngono huanza jikoni (maneno, matendo, msaada). Maneno ya baridi na vitendo jikoni hufanya tamaa baridi katika chumba cha kulala.

3. Hutawahi kamwe katika chumba cha kulala tena ikiwa unasema kila wakati sio yeye (mwanamke), lakini badala yake ni nani (mpenzi wako) ambaye unataka kufanya upendo.

4. Kwa ajili yake, ngono si tu tendo, ni uhusiano umejengwa juu ya msingi wa urafiki wa kihisia.

5. Jinsia ni njia mbili mitaani, kama vile umemwambia, lakini kikomo cha kasi sio 80 MPH!

6. Ikiwa unataka mke wako kukuelewa vizuri, jaribu kufungua na kugawana mawazo yako ya moyo kutoka kwake. Mruhusu aone mateso yako kwa ndoto zako na matamanio yako; hebu aone hofu yako na tamaa zako. Mruhusu ajue ni kiasi gani kinacho maana kwako kuwa na uwezo wa kushiriki mambo haya kutoka moyoni mwako na kwamba unahitaji

kuweza kufanya hivyo bila hofu ya hukumu yake au kukataa. Kwa kifupi, basi amruhusu kumfikirie kuwa rafiki yako bora.

Mwanamke daima anahisi kipimo cha ziada cha rehema na huruma kwa rafiki bora.

7. Ikiwa unataka kuona mke wako "kuangaza" na kwenda nje ya njia yake ili kukufadhili, jaribu tu pongezi za kweli. Let atamjua kumshukuru. I.et yeye anajua yeye ni thamani kwako. Njia zingine za kufanya hivyo ni kwa maneno (maneno au kadi), kugusa tamu au busu bila matarajio yoyote, maua moja maalum yaliyopewa kimya na kumkumbatia, busu ya pipi ya chokoleti. Mara kwa mara ufanye kazi ya nyumbani bila kuulizwa, kupata mtoto wa kijana bila ujuzi wake na kumkimbia kwa jioni ya kimapenzi, kumtukuza mbele ya rafiki yako au marafiki zake. Kuna njia mia moja ambazo unaweza kumwonyesha upendo wako!

Jaribu tu mmoja wao na uangalie uangaze! Utafurahi ulivyofanya!

SEHEMU YA PILI

WIKI YA 1

MTOTO BEARS NA KIMA PIA!

Naam, harusi imekwisha, maisha ya kweli imeingia, na ghafla 'kukata' zamani huja ndani!

Unajua moja ninayo maana!

Hiyo unataka sana ndani ya nafsi yako ambayo kila mwanamke anatamani.

Rafiki wako bora ana mpya pia! Kwa nini isiwe hivyo?

Nina maana, umetaka mojawapo ya maisha yako yote maisha yako yote. Ulicheza nao kama

msichana mdogo, na hata akawapa majina yote pia!

Walilia tu wakati unavyotaka, nao walilala kila wakati kwa amani! Unapokuwa umechoka kwa

kucheza nao, unapaswa kufanya yote ulikuwa umewaweka tena katika kitanda, na walikaa huko

kimya mpaka utakapokuwa tayari kucheza nao wakati ujao!

Ninazungumzia nini? Watoto, bila shaka!

Vile viumbe vizuri vyenye kukufanya ujisikie yote

Joto na hasira ndani! Hivyo tamu sana na wasio na hatia, kamwe

Kukupa maumivu ya kichwa cha wakati.Kuangalia?

Naam, niponye na manyoya!

Hatimaye amezaliwa, na

Je! Ni kelele gani ya kusikia niliyoisikia?

SIKU YA 1

JE, WEWE HUWAPENDI WATOTO WADOGO (KIMA)

Soma Tito 2: 4 na 5.

Andika orodha tofauti kwa wanawake wakubwa kuwafundisha wanawake wadogo:

1 .____

2 .____

3 .____

4 .____

5 .____

6 .____

7 .____

Katika Sehemu ya Kwanza ya Kuishi katika Zoo, tulijifunza njia za kufanya mafundisho ya kwanza ya kifungu hiki: Mpende mume wako. Tunapoendelea kufanya mazoezi kumpenda waume zetu, tutaendelea kushauriana, ambayo ni kupenda watoto wetu.

Nini maelekezo ya ajabu! Kulikuwa na maeneo saba tu ya maisha ambayo Mungu alichagua kutaja kwa wanawake wazee kufundisha, kwa nini unadhani Mungu angekuwa amejumuisha kitu ambacho huja kama kawaida kama kupenda watoto wetu? Nani anaweza kufikiri kwamba mama atahitaji maelekezo katika eneo hili?

Kabla ya kuangalia jinsi tunavyoweza kujifunza kupenda watoto wetu kulingana na ufafanuzi wa Mungu, tunahitaji kupata ufahamu wazi wa umuhimu ambao Mungu anaweka juu ya uzazi.

Soma 1 Samweli, sura ya 1, na Luka, sura ya 1 hadi 2: 1-7.

Katika 1 Samweli, baada ya sala yake ya unyenyekevu na moyo uliovunjika kwa Mungu, Hana alichaguliwa kufanya nini?

____

Katika Luka 1, baada ya miaka ya kutamani mtoto, Elizabeth alikuwa amechaguliwa kufanya nini?

____

Katika Luka 1, Maria alikuwa nini, mwenye umri mdogo na hakuna uzoefu, aliyechaguliwa kufanya?

____

Kuwapenda watoto wako .. kitu cha asili

Hana, Elizabeth, na Maria wote walichaguliwa na Bwana kuwa mama wa (kwa mtiririko huo):

1. Nabii Samweli, ambaye atatumiwa na Mungu kuanzisha ufalme wa Israeli, ambao utawashuhudia ufalme ujao wa Yesu.

2. Yohana Mbatizaji, ambaye angekuwa msimamizi wa Yesu, akitangaza kwamba Ufalme Wake ulikuwa karibu.

3. Yesu, Masihi, Mwana wa pekee wa Mungu aliye juu sana, ambaye angekuja kuokoa watu wote kutoka kwa kutengwa kwa milele na Baba.

Je, unajua kwamba kama wewe ni mama, wewe pia umechaguliwa na Mungu ili uwaze watoto wako kushuhudia juu ya Yesu na ufalme Wake? Wewe ulichaguliwa kwa sababu ya mapenzi ya Mungu kwako, si kwa sababu ya sifa zako mwenyewe (au ukosefu wake). Mungu mwenyewe amekuumba na kukupa kusudi maalum la upendo, ukingo, na kufundisha watoto wako wa thamani kumtumikia na kumwambia wengine kuhusu Yeye. Kwa kuwawapenda jinsi Mungu alivyoumba, unawaonyesha kwamba Mungu ni wa kweli; Upendo wake ni wa kweli; Neno lake ni kweli; na anawajali kwa kweli. Utii wako kuwapenda njia ya Mungu ni ushahidi wao wa kuwepo kwake!

Uzazi ni wajibu wa thamani sana, nafasi ya umuhimu mkubwa. Kujua hili, je, ni ajabu kwamba Mungu atatuamuru tupende watoto wetu? Ni jukumu la ajabu sana ambalo hakutaka kuondoka kwa nafasi!
Je, maagizo haya, sawa na moyo wa Mungu, huwaacha kutetemeka katika buti zako? Baba hawatakusudi kuwa na roho ya hofu. Ikiwa tutakuuliza tu, Yeye atatupa daima chochote kinachukua ili kutimiza wito Wake.

Mungu anatakaje kutimiza maagizo Yake?
Usiogope! Kesho tutaanza safari yetu kuelewa jinsi ya kupenda watoto wetu.

SIKU YA 1

ZOEZI LA FUNZO

Andika sala yako kumwomba Mungu akuonyeshe kweli za kiroho na vitendo ambazo haujawahi kuona hapo awali. Mwambie aonyeshe mabadiliko ambayo yanahitaji kufanywa kwa mtazamo na tabia zako ili uweze kutumiwa kwa njia kubwa na yenye nguvu kama unapoinua watoto wako kumtumikia Bwana.

Bibi: (Nyanya)

Ombeni na kumwomba Bwana akuonyeshe njia ambazo unaweza kuunga mkono watoto wako wanapojaribu kuwafundisha wajukuu wako kama vile Mungu angewafanya wafanye.

Ndugu na babu wanaweza pia kuwa na ushawishi mkubwa katika maisha ya wajukuu wao!

SIKU YA 2

KUWAPENDA WATOTO WADOGO (LOVING LITLE MONKEYS) - UFAFANUZI

Tuligundua jana kuwa kuwa mama ni wito mkubwa sana. Mara nyingi imekuwa imesema kuwa "Mkono unaozuia utabiri hutawala dunia." Kwa hiyo, tunahitaji sana kupata mtazamo wa Mungu uliozidi ndanikati ya mioyo na akili zetu!

Mara tena, soma **Tito 2: 4-5.**

Ushauri wa pili katika aya hii ni kwa ajili ya mama kuwapenda watoto wao. Neno la Kigiriki lililotafsiriwa hapa kama upendo ni philoteknos na kwa kweli linamaanisha "upendo wa mama, kustahili."

Andika maelezo yako ya maana ya kumpenda mtu.

Tulipokuwa tukijifunza kupenda waume zetu, tulijifunza upendo kuhusu upendo, au upendo wa upendo, ambao pia unajumuisha sharti tunapaswa kuwathamini. Ufafanuzi wa Biblia wa kujithamini ni "kuchochea au kuharakisha." Kwa mfano, inamaanisha kustahili kwa upendo wa zabuni, kukuza kwa uangalizi wa zabuni. Kwa kawaida, tuna upendo wenye huruma kwa watoto wetu, lakini ufafanuzi huu pia unajumuisha haja ya kutekeleza upendo huu kwa kutunza mahitaji yao. Sio tu tunayotunza mahitaji ya watoto wetu, tunapaswa kufanya hivyo kwa mtazamo wa huruma. Wow! Haitoshi kwamba sisi tu kupitia njia ya kutunza mahitaji yao lakini tunapaswa kufanya hivyo kwa mtazamo wa huruma ambao wanajua bila shaka kwamba tunawapenda.

Mungu alitufanyia viumbe vibaya. Sisi sote ni wa kipekee kwa njia nyingi lakini kuna eneo moja ambapo sisi sote ni sawa - kila mtu ana haja kubwa ya kupendwa na mama na baba yao. Upendo wa mama yetu ni kiini chenye thamani ya watoto wetu. Wakati mtoto anahisi asiyependezwa na mama au baba yake, daima husababisha kuzorota kwa kujiheshimu. Tunajua kwamba, kama mama yetu na baba hatatupenda au kututhamini, ni nani atakayependa? Kwa hiyo, ni muhimu kwamba tuhakikishe watoto wetu kujua bila kivuli cha shaka kwamba tunawapenda.

Tunawezaje kuwahakikishia? Tunawezaje kuelezea upendo wetu wa kina, wenye kujali? Kwa siku chache zijazo, tutajifunza kuhusu sifa za kibiblia za upendo wa mama.

Utaona kwamba mama kutoka kwenye maandiko atakuwa mfano wetu wa kila siku. Katika Kazi ya Kazi ya Kila siku, tutahusishwa katika utafiti wa vitendo wa lugha tano za upendo kama zilivyofundishwa na Gary Chapman katika kitabu chake, The Five Love Languages of Children.

Kabla ya kuweza kupokea mafundisho ya Mungu juu ya kupenda watoto wetu, ni lazima kwanza tuzungumze suala moja muhimu sana. Kama nilivyosema hapo juu, 100% yetu tuna jambo moja kwa pamoja na hiyo ni haja ya kujua kwa hakika kwamba tunapendwa na wazazi wetu. Kulingana na Mheshimiwa Chapman, watu wengi wazima wanaangalia nyuma na wanaweza kujua kwa akili zao walipendwa, lakini hawakuhisi kuwa wapendwa nao. Suala hili linaweza kumzuia mtu kwa uzazi watoto wake mwenyewe ikiwa haijashughulikiwa. Kwa hiyo, tutazungumzia kichwa hiki kichwa kabla ya kwenda zaidi katika masomo yetu.

Fikiria tena kwa muda kidogo wakati ungekuwa mtoto.

Je, mama yako alikupenda? _________________ baba yako alikupenda? ___________

Kwa nini umejibu ndiyo au hapana? Kwa maneno mengine, ni nini matendo ya mama na baba yako yaliyokufanya uhisi hivyo?

Mama ____

Baba ____

SIKU YA 2

ZOEZI LA FUNZO

Kazi hii huenda ikawa ngumu kidogo kwa baadhi yenu, lakini nimeahidi, Mungu atakusikia na kukusaidia ikiwa utaendelea kusoma na kusoma masomo ya wiki hii.

Kama mtu mzima, je, una hisia za kutokuwa na maana kutokana na hisia zisizopendwa na wazazi wako au wote wawili? Ikiwa ndivyo, eleza jinsi na kwa nini.

Inaweza kuwa ngumu, lakini ...

Ikiwa zoezi hili limefungua ujasiri mkali ambao umejaribu kwa muda mrefu na ngumu kusahau, kutambua kwamba huwezi kamwe kwenda mbele kwa amani mpaka uweze kukabiliana nao, kuelewa, na kusamehe. Kisha unaweza kumwomba Mungu kwa kweli na kuiweka nyuma yako na kuponya maumivu na maumivu kumbukumbu hizi zimesababisha.

Huwezi kamwe kuendeleza na kuwa mzazi unayotaka kuwa mpaka ulishughulika na zamani.
Kwa nini usiombe sasa hivi na ukiri kwa Mungu msamaha wako kwa mzazi ambaye anajua au
hajui kukusababisha kujisikia unloved. Kusafirisha un-msamaha hutumikia kula mbali na roho
yako na kukuzuia katika maendeleo yako kama mzazi. Un-msamaha hauwezi kamwe kuumiza
maumivu, lakini msamaha utasaidia mkono wa uponyaji wa Mungu katika maisha yako na
kukuruhusu kuendelea. Ni nani anayejua, na ujuzi mpya unaweza kujifunza siku chache zijazo,
unaweza kujua kwamba wazazi wako hawakujua jinsi ya kuonyesha upendo wake kwa njia
ambayo unaweza kuelewa. Inawezekana!

Wakati wa maombi:

Andika sala yako kwa Mungu.

SIKU YA 3

MFANO WA BIBILIA WA KUWAPENDA WATOTO WAKO

Soma Kutoka 1: 15-22 na 2: 1-10.

Mama wa Musa, Jochebed, alikuwa _______________________________ mama.

Kutoka 2: 1 inasema kwamba Jokebed, mama ya Musa, alikataa mamlaka ya serikali na kwa imani katika Mungu, alificha Musa mtoto ili kulinda maisha yake. Ingawa ina maana inawezekana kifo kwa ajili yake mwenyewe kama yeye aligundulika, Jochebed alijua kuwa hatari ilikuwa dhahiri thamani yake. Mama mwenye upendo atakuwa mama ya kinga daima.

Jochebed alikuwa katika hali mbaya zaidi mama angeweza kuwa. Aliishi katika nchi ambayo ilikuwa ya watumwa watu wake. Hata chini ya utumwa, idadi ya Wayahudi iliongezeka hadi kwamba Wamisri waliogopa idadi yao na wakaamuru hatua za ukatili ili kuweka idadi ya watu chini ya udhibiti.

Farao aliwaagiza wakunga kufanya nini? _______________________________

Wazazi wa Kiyahudi walijali zaidi juu ya sheria ya Mungu kuliko sheria ya Farao na walifanya nini?

____

Farao alikuwa na chuki kwao na alifanya sheria mpya kuagiza _______________ ya watoto wote wa kiume **(Kutoka 1:22)**.

Jaribu kufikiri kiakili katika nafasi yake. Je! Unaweza kufikiria hofu ya kuwa na mtoto wachanga au mtoto wa mjamzito na kujua kwamba serikali ingeua mtoto wako wakati wa kuzaliwa ikiwa ni kijana? Unafikiri ungefanya nini?

Adhabu ya kutotii mamlaka ya moja kwa moja ya mfalme ilikuwa kifo. Mama yoyote aliyepatikana akijaribu kujificha mtoto wake atauawa. Lakini Jochebed hakuweza tu kufikiri juu yake mwenyewe na mtoto wake mpya. Alikuwa na watoto wakubwa na kupoteza maisha yake ingekuwa ina maana kwamba watoto wake wakubwa wangepaswa kukua bila mama ili kumaliza kuinua na kuwajali.

Nini mwanamke mwenye ujasiri! Alikuwa na imani gani! Ona kwamba hadithi hii ndiyo kutaja tu ya mwanamke huyu mwaminifu, mwenye ujasiri, lakini matunda ya matendo yake yaliendelea katika historia yote! Kumbuka maneno niliyoyasema mapema- "Mkono unaotengeneza utoto hutawala ulimwengu"? Kweli, mkono wa Yokebedi umekuwa na athari kubwa duniani, hata leo!

Kwa kweli Mungu alimpa uamuzi wake wa kuokoa mwanawe!

Kwa uumbaji wa kimungu, Alimfanya mtu mmoja pekee aliye hai ambaye alikuwa na uwezo wa kumwokoa Musa kuwa ndiye kumtafuta. Mungu alisababisha huruma kuanguka juu ya moyo wa binti ya Farao ili aweze kumlinda na sheria ya baba yake na kuokoa maisha yake! Alikuwa anatumiwa kwa Mungu bila kujua kwa kuokoa maisha ya mtoto! Siyo tu, lakini pia hakumjua kumrudisha kwa mama yake kwa kumwita muuguzi wa mvua kumlisha na kumtunza mpaka alipomwacha.

Ni Mungu mwenye kutisha tuliyemtumikia! Aliposikia sala hii ya mama ya wokovu kwa mwanawe na kuhamia katika njia za kawaida kuona kwamba sala yake ilijibu!

Labda ilikuwa kwa sababu ya sala yake ya kiroho ya imani kwamba Mungu alichagua kutumia mtoto wake kuwa kiongozi ambaye angeweza kusimama mbele ya Farao, kwa nguvu, na kusema:

WACHA WATU WANGU WAENDE!

Jochebed alikuwa mama mwaminifu na wa kinga na Mungu alimbariki, mwanawe, na taifa lote kwa sababu yake!

SIKU YA 3

ZOZI LA FUNZO

Vipi kuhusu hilo? Je, wewe ni mama wa imani na nia ya kumwamini Mungu na maisha ya mtoto wako?

Mungu alikuwa na mpango wa jochebed, mwanawe, na taifa lote. Ingawa maisha yake ya mtoto wake yalisitishwa, alifanya imani yake kwa Mungu na kumruhusu uhuru wa kufanya mpango wake katika maisha yao! Angemchagua kulia na kulia kwa uchungu juu ya hali yake ya maskini; lakini badala ya kunyoosha juu ya hali hiyo, yeye aligeuka tu kwa Mungu kwa imani na kumtarajia kujibu kwa namna ambayo ingeweza kumuokoa mtoto wake!

O, jinsi alivyojibu! Alijua kidogo kwamba mpango wa Mungu wa uokoaji ulikuwa kubwa zaidi kuliko wake!

Mungu tena alijionyesha Mwenyewe katika maisha ya Jochebed na Musa. Anatamani kujidhihirisha kuwa mwaminifu katika maisha yako na maisha ya mume wako na watoto ikiwa utamruhusu uhuru wa kufanya mpango wake kulingana na kusudi lake.

Je! Una imani ya kutosha kwa Mungu kuelewa kwamba mpango wake ni bora kwa mtoto wako, hata kama hujui wakati huo?

Fikiria juu ya hili kwa dakika chache na uandike sala yako ya uaminifu kwa Mungu juu ya suala hili.

Kumbuka: Mungu tayari anajua moyo wako, ili uweze pia kuwa mwaminifu naye na kuomba msaada Wake kama unakua katika eneo hili!

SIKU YA 4

KUWAPENDA WATOTO WAKO

SEHEMU YA I

Soma **1 Wakorintho, sura ya 13.**

Katika somo la awali, tulijifunza sura hii kuhusu upendo. Mungu hufanya maelezo yake ya

upendo iwe wazi sana!

Kama tulivyotangulia, taja hapa chini vitendo hivi vinavyoelezea upendo ni:

____

____

____

____

Sasa, kueleza nini upendo sio:

____

____

____

____

Unafikiria nini kitatokea kwa watoto wetu ikiwa matendo yetu ya kila siku yanaonyesha mambo

ambayo Biblia inasema upendo sio?

Ni dhahiri, ikiwa matendo yetu hayataonyesha upendo, mara kwa mara watoto wetu hawatajisikia wapendwa na kwa hiyo hawataweza kuelewa upendo wa Mungu kwao. Ikiwa wanajisikia hawapendi basi hasira, upungufu au kutokuwa na usalama utawafanya kufungue haki kwa mtu mwingine, yeyote ambaye wanahisi anawapenda. Hiyo inaweza kusababisha maafa kwa sababu kwa bahati mbaya, kwamba 'mtu' mara nyingi hudhibitiwa na adui na sio kuteka tu watoto wako mbali nawe lakini pia atawavuta mbali na Mungu.

Ninahitaji kupinga ushauri huu wote wa vitendo kuhusu jinsi ya kuonyesha upendo kwa watoto wetu kwa dakika kwa sababu ninaamini tunaweza kufanya kila kitu kilichotajwa katika sura moja na mbili ya sehemu mbili, na bado tunapoteza watoto wetu kinyume cha kila kitu tunachoamini. Unaona, tunaweza "kufanya" kila kitu sahihi na Kitabu na bado tunawaona wakichukua njia ya kuharibiwa ambayo kila mzazi anaogopa. Kuna kiungo kimoja cha kwamba ikiwa kinachoachwa nje, kitasababisha kushindwa fulani. Hiyo kiungo ni sala, na ninazungumzia juu ya maombi ya moyo, na thabiti ambapo tunamsihi Baba kwa jina la Yesu kwa niaba ya watoto wetu na hatujawahi kuacha, bila kujali ni mbaya jinsi gani au jinsi mbali watoto wetu wanavyoanguka.

Tunapopuuza sala tunamwambia Mungu hatuhitaji msaada Wake. Tunamwambia tunaweza kufanya jambo hili la kuzungumza mtoto kwa sisi wenyewe. Nimekuja kukuambia kwamba hatuwezi. Nada. Hapana. Haifanyi kazi. Najua kile ninachozungumzia.

Hata kama tunaweza kuacha nje matunda ya Roho kila siku katika maisha yetu wenyewe, haiwezi kuzalisha sawa katika maisha ya watoto wetu. Lazima tuelewe kwamba ni Baba ambaye hutoa matunda katika maisha yao, si sisi. Yeye ndiye pekee ambaye anaweza kubadilisha mioyo yao, mawazo, na matendo, na rafiki yangu, mabadiliko ya moyo ni mabadiliko ya kudumu tu katika maisha ya mtu yeyote.

Tunaweza kwenda kanisa na kuchukua watoto wetu na sisi kila wakati milango imefunguliwa na yote yatakayotenda ni kutuweka busy isipokuwa tuomba kwa bidii pamoja nayo. Kwa nini sisi mara nyingi tunaenda kanisa kulia kwa marafiki zetu kwa ushauri na kutafuta kitabu chochote kinachowezekana kutusaidia kwa shida yetu? Je, hatupaswi kwenda kanisani ili tujishutumu kwenye madhabahu yake na kumlilia Mmoja pekee ambaye anaweza kufanya tofauti? Vitabu ni vema na wanaweza kusaidia, lakini kitabu kimoja tu kina majibu yote na hiyo ni kitabu chake. Kuweka mazoezi Neno la Mungu na sala ya dhati sio mapumziko yetu ya mwisho; wao ndio "pekee" ya kweli. "Oh kwamba wazazi wa leo wachanga wanaweza kuelewa hili!

Sala ni kukiri yetu kwamba Mungu anaweza kufanya zaidi kuliko sisi. Sala ya kuombea ni chombo chenye nguvu sana ambacho tuna duniani, na moja pekee ambayo inaweza kubadili watoto wetu nje. Sala inaomba Kiti cha Enzi cha Mwenyezi Mungu kuingilia kati katika maisha yao kwa kiwango cha msingi zaidi. Bila maombi juhudi zetu zitakuwa bure. Kwa maombi,

Mungu anaweza kutumia na kutii utii wetu kwa Neno Lake kuathiri maisha ya watoto wetu.

Haimaanishi kuwa hatuwezi kuwa na shida, lakini inamaanisha Yeye atasikia tunapowachukua.

Sijawahi kupata katika maandiko ambako Mungu alikataa sala ya mama kwa ajili ya wokovu wa mtoto wake, maombi ya dhati kwa Baba kuleta, kumteka mtoto huyo. Nimejitafiti mwenyewe na nimewahi kuuliza wengine zaidi kuliko mimi na kwa sasa sijapata kugundua lakini wakati mmoja ambapo Mungu alisema "hapana" kwa sala ya mama kwa mtoto wake.

Wakati huo ni wakati mama wa James na Yohana wakamwomba Yesu aketi mmoja wa wanawe upande wake wa kushoto na moja upande wake wa kulia wakati alipoingia katika ufalme wake. Sala yake ilikuwa imetokana na kiburi kwa sababu alikuwa na wasiwasi na sifa na nafasi, sio moyo wa wanawe. Lakini angalia jinsi alivyojibu maombi ya Jokebed na wengine utasoma juu ya siku chache zifuatazo!

Na kwa hakika alijibu yangu zaidi ya miaka kumi iliyopita.

Tom na mimi tumewachukua wana wetu kanisani maisha yao yote. Tuliwafundisha njia na Neno la Mungu bora tulivyoweza. Ingawa tulishindwa mara nyingi, tulijaribu kuishi maisha ya uaminifu na imani mbele yao na tuliwaombea tangu wakati walipokuwa wadogo wadogo juu. Nilikuwa na hakika kwamba watoto wangu hawataweza kuingilia katika mambo ambayo watoto wengine walifanya au kudanganywa katika mizinga tuliyowaonya kwa makini. Nilikuwa na hakika kuwa watakuwa tofauti kwa sababu ya 'mambo' yote tuliyoyafanya ili kuwafufua haki.

Si sawa. Kama vile Mama na baba yao walichagua kujifunza mambo fulani kwa njia ngumu. Walikuwa wamepotezwa katika kuamini ole 'Mama na baba walikuwa wakubwa zamani kwenye pointi fulani. Walifikiri waweze kufanya hivyo njia yao na bado kuwa Wakristo wema.

Walifanya makosa yao wenyewe. Mwana mmoja hasa angeweza kuharibiwa na uchaguzi mbaya,

lakini Mungu alikuwa mwaminifu! Napenda kurudia kwamba-Mungu alikuwa mwaminifu,

akiwa na mji mkuu F!

Kwa miaka mitano tulimlilia Bwana kwa ajili yake. Kweli, siku kadhaa nilijiuliza kama Mungu

alikuwa hata anisikia. Nilijiuliza kama mkono Wake ulikuwa kazi wakati wote. Tukufu Mungu,

mkono wake ulikuwa kazi! Sina wakati wa kuwaambia hadithi nzima hapa; kweli hiyo ni kitabu

kingine kinachoendelea. Lakini napenda kukuambia mwisho. Baada ya miaka mitano ya

kushindwa Mungu alileta Ushindi. Leo mtoto huyu anamtumikia Bwana wetu karibu kando yetu.

Wana wetu watatu wanampenda Bwana na wanafundisha watoto wao wenyewe kulingana na

Neno la Mungu. Mungu ni mwema, mwaminifu na msaada wetu wa wakati wote wa wakati wa

shida! Tumaini watoto wako Kwake, kwa maana Yeye hatawaacha kamwe.

SIKU YA 4

ZOEZI LA FUNZO

Waandishi Kumbuka: Ninakupendekeza kununua nakala ya Lugha Tano za Upendo wa Watoto, na Dr Gary Chapman kwa sehemu hii ya utafiti wetu. Itakuwa rejea nzuri ya kuongeza kwenye maktaba yako na kutaja mwaka baada ya mwaka. Sio lazima, lakini wazazi wataona kuwa ni muhimu sana.

Mapema wiki hii, tulipata hisia zetu kuhusu upendo wa wazazi wetu na jinsi ulivyoathiri maisha yetu. Kwa baadhi yenu, hii ilikuwa zoezi la furaha. Kwa wengine ilikuwa ngumu sana. Natumaini somo la leo litakusaidia kushughulikia vyema na hisia zako na kukuruhusu kuendelea mbele kwa uzazi watoto wako mwenyewe.

Rejea tena kitabu, The Five Love Languages of Children. Katika hilo, Gary Chapman anaelezea njia tano ambazo watu hutafsiri upendo. Anasema maeneo haya tano "upendo lugha". Ni: 1) Kugusa kimwili, 2) Maneno ya uthibitisho, 3) Muda wa ubora, 4) Zawadi, na 5) Matendo ya Utumishi.

Kulingana na kazi ya Siku ya pili kuelezea sababu za kuhisi kupendwa na mama yako, je! Maelezo yako yanajumuisha moja au zaidi ya lugha tano za upendo? Zipi?

____

Ikiwa haukujisikia kupendwa na yeye, je! Maelezo yako ya "kwa nini si" yanajumuisha yoyote ya lugha tano za upendo? Zipi?

Kwa maoni yako, ni lugha mbili za upendo zinazoelezea upendo?

1 .____

2 .____

Je! Unaweza kuona kiungo cha moja kwa moja kati ya maelezo yako ya upendo wa mama na

baba yako (au ukosefu wake) na uchaguzi wako mawili?

Panga lugha tano za upendo kwa utaratibu wa umuhimu wao kwako:

1 .____

2 .____

3 .____

4 .____

5 .____

Kwa sababu sisi sote tuna lugha ya upendo sana, sisi mara nyingi tunasikia ama kupendwa na

kukubaliwa au kupendwa na kutokubalika kwa kuzingatia kama mama au mama yetu alitumia

lugha yetu ya msingi ya upendo katika maneno yake ya upendo kwetu. Haijalishi ni kweli gani

yeye alitupenda, tunaweza kuhisi kuwa haijulikani kama upendo wake ulikuwa ni njia yoyote

isipokuwa lugha yetu ya msingi ya upendo.

Kwa mfano, kama wewe ni mtu ambaye anahitaji maneno ya upendo na uthibitisho kujisikia

salama katika upendo wa mwingine, huwezi kujisikia kupendwa na mama yako ikiwa

akakukosoa mara kwa mara, hata kama alionyesha upendo wake katika upendo mwingine wa nne lugha! Hata kama mama yako alijitolea kukufanyia mambo, mara kwa mara alikugusa kwa upendo, akakupa yote unayohitaji na alifanya wakati wa kutumia muda pamoja nawe, inawezekana sana na inawezekana sana kwamba ungejisikia unloved kwa sababu hakuwasiliana kukupenda kwa lugha yako ya upendo.

Mara nyingi, mtu anaweza kujua mioyoni mwao anapendwa, lakini wakati mwingine hawajisiki! Ikiwa unaweza kuelewa hili ndani yako, utakuwa na uwezo wa kutolewa na kuchanganyikiwa sana ambayo huenda umefanya kuzunguka kwa miaka!

Tutarudi kwenye utafiti wa lugha za upendo tena kwa siku chache. Kwa sasa, kutambua kuwepo kwao kunaweza kutusaidia kupata uhuru katika kuelewa ni kwa nini wakati mwingine tunaweza kuwa na hisia zisizopendwa na mzazi hata wakati ujuzi wetu wa kichwa unatuambia kinyume! Tumaini, baada ya kuelewa zaidi kuhusu lugha yako ya upendo, una uwezo wa kuelewa uhusiano wako na wazazi wako. Hakika hakika imenisaidia! Mama yangu alinipenda kama vile mama yeyote aliyeweza kufanya na sija shaka kwamba angeweza kufanya chochote iwezekanavyo kunilinda, ikiwa ni pamoja na kuhatarisha maisha yake mwenyewe! Kwa bahati mbaya, siku zote nilikuwa na ufahamu mkuu wa hili, lakini mara nyingi sikujisikia.

Unaona, lugha yangu ya msingi ya upendo ni maneno ya uthibitisho. Kitu ngumu zaidi ulimwenguni kwa ajili ya kufanya ni kutoa upendo kupitia maneno ya uthibitisho. Labda alisema maneno, "Ninakupenda" kila siku lakini hakutumia maneno mazuri kunitia moyo katika kufikia bora yangu. Yeye, kama kile kilichowekwa kwa ajili yake, alitumia maneno ya upinzani na kunyosha ili kunifanya, kwa muda mrefu na mara nyingi. Nilifafanua kwamba kama ukosefu wa upendo badala ya chombo cha kufundisha alichotaka kuwa nacho.

Lazima tukumbuke, nadharia ya lugha za upendo imetolewa tu ndani ya miaka michache iliyopita. Wazazi wetu hawakuwa na ujuzi huu na hivyo walifanya upendo wao kwa njia bora zaidi waliyojua jinsi. Kutumia hali yangu kama mfano, ina aina hii ya kutokuelewana iliwafanya uhisi wakati mwingine haukupendekezwa, hata kama ulijua katika akili yako ulikuwa?

Ikiwa ndivyo, ingiza sala yako kwa Mungu na kumwomba kuponya akili yako mara moja na kwa wote. Kukubali ukweli kwamba mama yako hakukusudia madhara lakini hakutambua lugha yako ya msingi ya upendo.

SIKU YA 5

KUWAPENDA WATOTO WAKO

SEHEMU YA II

Mapema tulianza kujifunza kuhusu sifa za mama mwenye upendo. Jochebed alikuwa mtindo wetu wa kwanza wa mama ambaye kwa uaminifu alitaka ulinzi kwa mwanawe kutoka kifo mikononi mwa Farao wa Misri mkali. Leo tutajifunza kuhusu mama mwingine mwenye upendo ambaye anatuonyesha maana ya uaminifu katika huduma.

Soma **2 Wafalme 4: 8-3 7.**

Kifungu hiki kinatuambia kuhusu mwanamke wa Shunamm ambaye alijitolea kwa Eord na kumtumikia nabii wake Elisha kwa kufanya ghorofa ndogo ili aende wakati wowote alipokuwa akienda katika eneo lao. Kwa njia ya ukarimu, alimtumikia Mungu na mtumishi Wake kwa kusudi la upendo bila nia yoyote ya ajabu.

Siku moja wakati ElisHa alipokuwa akitembelea na kupumzika kwa uangalifu juu ya kitanda alimtayarisha, ghafla alijiuliza nini angeweza kufanya kwa mwanamke huyu na mumewe kwa kurudi kwa wema. Alimwita na kumwuliza angeweza kumfanyia. Alitoa nini?

____

Alijibuje?

____

Hapa, mwanamke huyo wa kishunemu hakika alionyesha kuwa huduma yake kwa Mungu na mtumishi wake hakuwa na upendo, si kwa kile anachoweza kupokea kwa kurudi. Aliposema kumleta mbele ya mfalme na kamanda wake kwa ajili ya heshima na malipo, alijibu kwamba alikuwa na mahitaji yote kati ya watu wake. Ni mtazamo wa huduma! Alimpa huduma yake kwa Mungu na Elisha kwa uhuru bila masharti yoyote yaliyounganishwa!

Baadaye, Elisha aliporudi nyumbani kwake pamoja na Gehazi mtumishi wake, aliuliza kama anajua chochote kilichofanyika ili kumheshimu mwanamke huyo mwaminifu, aliyejitolea ambaye alimpa fadhili nyumba na ukaribishaji. Gehazi akamwambia kuwa wanandoa wa Shunamm hawajawahi kuwa na mtoto. Pengine alikuwa amemwomba mtoto kwa miaka na kwa moyo uliovunjika aliomba Mungu ampe mtoto.

Hata hivyo, mtu wa Mungu alipofika nyumbani kwake, alimtumikia kwa moyo wote na hakumwambia Elisha juu ya hali yake au kumwomba kumtafuta Mungu kwa niaba yake. Halafu hakuomba mahitaji yake yatimizwe kama malipo kwa huduma yake ya uaminifu kwake. Kwa kweli, yeye hakumtaja hata Elisha, lakini ni wazi kwamba Mungu alijua kwamba tamaa ya moyo wake ilikuwa kuwa na mtoto.

Kwa imani, Elisha alimwita Gehazi kumwita tena na akiwa amesimama mlangoni mwake, akamwambia kuwa atakuwa mjamzito wakati wa msimu ujao wenye kuzaa. Alisema kwamba angeweza kumtolea mtoto ndani ya mwaka! Yeye hakuweza kuamini masikio yake!

Jibu lake la pekee lilikuwa, "Usiongeni uongo Elisha!" Alifafanua, kile alichomaanisha ilikuwa, "Usiongie uongo juu ya jambo hili muhimu! Sikuweza kusimama ikiwa umefanya! Usione ahadi hii ikiwa haitatokea! "

Je! Umewahi kutaka kitu fulani kiasi kwamba wakati kilichotokea, ulikuwa na hofu kidogo kuamini? Naam, dhahiri, tamaa yake kubwa kabisa ilitokea! Mstari wa 17 anasema alikuwa na mtoto ndani ya msimu huo (ndani ya mwaka)!

Mungu ni mzuri sana! Mara nyingine tena, tunaona kwamba Yeye husikia tamaa za mioyo yetu na anajibu watumishi Wake waaminifu!

Mtazamo wa huduma isiyo na ubinafsi unahitajika kabisa kuwa mama mzuri na mwenye upendo. Mungu aliona mtazamo huu katika maisha ya mwanamke huyu hata kabla ya kuwa mama! Alijua kwamba angekuwa mama aliyejaa imani ambaye angependa mtoto wake kwa huduma kwa siku zake zote!

Pia ni jambo la kushangaza kutambua kwamba jina la mwanamke wa Shunammite haujapewa hata katika kifungu hiki. Wanawake wengi watastahikiwa na upungufu wa jina lao, lakini nia yake safi na ya dhati ya huduma haikudhuru na tamaa ya utukufu. Nadhani ni kufaa sana kwamba Mungu alichagua kumtukuza maisha yake yote ya huduma kwa kuinua huduma yake badala ya jina lake.

Katika maisha yako ya huduma, ingekuwa ungependa kuwa na jina lako au huduma yako imeinuliwa?

ZOEZI LA FUNZO

Je mwanamke wa kishunemu amekufundisha kitu kuhusu mtazamo wa huduma kama mama? Kumbuka siku ya 2 tulipojifunza kwamba tunapaswa kuwathamini watoto wetu na mtazamo wa moyo sahihi? Hapa, mama mwenye upendo ni mfano mzuri wa mama ambaye hutumikia Mungu na mwanadamu kwa moyo wake wote bila masharti. Hiyo ndiyo jinsi tunavyotumikia familia zetu. Je! Wakati mwingine huwa vigumu kutumikia familia yako, hasa watoto wako siku na mchana na mtazamo wa wema na masharti yoyote yanayounganishwa? Wanawake wengi wanashinda katika eneo hili, je, wewe ni mmoja wao?

Anza kazi yako kwa maombi kwa Mungu, kumwomba kufunua mtazamo wowote au hatua ambayo inahitaji kubadilisha katika maisha yako.

Jaza mtazamo wako wa huduma kwa siku ya kawaida na kisha uorodhe njia ambazo unafikiri Mungu angependa kuboresha.

JUMA LA 2

KUFUNDISHA MTOTO MDOGO (PET - NYANI MTOTO) KATIKA ZOO (ZIZI)!

Je? wewe umewahi kujiuliza, "Ni nani anayefundisha nani?" Je! umewahi kujisikia kama

mwimbaji wa simba wa kukaa ili kupata watoto wadogo kukugeuka wakati kitu pekee

unachoweza kufikiria ni "Kukimbia!"?

Katika ulimwengu uliojaa mzigo na wataalam wa kuzaliana watoto (bila watoto wao wenyewe)

hakika wanaonekana kuwa na ugavi mkubwa wa machafu, wenye uharibifu, walioharibika,

wasio na mwelekeo, wachache ambao wanaozunguka!

Ninaweza tu kukusikia sasa: "O, unaweza kusemaje hivyo? Uovu! Lazima usipende watoto!

Mvulana, lazima uwe mke wa mama kwa wavulana wako! Nadhani wewe sio karibu na watoto

sana, huh? Haiwezi kusimama kelele? "

Ukweli nio kabisa kuabudu watoto! Wana wetu wametupa furaha kubwa kwa miaka mingi. Sasa

wametupatia sita nzuri (kamili kabisa, ikiwa nisema hivyo mimi mwenyewe!) Wajukuu,

wavulana wanne na wasichana wawili. Ilichukua familia yetu miaka 31 kwa hatimaye kuwa na

msichana na naweza kukuahidi wale wawili hawahitaji makini, na nguo za nguo nyingi kwa

viatu vingi. Bila shaka wavulana wana sehemu yao ya soka na mikeka ya kupigana. Torn na

nimegundua kwamba wajukuu ni safi 100% ya asili ya furaha, hakuna viongeza vinavyotakiwa.

Tom kwa ujinga anasema wajukuu ni thawabu ya Mungu ya kushangaza kwa kuua watoto wetu!

Wao ni furaha ya ajabu na siwapendi chochote bora kuliko kuwashikilia, kuwajali, kusafisha nyuso zao, kucheza baseball na dolls za watoto. 'Siku ya Nanna Out' ni pengine zaidi ya kutibu kuliko mimi. Sisi ni heri ya kuwa na wote wanaoishi ndani ya radio ya ishirini na maili yetu na wakati mwingine Tom na mimi tutawaunganisha wote katika gari na kuchukua mbali kwenye adventure. Sandy, Golden Retriever yetu, hupanda bluu mwitu huko pamoja na sisi. Watu wanafikiri sisi ni wazimu; tunasema tumebarikiwa.

Lakini mimi, kama kila mtu mwingine, kuwa na tabia ya kufikiri watoto wangu (na wajukuu) sio mbaya kama kila mtu mwingine. Mgodi haukukuwa whiners, mbaya, uharibifu ulioharibiwa, au haukupunguzwa! Wala hawakuwa watoto wa dhahabu! Naam, labda kidogo tu! Kamwe usifikiri kwamba majirani walipaswa kukimbia ili kufunga milango yao wakati walipomwona tukija.

Unaona, Mungu katika hekima yake isiyo na kipimo aliwapa wazazi (na babu na babu) hatua ya ziada ya huruma katika kushughulika na watoto wao wenyewe. Kwa sababu ya rehema ya ziada, mzazi hawezi kumhukumu mtoto wake kwa jina la Delinquent ya Watoto wa Milele kwa kulia vitisho vya damu katika meza kwa dada mdogo au kutaka hukumu ya maisha kwa kijana mdogo kwa kujificha frog kamba pudding pistachio.

Watoto watakuwa watoto, bila kujali ni nani. Kazi yetu kama wazazi ni kwa namna fulani kuwapata yao tabia zote za kitoto na mitazamo na katika watu wazima kukomaa bila kufanya mincemeat ya roho yao.

Inaweza kufanyika au Mungu hakuwahi kamwe kutupa kazi; hata hivyo, lazima tufanye njia yake! Kama wazazi, imani yetu kwa Mungu, utii wetu kwa Neno Lake, na maisha yetu ya maombi ya kazi hutupa uhakika kwamba hatimaye, watoto wetu wataenda vizuri!

Mara nyingi, tunasikia sisi ni kushindwa kamili kama wazazi kwa sababu watoto wetu wameshindwa kuishi na kufanya kama sisi ameliagiza. Najua kwamba mara nyingi nilihisi kama kushindwa kabisa na jumla kama mama. Walipokuwa watoto wachanga na nilihisi kuwa hauna uwezo wa kudhibiti tabia zao, nilihisi kuwa hauna nguvu na kuzidi kuwa mtoto mwenye umri wa miaka miwili angeweza kupata bora kwangu. Walipokuwa shuleni la shule na wangeweza kuvuta maagizo yao, au tu kupuuza maagizo yangu, napenda kujisikia kuwa na hisia na hasira kwamba wanaweza kumtendea mama yao kwa njia hiyo! Hasa wakati wana wangu walipokuwa wanapitia magonjwa ya miaka ya vijana, ningekuwa na machozi dakika moja, nikiwa na mshangao wa pili, na nikisikia sio maana ijayo!

Wakati wowote walipoanguka katika eneo ambalo nilidhani niliwafundisha vizuri, nilihisi kama niliwaacha. Nilihisi kuwajibika kabisa kwa uchaguzi wao usiofaa. Kulikuwa na wakati ambapo kushindwa kwao kulikuwa kosa langu kwa sababu sikuwa na kuwafundisha kama nilipaswa kuwa au nilishindwa kuishi mbele yao mfano wa mafundisho hayo.

Hata hivyo, kulikuwa na wakati ambapo kushindwa kwao kulikuwa peke yao. Walikuwa hawakubaliana na mafundisho waliyopewa, kwa maneno na matendo.

Je! Itashangaa wewe kugundua kwamba Mungu alikuwa mzazi mkamilifu, lakini watoto Wake hawakugeuka kabisa?

Wiki hii, tutaangalia ukweli kadhaa muhimu kuhusu kuzaliana kwa watoto ambayo inapaswa kukusaidia sana unapojaribu kuwafundisha watoto wadogo kulingana na njia za Mungu. Huenda usikubaliana na kila kitu kilichofundishwa katika somo hili. Mimi tu kuuliza kwamba wewe kwa uaminifu kupima nini kufundishwa hapa na kile Neno la Mungu kufundisha. Kama nilivyowaambieni hapo awali, ikiwa kitu ninachosema ni kinyume na Neno lake lililoandikwa, basi mimi nikosa. Hata hivyo, kama ninachosema ni kulingana na Neno, basi mafundisho ni sahihi, kama mtu anakubaliana au la.

Hebu Mungu na Neno Lake kuwa mamlaka. Mruhusu afanye akili yako katika maeneo ambayo unataka kutokubaliana kwa sababu njia zake hazitakuacha. Au muhimu zaidi, njia zake hazitaruhusu watoto wako kushuka. Sio leo - sio!

Jambo la kwanza, jambo la muhimu ambalo mama anapaswa kufanya ni kuwa na imani! Bila imani, haiwezekani kuinua watoto na amani ya akili kujua kwamba hatimaye, kila kitu kitafanya kazi kwa sababu Mungu ana udhibiti!

SIKU YA 1

MWANAMKE WA SHUNEMU - MFANO WA IMANI ILIYOBINAFUSISWHA

SEHEMU YA I

Soma **2 Wafalme 4: 8-37.**

Juma lililopita, tukamaliza kujifunza kwa kila wiki na mfano wa mwanamke wa Shunammite ambaye alimtumikia nabii Elisha na zawadi yake ya huduma kwa njia ya ukaribishaji.

Tamaa ya moyo wake ilikuwa ni kuwa na mtoto, lakini hakuwa na kutoa huduma yake kwa kurudi kwa sala yake ipojibiwa. Badala yake, alihudumu kwa hiari na kwa upendo bila hata kutaja hamu ya moyo wake Elisha.

Elisha alikuwa alitaka kumlipa wazi mbele ya mfalme na jeshi lake lakini alikataa kutoa kwake. Badala yake, alichagua kubaki nyuma na kumtumikia Bwana wake na mtumishi Wake kimya kimya bila fanfare.

Wanawake, Bwana anaona jinsi tunavyoishi maisha yetu. Anajua tamaa ya mioyo yetu. Anajua nia zetu, sababu tunayofanya tunachofanya. Bwana alimwona mwanamke huyu mpendwa amefanya huduma isiyo na ubinafsi kwa Elisha na usafi wa nia zake na akamwongoza Elisha kumbariki kwa ahadi mpya, tumaini jipya.

Katika mstari wa 16, Elisha aliahidi nini mwanamke Mshunemu?

____

Alijibuje?

Ijapokuwa maandiko hayaelezei kabisa kwamba Mungu alimshawishi Elisha kumwambia mwanawe, tunaweza kujua Yeye alifanya kwa sababu hiyo sio ahadi Elisha inaweza kuwa na kujifanya mwenyewe. Tunajua Elisa alikuwa amejisikia kusikia sauti ya Mungu bado, ndogo ya kusema kwa moyo wake; na tunaweza kujua kutoka kwa sura zilizopita kwamba alikuwa amezoea kufuata mwongozo wa Mungu. Kutoka kwa kauli yake katika mstari wa 9 tunajua mwanamke wa Shunammite aliamini hili pia.

Hapa ni mwanamke ambaye amethibitisha uaminifu wake na uaminifu kwa Mungu na mwanadamu wake na hata wakati ahadi-ambayo inaonekana kuwa nzuri sana kuwa kweli - alipewa, alijibu kwa nini? Dhahiri!

Je, unaweza kufikiria jinsi alivyokuwa ameona kama Elisha alivyomwambia ahadi hiyo? Ninaweza kusikia uingizaji wake mkubwa wa pumzi - mshangao katika sauti yake. Ninaweza tu kufikiria maneno ambayo huenda ikaanza kupitia mawazo yake. "Alijuaje kwamba hilo lilikuwa tamaa yangu kuu? Sikujawahi kumwambia! Hii haiwezi kuwa kweli! Inawezekana? "Katika mshangao wake unaweza karibu kusikia uchungu kwa sauti yake kama anasema," Usiongoze! " Je, mstari wa 17 unatuambia nini?

Wakati mwingine sisi pia tunaweza kusikia ahadi za Mungu kwetu na bado zinaonekana kuwa nzuri sana kuwa kweli. Kwa hiyo tuna shaka. Ningependa kuelezea hapa kwamba hata ingawa alijihusisha mara ya kwanza - ingawa alifikiria ahadi ilikuwa nzuri sana kuwa kweli - Mungu alimbariki hata hivyo.

Hadithi ya mwanamke wa kishunemu ni mfano kwetu jinsi Mungu alijibu sala za mwanamke mwaminifu, mwaminifu, rahisi. Mwanamke sana kama wewe na mimi. Kama mama tunataka sana watoto wetu. Somo hili ni kama ishara ya neon kupiga kelele kwamba tunaweza kumwamini Mungu kwa tamaa za moyo wetu kama mama. Na kama sisi hivi karibuni kugundua kama sisi kuendelea na utafiti wetu wa mwanamke Shunammite, tunaweza kumwamini yeye na watoto wetu, pia.

Je, unafikiri wakati ambapo Mungu alijibu sala kwako? Andika hadithi yako hapa.

____

____

____

____

____

____

____

____

SIKU YA 1

ZOEZI LA FUNZO

KUTAMBUA LUGHA ZA UPENDO KWA MWANA WAKO

Rejea kwenye kitabu chako: Lugha Tano za Upendo wa Watoto, na Gary Chapman na Ross Campbell.

Juma jana tulianza kujifunza kuhusu lugha tano za upendo na jinsi kuelewa kwao kunaweza kutusaidia vizuri kuwasilisha upendo wetu kwa watoto wetu. Wiki hii, tutaamua lugha maalum za upendo za watoto wetu na wapendwa wengine. Kwa madhumuni ya mapitio, lugha tano za upendo ni: Kugusa, Maneno ya uthibitisho, Muda wa Ubora, Zawadi, na Matendo ya Huduma.

Natumaini kwa uaminifu kwamba umeshiriki lugha yetu ya upendo na mume wako na kwamba alikuwa na uwezo wa kushiriki nawe lugha yake ya msingi. Kupata lugha ya upendo ya watoto wako inaweza kuwa rahisi sana. Kwa kweli, Gary Chapman, mwandishi wa The Five Love Languages of Children, anaonyesha kwamba usiulize mtoto wako au hata kujadili utafutaji wako nao. Kwa sababu ya hali ya asili ya ubinafsi ya watoto, wanaweza kukufanya ufanyie tamaa zao za muda mfupi. Anapendekeza kutumia utaratibu wafuatayo ili kuamua lugha yao ya upendo:

1. Angalia jinsi mtoto wako anavyoonyesha upendo kwako.

Watoto mara nyingi huonyesha upendo kwa namna hiyo wanayopokea. Kwa mfano, kama mtoto wako mara nyingi anasema, "Ninakupenda kwa kufanya cookies haya, mama," anaweza kuhitaji maneno ya uthibitisho kutoka kwako. Ikiwa anajitolea kufuta ghorofa kwa sababu anakupenda, basi anaweza kuhisi kupendwa wakati matendo ya huduma yanaonyeshwa kwake.

2. Angalia jinsi mtoto wako anavyoonyesha upendo kwa wengine.

Ikiwa yeye mara nyingi hukumbatia na kumbusu ndugu zake, dada, shangazi, babu na babu, nk bila kuulizwa, labda anahitaji upendo kupitia kugusa kama uthibitisho wa upendo.

3. Sikiliza kile ambacho mtoto wako anaomba mara nyingi.

Ikiwa mtoto wako akuomba kumpeleka kwenye bustani, kwa ajili ya kutembea, au mara nyingi anauliza uketi na kucheza, anahitaji muda wa ubora ili kutimiza mahitaji yake ya kihisia. Ikiwa yeye husema mara kwa mara, "Angalia kile nilichofanya?" Anaomba maneno ya uthibitisho. Ikiwa anasema, "Mama wa Johnny anampenda sana kwa sababu amemununua koti mpya!" Unaweza kuwa na hakika kwamba zawadi ni ishara muhimu ya upendo kwa ajili yake. (Jihadharini kwamba mtoto wako hakutumii tu kupata vitu vya kimwili "kuendelea na watoto wa Jones!")

4. Angalia nini mtoto wako analalamika mara nyingi kuhusu.

Vipimo kama namba 3, mtoto wako atasema moja kwa moja eneo ambalo halijajazwa. Kwa mfano, sikiliza kwa maneno ya "wewe kamwe" kama, "Mama, hutawahi kucheza nami" au "Mama, hutaambii kamwe kwamba ninafanya chochote sahihi." Hii itasaidia kutambua mahitaji yake maalum.

Mpe mtoto wako uchaguzi kati ya chaguo mbili. Watoto wazee wanaweza kusaidia mchakato wa ugunduzi wakati unapowapa chaguo kati ya maneno mawili ya upendo. Kwa mfano: "Johnny, je! Ungependa kwenda kwenye bustani na kuzungumza pamoja na Mama au ungependa Mama awe na cookies kwa ajili yako na darasa lako kesho?" Jibu lake litakupa ufahamu muhimu katika lugha yake ya upendo.

Kugundua lugha ya upendo wa mtoto wako itachukua muda, lakini unapaswa kuanza kugundua dalili ndani ya siku moja au mbili. Endelea kufanya kazi na hivi karibuni utagundua hekima itakusaidia kuonyesha mtoto wako kiasi gani unampenda kwa njia ya vitendo. Kuwa makini sana kutumia maarifa haya dhidi yao. Watoto wako katika mazingira magumu sana na ukitumia ujuzi huu kama silaha kuwafanya wafanye kile unachotaka, unaweza kuwafanya wapige na kuingia katika shell isiyo ya mawasiliano.

Kumbuka: Upendo wako usipaswi kamwe kufanywa kwa njia ya masharti. Taarifa hiyo, "Ninakupenda," lazima iwe daima kusimama peke yake bila "kwa sababu" imeunganishwa. Kwa njia hiyo mtoto wako ataelewa upendo wako usio na masharti kwa ajili yake na itachukua wewe na wawili kwa njia nyingi za muda mrefu, ngumu zaidi ya miaka michache ijayo.

SIKU YA 2

MWANAMKE WA KISHUNEMU – MFANO WA IMANI BINAFSI INAYOFANYA SEHEMU YA II

Tena, soma **2 Wafalme 4: 17-37.**

Kwa somo la leo, tutachukua kuzaliwa kwa mwanamke wa Shunammite na kujifunza jinsi maisha yao pamoja yalivyoendelea. Maandiko hayatoa maelezo maalum juu ya miaka mdogo ya kuzaliwa kwa mtoto; hata hivyo, kuna mengi tunayoweza kujifunza kutokana na kusoma hadithi hii.

Napenda kuelezea mambo machache yaliyotajwa mahsusi au yaliyofanywa:

1. Tunaweza kujua kwamba yeye na mumewe walifanya kazi pamoja katika mafunzo na kuzaliwa kwa mtoto wao.

2. Alipokua, baba yake alimchukua shambani, alifanya kazi pamoja naye, na kumfundisha katika njia za kazi ngumu.

3. Ingawa baba yake alifanya kazi pamoja naye katika shamba, aliendelea kuwa na uhusiano wa karibu na mama yake, pia, kwa sababu siku aliyokuwa mgonjwa baba yake alimtuma nyumbani.

4. Baba yake alivutiwa na mwanawe, na ingawa alimpeleka nyumbani pamoja na watumishi, alikwenda nyumbani kwa muda mfupi sana. Tunajua hili kwa sababu alikuwa nyumbani wakati mtoto alikufa.

Miaka mingi baadaye, wakati mtoto wake alikuwa mzee wa kutosha kufanya kazi pamoja na baba yake, alipata mgonjwa wa aina fulani ya ugonjwa wa kichwa au kuumiza (Maandiko haijulikani juu ya hili) na akapelekwa kwa mama yake na kukaa katika kitambaa chake. Saa chache baadaye, saa sita, akafa. Je, unaweza kufikiria maumivu aliyohisi? Maumivu ambayo kwa kawaida alihisi yangewapozaza wanawake wengi, lakini sio yeye! Alifanya nini? Mara moja alimtuma punda wake na kumkimbilia mtu wa Mungu ambaye alikuwa amemletea baraka ya Mungu miaka yake kabla.

Elisha alimwona akija, alijua kuna matatizo na akamtuma Gehazi kumwuliza juu ya shida. Jibu lake lilikuwa "Ni vizuri!" 'NELL ?! Je, angeweza kusema hivyo? Mwanawe alikuwa amekufa! Mambo inawezaje kuwa vizuri? Sababu pekee ya kumjibu kwa njia hiyo ilikuwa imani yake ya ajabu kwa Mungu na mtumishi Wake.

Mstari wa 23 unaonyesha kwamba wanandoa wa Shunammite walikuwa wakiendeleza uhusiano wao na Elisha kupitia miaka. Mstari wa 25 na 26 inasema wakati Elisha alipomwona akija kutoka mbali, alimtuma mtumishi wake kumwuliza kuhusu yeye na mtoto huyo.

Yeye instinctively alijua yeye hakutaka kumwona bila kutarajia isipokuwa kuna kitu kibaya na alihitaji msaada wake. Na wanahitaji msaada wake alifanya! Ni dhahiri kwamba aliwajua vizuri na kuwajali sana.

Badala ya kumpiga kelele kutoka kwa mbali na "kufanya kitu fulani," alingojea mpaka atamwona uso kwa uso.

Mara moja, akamkumbusha maneno aliyomwambia wakati alimwambia kwanza atakuwa na mwana. Kila hatua ilizungumza kwa sauti kubwa ya imani yake, wote katika Mungu na katika nabii Wake. Alijua kwamba Mungu hawezi kumruhusu. Alimpa mwana aliyeahidiwa na aliamini kuwa hawezi kumchukua. Alijua Elisha alikuwa nabii wa Mungu na kiongozi wa kiroho wa familia yake. Angefuata kufuata kwake na kuwa na imani. Mungu angejibu!

Na jibu alifanya! Kupitia muujiza wa Mungu, akitumia mtumishi Wake, alimfufua mwanawe!

Kupitia hadithi hii, tunaweza kupata ujasiri kwamba Mungu atawaleta watoto wetu tena katika maisha ya kiroho katika Yesu Kristo ikiwa tutamtumaini kama mama wa Shunammite. Kupitia imani na sala, Mungu atasikia sala ya mama! Uwe na imani, si kwa kuwa wewe ni mama mkamilifu, bali kwa sababu Yeye ni Mungu mkamilifu!

Je! Una imani ya mama huyu? Je! Mnamwamini kabisa Mmoja aliyewapa watoto kuwajali kila siku? Eleza hisia zako za kweli kwa Mungu, na kumbuka Yeye tayari anajua unayofikiri, hivyo pia uwe waaminifu kwenye karatasi! Itakusaidia kukua katika imani ikiwa utakabiliwa na udhaifu wako kwa uaminifu na uwakiri waziwazi kwa Mola wako Mlezi na kuomba msaada Wake. Kwa kufanya hivyo, atakuwa mwaminifu kusikia na kujibu sala yako!

SIKU YA 2

ZOEZI LA FUNZO

Leo, funga matokeo yako kama unavyoangalia mtoto wako akielezea upendo wake kwa watu wengi kama iwezekanavyo.

Kwako:

Kwa baba yake:

Kwa dada yake:

Kwa ndugu yake:

Kwa babu moja au zaidi:

Kwa wachezaji, mwalimu, au mtu mwingine asiye wa familia:

SIKU YA 3

ULEZI   NA   KUFUNZA   MBWA

Ruth Graham anafundisha kwamba kila mzazi anapaswa kusoma kitabu kizuri kuhusu mafunzo
ya mbwa. Anasema kuwa wazazi wanapaswa kuweka maelekezo yao rahisi. "Ninazungumza
watoto wangu kizunguzungu!" Anasema.

Nadhani tunapaswa kumsikiliza! Amepata haki ya kutoa ushauri ambao ni kwa hakika.
Nimewaambieni awali juu ya Sandy, Golden Retriever wetu. Alipata jina lake kwa sababu
anapenda pwani na mchanga sana. Katika ziara yetu ya mwisho kwenye mchanga wa mchanga,
tuliamua kuwa tunatembea polepole sana hivyo yeye alitukimbia mbele yetu. Wakati mwingine
tulimwona alikuwa akifunga kwenye kituo cha polisi cha Kure Beach. Mara Tom alipomwona
akasema, "L.ook asali, mwana wetu ni katika slammer."

Retrievers wa Golden hujulikana kuwa na wakati mgumu kudhibiti wenyewe na kutii amri kwa
miaka miwili ya kwanza ya maisha. Tuligundua kwamba kuwa kweli. Wanajulikana wanahitaji
kitu kinywa mwao wakati wote, ikiwezekana mkono wako au mkono wako. Tuligundua pia
kwamba kuwa kweli. Wanajulikana kuwa wezi, hasa wanapenda kupiga chupi vyako vichafu na
kuwaonyesha kwa majirani wote. Tuligundua kwamba kuwa kweli pia. Mchanga pia ana hisia za
ucheshi na hudhihirisha kila nafasi anayopata na mchezo mzuri wa kuweka mbali-na nguo za
chuo. Hii damu yetu sio moja ya hofu ya ukinuko wa sauti zetu au nyekundu ya nyuso zetu.
Anaonekana kufikiri tunahitaji kukimbia kila wakati kila wakati na kwamba mapafu yetu
yanahitaji jukwaa angalau mara moja kwa siku.

Sasa, kufundisha Mchanga hakutakuwa ni nini mtu anayeita kitanda cha roses ambacho isipokuwa unasema juu ya kitanda chao katika jumba la nyuma ambalo anapenda kuchimba. Yeye ni mzuri sana na harufu huwezi kumsaidia lakini kumcheka-hiyo ni kama hukumtahi. Mbwa hii ina utu pamoja. Dakika moja anaweza kukufukuza na wa pili atakufanya kupoteza pumzi yako katika kicheko kikubwa cha tumbo. Kupitia yote tumejifunza jambo moja muhimu sana: tumia amri rahisi ikiwa unataka afanye kile unachosema. Kaa. Kaa. Huru. Lala chini. Sema.

Mimi na damu kwa asili pia na kama vile wanaweza kuzungumza miguu ya nyuma nyuma ya tumbili. Katika kitabu chake pamoja na binti yake GiGi, mama pamoja, Ruth Graham anasema kwamba wakati mwingine "atazungumza watoto wake kizunguzungu." Ninaweza kuelewa hilo. Namaanisha, ni nini kibaya kwa kukaa mtoto wako mwenye umri wa miaka minne na kuelezea kwa nini mama anasema kutopiga diaper cha dada ya mtoto kwenye ukuta. Wanahitaji kuelewa mambo kadhaa muhimu, kama vile,

1. Sio safi.

2. Sio tabia njema.

3. Sio sanaa ya ukuta wakati inaelezea funny.

4. Unaweza kumshtaki mtu.

Kuna tatizo moja tu na nadharia ndogo ya mgodi wangu; haifanyi kazi. Walikuwa wamechoka kwa mazungumzo kabla hawajaelewa kile nilikuwa nikisema.

Kwa hiyo, kama mafunzo ya mchanga, ikiwa tunaweka amri zetu fupi, rahisi, na sahihi, watoto wetu hawana shaka tunachotaka. Ongeza katika "kwa nini" hatua kwa hatua wanapokua au wanapouliza. (Kwa umri wa miaka mitatu ambayo itakuwa juu ya kila wakati unapofungua kinywa chako). Kuwa thabiti na kuendelea na kuweka ahadi zako, chanya na hasi. Fuata. Ikiwa unaahidi 100 kunama kwa kitambaa cha mvua, kisha utoe. Kamwe kutoa amri bila kuona iitii.

KUFUNDISHA WATOTO WAKO NENO LA MUNGU

Soma mistari ifuatayo na kujaza vifungo hivi:

Mithali 22: 6: _____________________ juu ya mtoto kwa njia ambayo anapaswa kwenda na ____ hawezi kuondoka.

Mithali 22:15: _____________________ inapatikana ndani ya moyo wa mtoto, lakini ____ itawafukuza mbali naye.

Katika kila hali hapa, neno la Kiebrania linalotafsiriwa maana ya treni linamaanisha "kujitolea, kuwa mwembamba, kwa bidii." Tunapaswa kuwa wenye bidii, au thabiti, katika mafundisho ya watoto wetu. Huenda hii ni kushindwa namba moja kwa mama kila mahali! Ni vigumu kuwa thabiti, siku na mchana nje, katika mafunzo ya watoto wetu.

Ratiba ya mama ya siku moja ni zaidi kuliko mwingine na hasira yake inaweza kumfanya awe na bidii zaidi kuhusu kuona utii wa watoto kuliko siku ambayo ana ratiba zaidi ya burudani. Kile anasema leo hawezi kuwa kesho sawa. Ni muhimu kwamba sisi kutoa watoto wetu mipaka na sheria ambayo ni sawa kila siku, sheria wanaweza kuzingatia. Ni haki kabisa kuruhusu Johnny kuruka juu ya kitanda leo na kumpeleka kwa kitu kimoja kesho. Anapaswa kujua sheria hiyo ni sawa nyumbani kila siku ili kuelewa kwamba sheria za Mungu ni sawa. Vinginevyo, yeye atakuwa mwisho kuchanganyikiwa kabisa na kufikiri kwamba Mungu ana hisia pia, na sheria zake inaweza kubadilika kama yako.

Soma **Kumbukumbu la Torati 11: 18-20.**

Je, mistari hii inatuambiaje na wakati gani sisi, kama wazazi, ni kuwafundisha watoto wetu?

Mara nyingine tena, Maandiko yanatufundisha kuwa sheria ni sawa. Inarudia, kwa namna tofauti, kwamba ni lazima tuwafundishe watoto wetu masomo sawa. Weka sheria sawa. Biblia inaweka sheria sawa kwa sisi hata kama inatufundisha kufundisha watoto wetu.

Soma **Isaya 28: 9, 10.**

Unafikiri nini neno "mstari juu ya mstari, amri juu ya amri, hapa kidogo, kuna kidogo" ina maana?

Mara nyingine tena, Mungu ni thabiti. Anatuambia tuendelee kufundisha kitu kimoja. Kurudia husababisha kujifunza kuzikwa ndani ya moyo wa mtoto wako. Sheria hukaa sawa; mafundisho bado yanaendelea siku na mchana.

Wakati msimamo huu unachukua mizizi ndani ya moyo wa mama, itachukua mizizi katika vitendo vya mama huyo.

Mpaka inachukua mizizi moyoni na matendo ya mama, haipaswi kutarajia kuwa mizizi katika moyo na matendo ya watoto wake. 0-0-OH! Najua, kwamba hupenda, sio, Mama? Mungu anatuambia tunapaswa kukua ikiwa tunatarajia watoto wetu.

Waefeso 6: 4 Inatufundisha tusifanye _______________________ watoto wetu

____

Wakati hatuwapa watoto wetu usalama wa sheria thabiti na matarajio, hawana uhakika kama wanatarajia adhabu au sifa juu ya tabia fulani. Katika nyoyo zao ndogo, wanahisi udhalimu kwa undani. Wakati sifa ya leo inakuwa adhabu ya kesho, wanahisi kabisa katika kujaribu kutupendeza. Hii mara nyingi husababisha kutokuamini na kutupa hasira ambayo inaweza kuwa na uzoefu kwa maisha yao yote.

2 Timotheo 3:15 Inafundisha nini? ____

Matumaini yetu na tuzo kwa ajili ya kutumia nidhamu thabiti lazima iwe ushuhuda watoto wetu kukubali Yesu kama Mwokozi wao siku moja. Ni malipo gani bora zaidi ambayo yanaweza kuwapo?

Nadharia ya Ruth Graham juu ya "mafunzo ya pet" kwa kiddies ilikuwa pretty smart, huh ?! Tafadhali kumbuka, mpaka usimamaji utachukua mizizi ndani ya moyo wa mama, hauwezi kuchukua mizizi moyo wa mtoto wake.

SIKU YA 3

ZOEZI LA FUNZO

Kwa kuzingatia ushauri wa Ruth Graham juu ya mafunzo ya wanyama, fikiria kwa uangalifu juu ya sifa za tabia na sheria ambazo unataka sana kuziingiza katika watoto wako katika hatua hii ya maisha yao.

Kwa kila mtoto, funga orodha tofauti ya sheria tatu ambazo unataka zaidi kujifunza zaidi ya siku 21 zinazofuata.

Je, umegundua kuwa kama unafanya chochote kwa siku 21 za mfululizo, inakuwa tabia isiyovunjika kwa urahisi? Tumia ujuzi huu kwa faida yako!

Kuwa na sheria chache iwezekanavyo ... lakini iwe sawa na wale wachache!

SIKU YA 4

KUWAPENDA WATOTO WAKO

Anza ibada za leo kwa kusoma juu ya upendo wa Mungu kwa ajili yetu, watoto wake, katika **Yohana 3: 1-21.**

Je! Umewahi kufikiri juu ya ukweli kwamba Mungu ni mzazi kamilifu; hata hivyo, hata Yeye hana watoto kamilifu?

Unafanyaje wakati mtoto wako mara kwa mara akiuliza majibu na hukumu yako kwa mojawapo ya maswali yake mwenyewe? Baada ya majaribio ya mara kwa mara ya kuelezea ukweli kwao na wanaendelea kuhoji ukweli wa jibu lako, je! Hukasirika na kuchanganyikiwa? Mzazi gani hana, sawa?

Baada ya kusoma **Yohana 3: 1-21,** ni dhahiri gani kuhusu Nikodemo katika kujibu kwa majibu ya Yesu kwa maswali yake?

Hata ingawa alikuwa uso kwa uso na Mwana wa Mungu aliye hai, bado alimwuliza!

Katika mstari wa 2, Nikodemo anakuja usiku akionyesha yeye ni mkataji wa kweli na anafunua yale anayoamini kuhusu Yesu. Aliamini nini?

____

Katika mstari wa 3, Yesu anajibu maoni yake moja kwa moja, kwa kweli na kwa urahisi. Alisema nini?

____

Katika mstari wa pili Nikodemo akamwuliza Yesu swali. Je, Yesu anajibuje katika mstari wa 5?

____

O, tulikuwa tuvumilia watoto wetu kama Yesu alikuwa na Nikodemo! Hata hivyo, tena katika mstari wa 9, Nikodemo anafanya nini?

____

Je, watoto wako huwahi kuhoji ukweli wako au kupinga na wewe? Mvulana, mgodi alifanya - na bado kufanya! Linganisha majibu ya Yesu kwa Nikodemo katika aya ya 3, 5-8, na 10-21. Unaona nini zaidi kuhusu majibu ya Yesu?

____

Ni ajabu kabisa kwangu kuangalia ujuzi wa uzazi wa Yesu katika hatua hapa. Alikuwa na uvumilivu sana kwa Nikodemo!

Angalia jinsi Nikodemo alikuja kwa Yesu akitafuta majibu. Yesu hakumtafuta nje; alimtafuta Yesu kwa hiari yake mwenyewe, na kwa nini? Nikodemo anajua nini kuhusu Yesu katika mstari wa 2?

Nikodemo alijua kwamba Yesu alikuwa ametoka kwa Mungu na alikuwa wa Mungu, kwa hivyo alikuja kumuuliza juu ya uzima wa milele, kwa wazi kuamini angeweza kuwa na majibu aliyohitaji. Hata hivyo, wakati Yesu hakumpa jibu aliyotaka, alijibuje? Ufahamu wa Yesu uliulizwa. Ninashangaa kama Nikodemo alikuwa ana matumaini kwamba Yesu atabadiria mawazo Yake au angalau kuwa na nia ya kumpa chaguo la pili ambalo angependa. Watoto waliokataa huja kwa miaka yote!

Je! Umewahi kuanguka katika mtego huu wakati Mungu atakupa jibu au maagizo ungependa siisikie? Je! Unakwenda kutafuta chaguo la pili ambalo ni zaidi ya kupenda kwako? Yesu alikuwa na nguvu sana na bado alikuwa na subira na upendo sana katika majibu yake kwa Nikodemo. Hata alipomwuliza kwa mara ya tatu, Yesu bado alimpa majibu sawa ya kweli.

Wakati mwingine watoto wetu wanaweza kututia shinikizo kwa kuendelea na hoja dhidi ya jibu tumewapa. Kwa nini? Kwa sababu hawapendi jibu letu la kwanza na wanatarajia kutuzuia na kutupinga kwa hoja ambazo husababisha sisi kutoa na kuwapa jibu ambalo linawavutia sana!

Nini mfano huu ni kwetu juu ya sifa za uzazi! Kama kawaida, Yesu ndiye mfano kamili kwa kila hali tunayoweza kukutana.

Je! Watoto wako huwahi kuuliza ujuzi wako wa kiroho? Toa mifano.

SIKU YA 4

ZOEZI LA FUNZO

Andika juu ya mapambano yako ya hivi karibuni na watoto wako. Kutumia Mfano wa Yesu katika kifungu chetu leo, ungewezaje kuitumia kwa njia kidogo zaidi ya upendo?

1. Je! Wewe ulikuwa wa kutosha/ wa kulenga?
2. Je! Umesimama/ulichukua msimamo wako?
3. Je! Ulikasirika na mtoto?

Andika njia ambazo unaweza kuboresha ili uweze kuwa tayari wakati mgongano unaokuja unakuja. Na kuwa na uhakika-itakuwa!

VIDOKEZO

SIKU YA 5

NIDHAMU, ADHIBU NA HISIA ZA PAMBAJA

Je! Unakumbuka kuwa umewahi kuadhibiwa au kuadhibiwa kwa njia ambayo ilikufanya uhisi kama moyo wako unavyovunja? Badala ya kuwa na moyo uliovunjika, je! Umewahi kuwa hasira sana kwamba uchungu ulikuwa umejisikia? Je! Umewahi kuona kwamba nidhamu hiyo haifanyi kazi kwa watoto wote? Wengine hujibu vizuri kwa "kuongea na," wengine hujibu kwa kuangalia rahisi ya kukataa, lakini wengine wanahitaji swat mwepesi tu kupata tahadhari yao. Watoto wetu pia wana hisia za huruma na jinsi tunavyowaadhibu na kuadhibu ni muhimu kama kwamba tunadhihi na kuadhibu wakati inahitajika.

Angalia Maandiko yafuatayo na uorodhe hatua zilizoonyesha upendo wa Yesu kwa wale waliohusika:

Luka 18: 15-17

Luka 8: 43-48

Luka 7: 9

Yohana 3:17, 18

Luka 6: 6-11

Yohana 8:11

Luka 5: 29-32

Yohana 13: 5

Luka 22: 19-20

Yohana 3:16

Adhabu na adhabu sio lazima ni sawa. Kutoka kwenye mistari hapo juu, ni rahisi kuona kwa nini watu, hasa watoto, walivutiwa na Yesu.

• Alielewa jinsi ya kuwaonyesha watu wote upendo wake kwa namna waliyoweza kuelewa.

• Alielewa kuwa kila mtu ni tofauti na ana mahitaji tofauti.

• Alikutana na watu hasa walipokuwa, sio wapi walipaswa kuwa.

• Aliwafundisha ukweli bila kuwahukumu.

• Alifunua dhambi bado alimpenda mwenye dhambi.

• Alikuwa na muda pamoja nao.

• Aliwapa kama walivyohitaji.

• Aliwagusa.

• Aliwahudumia.

• Alitoa zawadi kubwa zaidi ya yeye Mwenyewe, uzima wake, uzima wa milele!

Angalia ni mara ngapi Kristo aliwafundisha watu, alikabiliwa na dhambi, akarudi watu katika dhambi zao, hata hivyo hakuwajeruhi kwa maneno yake, kugusa au huduma. Yeye hakufanya; kuacha muda wake kutoka kwao, hata walipokuwa wakiwa na shaka na kuulizwa. Hakika yeye hakuzuia zawadi Yake ya uzima wa milele hata ingawa hawakustahili.

Upendo wake haukuwa na masharti juu ya utendaji wao. Yeye hata angewasamehe Mafarisayo kama walikuwa wakibudia tu na kumwomba. Yeye hakuwaacha nyuma yake; walirudi nyuma yao juu ya Yesu. Yeye kamwe hakuunga mkono chini ya kuzungumza ukweli, lakini Yeye daima alifanya hivyo kwa wema na upendo. Wakati ulioandikwa tu alionyesha hasira yake ilikuwa katika hekalu wakati alipokuwa akimbia wafadhili wa fedha. Walikuwa wakigeuza nyumba ya Baba yake ndani ya shimo la wezi. Maandiko yalitimizwa n kwamba alionyesha bidii kwa nyumba ya Baba yake na alitangaza kuwa ilikuwa ni nyumba ya sala.

Ikiwa tu tunaweza kujifunza mfano wa upendo huu kwa watoto wetu, hawatakuwa na shaka juu ya upendo wetu kwao.

Ikiwa tunajifunza kuwafundisha kwa bidii na upendo, uthabiti, na wema na kama sisi daima mfano mfano katika maisha yetu, basi ahadi ya Mithali 22: 6 itakuwa yetu. Mungu kamwe hakusema kuwa watoto wetu hawatafanya makosa yao wenyewe. Alisema kuwa ikiwa tunawafundisha katika njia za Mungu, kwamba wakati wao ni wazee, hawataondoka.

Mambo yenye nguvu zaidi ambayo wewe kama mama anaweza kufanya kwa watoto wako ni:

• Wafundishe njia za Bwana kutoka kwa Neno Lake.

• Mpende mume wako na uendelee familia.

• Waweke kwa karibu na watumishi na manabii wa Mungu katika kanisa lako la mtaa.

• Jifunze uthabiti katika maisha yako na katika mafunzo yao.

• Waombee na uwe na imani kwamba Mungu atajibu sala yako na kuwaokoa.

SIKU YA 5

ZOEZI LA FUNZO

FUNZO, ADHABU NA AINA TANO ZA LUGHA YA UPENDO.

Hakuna cha maumivu kwa mtoto sana kuwa na lugha yake ya upendo kutumika kwa njia mbaya. Kwa mfano, mtoto ambaye anahitaji maneno ya uthibitisho kujisikia kupendwa atakuwa na uharibifu wakati mzazi akipiga kelele naye, hutukana kama vile, "Unapaswa kupata upumbavu jinsi gani!" Na hutumia maneno ya kukata kama "Huwezi kuwa na kitu chochote! "Aina hii ya matibabu ni madhara kwa mtoto yeyote, lakini hasa kwa mtu ambaye haja ya maneno ya uthibitisho ni nzuri. Mtoto anayesikia matusi hayo atakuwa na mashaka sana na huenda atakuwa anayeanguka katika taabu wakati wa miaka yake ya kijana kwa sababu anajitahidi kwa bidii mtu yeyote atakayempa kwa sababu hakuwa na nyumbani kwake .

Lugha zingine za upendo hufanya kazi sawa. Mtoto anayehitaji kugusa atakuwa na hisia zaidi kwa spankings, anaruka juu ya mkono, nk. Mtoto ambaye anahitaji muda wa ubora atajeruhiwa hasa wakati akipelekwa kwenye chumba chake kwa muda mrefu kama adhabu. Mtoto anayehitaji matendo ya huduma atauumiza kwa msingi na mzazi ambaye huruhusu kutoa chakula, kusafisha nguo, au kusahau kumchukua kwenye mazoezi ya mpira. Siku ya kuzaliwa iliyosahau inaweza kuondoka makovu ya kina juu ya mtoto ambaye lugha yake ya upendo ni zawadi.

Jambo ni, mzazi anaweza kutumia lugha za upendo kwa njia nzuri ya kutoa upendo usio na masharti au wanaweza kuitumia kwa njia mbaya sana, njia za kuumiza ambazo zitapunguza ujasiri, kujithamini, na kufanikiwa kwa mtoto wao.

Pengine ikiwa tunajitahidi kutumia lugha hizi, tunaweza kuunda tabia mpya tunapotafuta kutumia kwa njia nzuri katika mafunzo ya watoto wetu.

Bila kujali lugha za upendo, lazima ufundishe na kumtaka mtoto wako. Kwa wakati mwingine adhabu ni muhimu bila kujali lugha yake ya upendo. Hofu ya kuumiza mwenyewe kujithamini haiwezi override haja ya marekebisho sahihi, na inaweza kwa kweli kufanywa kwa njia kama si kuharibu kwamba tamaa kujitegemea.

Nadhani lugha ya upendo wa mtoto wangu ni

____

Sijajua bado lugha ya upendo wa mtoto wangu, lakini nitatumia ___________________ kama mfano katika hali ifuatayo. Katika hali ifuatayo, tambua jinsi unavyoweza kutumia lugha ya upendo wa mtoto wako kwa njia nzuri na mbaya.

Hali # 1

Mtoto wako amekwenda nyumbani akiwa na kadi ya ripoti inayoonyesha A, A moja, C mbili, D moja, na moja F.

Unaweza kujibuje kwa njia nzuri?

Unawezaje kujibu kwa njia mbaya?

Hali # 2:

Mtoto wako mwenye umri wa miaka mitatu ameandika kwenye ukuta na crayons na anajivunia sana kukuonyesha kazi yake ya sanaa.

Jibu chanya:

Jibu hasi:

JUMA LA 3

NINGALICHEKA KAMA NASINGALIKUWA NALIA KWA SAUTI.

Siku za ome siwezi kuonekana kuacha kulia!

Mimi nina huzuni sana siwezi kuacha kitanda!

Mimi nina wazimu wa kutosha kupiga misumari!

Mvulana, ninafurahi sana leo ninahisi kama ninaelea juu ya hewa!

Nuru hiyo iliogopa sana usiku jana nilikuwa nikitetemeka katika boti zangu!

Nimevunjika moyo sana kwamba sikuweza kwenda milimani na Jill kwa mwishoni mwa wiki!

Ninaondolewa sana kwa Jane kwa kuniruhusu mimi kukopa mixer yake!

Jim alikuja usiku jana na kushoto funguo za gari lake kwenye meza, barua juu ya kukabiliana, viatu vyake kwa mlango, soksi zake juu ya sakafu, shati lake juu ya mlinzi, na tie yake juu ya duka! Inaonekana kama chumba chake cha dorm kilichotumiwa! Nilipomwomba anisaidie kuichukua, alinituliza tu na kuumiza hisia zangu!

Sijawahi kuanzisha Jane kwa Sally! Sasa wao ni marafiki bora kuliko sisi! Jane alikwenda kwenye maduka na Sally na hakuomba mimi nipende nao! Angalia ikiwa nawauliza Pasaka yangu ya chakula cha Pasaka kwa wasichana!

Hisia! Wana hakika wanaweza kuchukua pesa kwa mwanamke! Wanaweza kukusikia iwe kama tupu na baridi kama kaburi au kama unasisitiza na moto kama paka katika chumba kilichojaa viti vya kutuliza! Hakuna kitu kinachoweza kukuchukua kwenye safari ya kukimbia kwa kasi kwa haraka kama hisia zisizoombwa. Hakuna kitu kinachoweza kukuchochea nguvu, usafi, wakati, amani ya akili na mtazamo kwa ufanisi kama hisia zisizocheka! Lakini, baada ya yote, sisi ni wanawake na hatuwezi kuwadhibiti daima! Kwa hiyo, mwanamke anafanya nini? !!

Soma **Tito 2: 3-5.**

Andika orodha ambayo tumejifunza katika sehemu ya Kwanza na sehemu ya pili hadi sasa.

Leo tutaendelea kwenye maelekezo ya pili, ambayo ni kuwa na utulivu wa kihisia.

Kama kawaida, Neno litatuongoza kuelewa vizuri zaidi jinsi tunavyoweza kuwa na udhibiti bora wa hisia zetu na amani zaidi ya akili kuliko sisi tulifikiri iwezekanavyo.

SIKU YA 1

IMESONGWA NA UOGA

Soma Wafilipi 4:19 mara tatu kwa sauti kubwa kama unayotayarisha somo la leo.

Katika Kuishi katika Zoo, Sehemu ya 1, tulijifunza juu ya umuhimu wa nidhamu katika maisha yetu. Chanzo chetu cha Kibiblia kwa ajili ya utafiti huu ni watoto wa Israeli wakati waliokolewa kutoka utumwa Misri na wakiongozwa na Bwana kupitia Musa kwenye safari kuelekea Nchi ya Ahadi. Tulijifunza juu ya mapambano yao na ushindi wao kama Mungu aliendelea kuonyesha Mwenyewe Mwenye nguvu katika kila jitihada walizokabili.

Kwa maoni yako, ni shida kubwa gani waliyokutana njiani?

• Utumwa   • Hakuna chanzo cha maji inayoonekana

- Maji ya Bahari Nyekundu
- safari ndefu mbele
- Hakuna chanzo cha chakula kilichoonekana
- Jeshi kubwa na lenye nguvu likiwafuata

- Wanyama wanyama jangwani
- mtazamo wao wenyewe
- Hawakujua wapi wanaenda
- Ukosefu wa mahitaji ya kimwili kama vile nguo na viatu

Ingawa vikwazo walivyokabiliwa vilikuwa vingi kutokana na mtazamo wa kibinadamu, mara kwa mara Mungu alionyesha kuwa atatunza mahitaji yao, hasa kwa njia za nguvu na zisizo za kawaida. Walihitaji tu kuamini na kuwa na imani ndani yake. Badala ya kuwa na imani, hata hivyo, walionekana kuwa wakiongozwa na mtazamo usioamini unaotokana na hisia ya hofu. Hali isiyoamini ni mara nyingi hutolewa na hofu.

Tabia yao iliharibu tumaini lote la kupata thawabu ya Mungu ya kuingia katika Nchi ya Ahadi. Badala ya kuwa na imani, waliruhusu hofu kutawala maisha yao. Ukosefu wao wa nidhamu ulichochewa na utulivu wa kihisia kama waliruhusu hofu kuwa msingi mkuu wa tawala katika maisha yao.

Katika shida yako ya kila siku, ni nini kawaida huchagua uchaguzi wako?

Je, unajua kwamba imani na hofu haviwezi kuwa mahali sawa wakati huo huo? Unaweza kuwa na moja au nyingine, lakini huwezi kuwa na wote!

Ukosefu wa imani utasababisha hisia, kama vile hofu, kukimbia kwa udhibiti. Hebu tuseme-bila imani kwamba Mungu wetu atatutunza na kutimiza mahitaji yetu yote, tuna mengi ya kuogopa 'Hiyo ndio hasa yaliyotokea kwa watoto jangwani. Sababu waliipiga na kulalamika sana ni kwa sababu imani yao ilikuwa karibu haipo, kwa hiyo hisia ya hofu iliwadhibiti, na hofu iliwafanya wafadhili kuwa na matatizo yao wenyewe.

Hisia nyingine pia zinaweza kukudhibiti isipokuwa unapojifunza kuweka macho yako kwa Bwana na kuruhusu Roho kufanya kazi ndani yako.

Soma **Mithali 19:13 na 21:19.**

Je, umeona jinsi watu wengine wanavyohisi kuhusu kuwa karibu na mwanamke ambaye hana udhibiti wa kihisia? Hakuna mtu, hasa mumewe, anataka kuwa karibu naye. Neno linalojitokeza linamaanisha "ugomvi, kupigana, mjadala, mtu anayepanda ugomvi na ugomvi." Haya yote matendo ni matunda ya hasira isiyoweza kudhibitiwa, kama vile kunyoosha ilikuwa matunda ya hofu isiyolazimishwa kwa watoto huko jangwani.

Je, ni hisia gani mbaya ambayo unapambana na wengi? Je, ni hofu, hasira, huzuni, unyogovu, wasiwasi, upendo, kuumiza?

Tutatumia wiki yetu kujifunza kutoka kwa Bwana jinsi tunavyoweza kuwa na akili nzuri, nzuri ya akili Yeye anatuamuru tuwe na.

Kwa leo, hebu tuzingalie kwenye mstari sana tulianza na: Wafilipi 4:19. "Kwa maana Mungu wangu atatoa mahitaji yako yote kulingana na utajiri wake wa utukufu, na Kristo Yesu." Wanawake, sisi amaamini Neno la Mungu, au hatuwezi. Hakuna katikati! Ubora wa furaha yetu katika maisha duniani utakuwa sawa sawa na jinsi tunavyoishi kanuni hizi.

SIKU YA 1

ZOEZI LA FUNZO

Je! Una mtazamo wa shukrani au unasumbua, unama, na kulalamika kuhusu changamoto zako?

Kuchukua dakika na kuorodhesha baraka zako na kisha kuandika sala yako ya shukrani kwa baraka hizo zote ambazo wakati mwingine huchukua kwa kiasi kikubwa.

1.

2.

3.

4.

5.

6.

7.

Sasa, soma mahitaji yako. Mara nyingi tunachanganya tamaa na mahitaji. Weka mambo hayo kwenye orodha yako ambayo inahitaji kweli.

1.

2.

3.

4.

5.

6.

Imani yako ikoje? Je, ni afya? Je! Unaamini Mungu kuwapa mahitaji yako? Je, utasema na

kulalamika kwa hofu, au utapumzika na kumtumaini Mungu kukupa?

Andika uamuzi wako hapa. Ni sawa kumwambia Mungu hofu yako. Kumbuka kwamba unaweza

kufanya uamuzi wa kumwamini Bwana hata kati ya hofu zako. Kwa kukiri uhofu huo na

kumwomba Mungu awaondoe, utakua katika imani yako. Unaweza pia kuwa waaminifu kwa

sababu Mungu anajua moyo wako hata hivyo!

SIKU YA 2

NINI MKE ANAPASWA KUFANYA?

Soma Tito 2: 1-5 (kutoka kwa Amplified Version, angalia ukurasa wa 60).

Sasa tumejifunza maelekezo matatu ya kwanza ya kifungu hiki. Tulijifunza juu ya kuwa na

busara au nidhamu; tumejifunza kuhusu kupenda waume zetu na watoto wetu; na sasa

tutaendelea kwenye amri ya nne, ambayo ni "kuwa busara."

Andika nini unadhani ni maana ya neno busara:

____

Neno la kiyunani la Kigiriki linalotafsiriwa katika Biblia yetu ni busara ni *sophron*. Tambua

neno? Katika Sehemu ya Kwanza ya Kuishi katika Zoo, tulijifunza juu ya neno sophronize, ambalo lilisitafsiriwa kwa Kiingereza kama kazi yetu 'ya nidhamu'. Neno la leo, sophroni, ni mizizi halisi ya sophronize na inamaanisha hasa "hisia zenye sauti."

Mvulana, tunaweza daima kumtegemea Bwana kuwa kamili katika mafundisho Yake! Katika Sehemu ya Kwanza, neno letu lilipaswa kuadhibiwa au kudhibitiwa katika vitendo vya maisha yetu; Neno la leo linatushauri kuwa na kujidhibiti au kuadhibiwa katika maisha yetu ya kihisia.

Kuna maneno mengine tano ya Kiingereza yaliyotafsiriwa kutoka *sophron* kuhusu udhibiti wa kihisia:

Sauti (akili)

Kiwango

Uwiano

Imezimika sana

Kadri

Soma mistari hapa chini katika toleo la Amplified na chagua neno gani katika orodha iliyo juu hapo.

Tito 2: 1 ____

Tito 2: 2 ____

Neno la Kigiriki **sophron** linatafsiriwa katika matukio haya mawili kama 'sauti'. Rafiki yangu, kuna siku nyingi wakati sifanya "sauti" kabisa. Mimi kutenda katika hisia. Je, mtu anawezaje kudumisha akili wakati mtu anahisi kama wanaishi katika zoo?

Sasa, endelea mazoezi yetu na uchague maneno gani kutoka kwenye orodha yetu yanapatikana katika aya za chini

Tito 2: 4 ____

Tito 2: 5 ____

Tito 2: 6 ____

Tito 2: 7 ____

Tito 2: 8 ____

Tito 2:12 ____

Wanawake, wakati Maandiko yanasema kitu mara moja, tunapaswa kusikiliza kwa sababu Mungu anaongea. Wakati inasema kitu mara mbili, tunapaswa kujua ni lazima iwe muhimu kwa Mungu kurudia mwenyewe. Wakati anasema mara tatu, Mungu ni mbaya kabisa, lakini wakati anasema mara nane ndani ya mistari 15, tulikuwa tumepuka vizuri na kunuka harufu! Tulipata vizuri zaidi na programu kwa sababu Mungu inamaanisha biashara! Biashara yake hapa ni kutufundisha kuwa na usawa, imara mizizi, wastani, sauti, na hali nzuri katika maisha yetu ya kihisia.

Moja ya sababu Mungu anajijidia mara nyingi juu ya hatua fulani ya mafundisho ni kwa sababu ya uzito wa matokeo ambayo kutotii kutasababisha.

Soma Tito 2: 5 tena. Je! Mungu anaandika nini kama sababu anataka tujifunze maagizo haya?

____

____

Soma **Tito 2: 13-15**. Tena, taja sababu ambazo Mungu anataka sisi kujifunza, kutii na kutekeleza maagizo haya?

____

____

Mungu anataka tuelewe kwamba ikiwa hatusitii amri hizi tutaleta aibu kwa Neno la Mungu. Tutamtukana; Tutaleta aibu juu ya ufalme wake; na sisi, kama watu, hatutaheshimiwa! Nadhani napenda kufa kuliko kuleta aibu juu ya jina la Bwana!

SIKU YA 2

ZOEZI LA MAFUNZO

Kuna nyakati ambapo sisi wote hupata zaidi ya kupunguzwa kidogo, lakini hakika hatupaswi kupoteza udhibiti wa kihisia mara kwa mara. Je, ungeonaje udhibiti wako wa kihisia katika maisha ya kila siku? Unahisi hisia gani na wengi? Je, mume wako angeweza kutambua kwa maneno hayo katika Mithali 19:13 na 21:19?

Chambua na uandika majibu yako kwa maswali hapa chini.

VIDOKEZO (NOTES)

JINSI YA KUJIZUIA KIHISIA

SEHEMU YA I

Soma **Yakobo 1: 1-27.**

Katika maisha ya kila siku, tunapata majaribu na majaribu mengi. Moja ya majaribu makuu tunayopata kila siku ni udhibiti wa kihisia. Jinsi tunavyogusa kihisia kwa shida ya maisha inaonyesha tabia yetu ya kweli. Mara nyingi, hisia zetu hubadilishana kwa kiwango ambacho tunaishia kwenye safari ya kizunguko ya kihisia ambayo huwaacha wale walio karibu nasi na wasiwasi na sisi wenyewe tumechoka. Pia husababisha tatizo tunalokabiliana na jambo ndogo kuwa kitu kikubwa zaidi kuliko vile ilivyoanza .

Kwa mfano, una uteuzi wa daktari Jumanne. Kwa kweli umekuwa na wasiwasi wa kumwona na uangalifu kumwomba mama yako kuketi kwa wiki kabla ya mtoto. Katika siku ya ziara iliyochaguliwa, anaita saa moja ili kukujulisha kuwa kuna kitu kilichokuja na hatashindwa kukaa kwako baada ya yote. Kabla ya kuwa na fursa ya kumaliza maelezo yake, unapoteza udhibiti wa kihisia na kumsihi madai mabaya kwake kwa kuwa hawezi kutegemewa. Baada ya kumdharau kwa dakika kadhaa, hatimaye anapata ukweli kwamba tayari amefanya masharti kwa dada yako kumwangalia mtoto wako badala yake.

Je! Aina hii ya kupoteza kihisia husababisha nini? _______________________________

Je, Yakobo 1:12 Inasema nini kuhusu mtu ambaye ni mgonjwa chini ya majaribio?

____

Yakobo 1: 2-4 inasema tunapaswa kufanya nini tunapojaribiwa?

____

Yakobo 2: 5-6 inasema tunahitaji nini wakati wa majaribio?

____

Ikiwa tunaachia imani na utii, mstari wa 7 unasema ni matokeo gani?

____

Ukosefu wa uvumilivu na imani wakati wa majaribio ya uzima itatufanya kupoteza udhibiti wa kihisia.

Soma Warumi 5: 3. Je, mstari huu unasema nini kutupa uvumilivu?

____

Unapomwomba uvumilivu, Mungu atatuma dhiki kwa sababu anasema katika **Warumi 5: 3** kwamba ni dhiki, au shida, ambayo itakupa uvumilivu! Uvumilivu ni tabia ya kujifunza ambayo hutengenezwa kama unaruhusu Roho wa Mungu kukudhibiti! Kwa hiyo, wasichana, niliamua muda mrefu uliopita ningekuwa na uvumilivu kwa kitendo cha mapenzi yangu na siombee

Mungu anipe! Niliamua kuwa nitafanya kazi pamoja na Roho Mtakatifu ndani yangu kuendeleza "matunda ya roho" hii na si kupigana naye kwa kuonyesha tabia mbaya katika hali ambazo kwa kawaida zinafanya nifanye hisia mbaya. Atatupa mateso hadi tujifunze kuwa na uvumilivu, kwa hiyo nitaendelea mbele na kuwa na wakati huu, asante sana!

Uvumilivu hutuwezesha kudhibiti vitendo vinavyotokana na upungufu wa kihisia. Kitu pekee tunachohitaji kufanya ni kufanya uamuzi wa kufanya kazi na Roho ili kuendeleza uvumilivu na atatusaidia kudhibiti vitendo vyetu.

Ni muhimu kutambua kwamba unapaswa kufanya uamuzi huu muda mrefu kabla ya jaribio litaleta kichwa chake kibaya, kwa maana kama hutaki, utachukua hatua kwa mara kwa mara badala ya kujieleza na kujidhibiti.

Kumbuka maelekezo yetu kutoka kwa Tito 2: 5 kwa wiki hii? Tunapaswa kuwa sopron, au akili nzuri, imara kihisia, yenye usawa, na uwiano.

Tunapaswa kuwa imara mizizi katika Maandiko ili tuwe tayari kwa ajili ya majaribio. Hii ni lazima tufanye ikiwa tunatarajia Roho Mtakatifu wa Mungu atutumie sisi kuleta heshima badala ya aibu kwa Bwana na kuheshimu badala ya kujiheshimu wenyewe.

Kuzungumza kwa uaminifu, tunaweza kutarajia kufundisha watoto wetu kuwa imara kwa kihisia mpaka tuiwekee kipaumbele wenyewe?

SIKU YA 3

ZOEZI LA MAFUNZO

Ngazi tofauti za kiwango kikubwa zimeorodheshwa kwa kila hisia. Piga mzunguko ambayo

mara nyingi hutumika kwako.

FOMU YA KUJIPIMA KIHISIA

FOMU YA KUFANYA KAZI				
Kihisia	**1**	**2**	**3**	**4**
Hofu	Kiwewe	Wasiwasi	Gutushwa	Walipendelea
Hasira	Ilipigwa	Wazimu	Mchungaji Mbaya	Livid
Furaha	Inakabiliwa	na Furaha ya Kufurahia		Mchoro
Uvumilivu	Blue	Sulky	Unyogovu	Uovu
Kujeruhiwa	Kukerwa	Kasirika	Kuvunjika moyo	Kubondwa
Upendo	Kukubali	Ujoto	Upole	Kusisitiza

Jaribio hili si sahihi kabisa ya afya yako ya kihisia kwa njia yoyote, lakini itakupa wazo fulani

jinsi hisia zinavyofanya katika maisha yako.

Kumbuka, wanawake - akili nzuri ni maelezo ya usawa wa kihisia. Ikiwa umefunga nne katika

jamii fulani, maana iwe mara nyingi hupata kiwango hiki f kwa hisia fulani, wewe ni dhahiri nje

ya usawa. Wakati mwingine watu huwa na tabia ya kuwa ya juu sana au ya chini sana, wanaogopa kila kitu au hawajui hatari halisi, hasira au kusagwa juu ya masuala ya wasiwasi halisi.

Unaweza kuuliza mume wako au rafiki yako binafsi anayeaminiwa jinsi ya kuelezea usawa wa kawaida wa kihisia katika maeneo haya. Mchango wao unaweza kuwa wa thamani kwako kwa unapojaribu kujifunza zaidi kuhusu wewe mwenyewe ili uwe mtu mwenye usawa wa kihisia zaidi. Mungu akubariki wakati unapokua katika eneo hili la kutembea kwako kwa Kikristo!

SIKU YA 4

KIOEZA CHA ROLLER MEMA (HISIA ZA ROLLER COASTER)

SEHEMU YA II

Soma **Mathayo 18: 21-35.**

Katika kifungu hiki, swali la Petro kwa Yesu ni nini?

____

Je! Swali hili kwa Yesu linamaanisha nini?

____

Watu wengi wanatazama mfano huu na kuja mbali na mafundisho moja tu ya muhimu: kusamehe wengine mara kwa mara kwa muda mrefu kama kosa linatokea.

Je! Mara nyingi huwa vigumu kusamehe wengine? Ikiwa ndivyo, kwa nini?

____

Nini ufafanuzi wako wa msamaha?

Sababu watu wengi wana wakati mgumu na msamaha ni kwamba wanachanganya kumsamehe mtu na kukubali lawama kwa mtu. Msamaha haimaanishi unakubaliana na mtu mwingine na haimaanishi kwamba "walikuwa sahihi na nilikuwa na makosa." Badala yake, inamaanisha tu kwamba unakubali ukweli kwamba wao ni makosa lakini unasema kuwa haukubali dhidi yao au kushikilia chuki.

Kushikilia chuki hakumdhuru mtu kwa makosa kama vile kunaumiza mtu anayekasirika. Kukataa kusamehe utaweka mzigo mzito juu ya moyo na akili yako ambayo itakaa pamoja nawe kila dakika ya kila siku.

Kukataa kusamehe husababishia mabaya kudumu mara kwa mara. Je, unajua kwamba akili ya ufahamu haiwezi kuelezea tofauti kati ya tukio la kweli na kuilenga kwa akili yako? Kuishi kwa njia ya tukio la kuumiza mara ya kwanza ni ngumu ya kutosha, lakini kuchagua kuishi kwa njia mara kwa mara ni ujinga kabisa 'Jinsi ya kutisha na jinsi isiyo ya lazima!

Msamaha sio sawa na kukubali kosa la kosa la mtu mwingine.
Je, sio maana zaidi ya kuendelea na kumkubali mtu mwingine ni sahihi, lakini kukataa kushikilia dhidi yao? Unapoweza kufanya hivyo, unaachia akili yako kwa kuwa na kufikiri juu ya maumivu yako au adhabu yao na badala yake unaweza kuruhusu Mungu akuponya na amruhusu awafanyie. Hiyo ni ufanisi zaidi!

Wewe hutolewa kwenye mzigo na dhiki ya kuwa na kuendelea kukabiliana na hali mbaya.

Unaweza kuendelea na kazi zingine, zinazozalisha zaidi na nzuri ambazo Mungu amekupa.

Katika mfano huu, Yesu anatuambia kuhusu matokeo ambayo mtumishi asiye na msamaha alipokea.

Soma mstari wa 34 tena.

Nini kilichotokea kwa mtu huyu asiye na msamaha? Kwa mtazamo wake wa kusamehe, aliwasilishwa kwa wateswaji. Je! Umejiuliza kwa nini nimechagua kifungu hiki cha kujifunza wakati tunapaswa kujifunza kuhusu hisia zetu badala ya msamaha? Ni rahisi sana. Watesaji waliotajwa katika kifungu hiki wanaweza kuwa mambo kama vile chuki, hasira, unyogovu, kuchanganyikiwa, huzuni na uchungu.

Ikiwa unakosa utulivu wa kihisia ni uwezekano wa matokeo yasiyo ya msamaha katika moyo wako. Ikiwa unapenda kuteseka kutokana na baadhi ya hisia zisizo mbaya zaidi kuliko kile ambacho ni kawaida, inaweza kuwa kwamba matunda ya waathirika ameachiliwa ndani yako? Soma mstari wa 32 tena.

Neno gani linatumiwa kuelezea mtumishi ambaye alikataa kumsamehe mdaiwa?

____

Yesu mwenyewe anaita mtu asiye na hamu ya kusamehe mabaya. Hakika mimi sitaki kuitwa kinyume na Mola wangu Mlezi, je? Kumbuka, un-msamaha utakufaulu, lakini msamaha itakuachilia!

SIKU YA 4

ZOEZI LA FUNZO

Je! Unaonekana kupambana kwa kiasi kikubwa na hisia hasi? Ikiwa ndivyo, ni zipi?

____

Ikiwa ndivyo, je, inawezekana kuwa unashikilia msamaha kutoka kwa mtu aliyekukosea au kukuuumiza wakati uliopita? Mara nyingi tunadhani tumemsamehe mtu, lakini kwa kweli, tumemsamehe tu kwa maneno yetu, lakini si kwa matendo yetu au hisia za moyo. Wakati wowote unapojifunza mara kwa mara makosa, msamaha wa kweli haujapewa.

Kumbuka: msamaha ni uamuzi kwamba hatuwezi kushikilia makosa dhidi ya mtu.

Je! Unaweza kufikiria mtu na hali ambayo hujasamehe kweli? Ikiwa ndivyo, je, hii imesababisha adhabu yoyote katika maisha yako? Je! Umesalia kwa hasira ya daima, unyogovu, au uchungu kwa sababu yake? Imeathirije uhusiano wako na familia yako, marafiki, au Bwana?

Je! Sasa uko tayari kumsamehe kikamilifu aliyekukosea? Andika sala yako kwa Mungu chini.

VIDOKEZO (NOTES)

SIKU YA 5

MATIBABU KWA HISIA ZILIZOJERUHIWA

Wagalatia 5:22, 23 inasema, "Lakini matunda ya Roho ni upendo, furaha, amani, uvumilivu mrefu, upole, wema, imani, upole, ujasiri: dhidi ya vile hakuna sheria" (KJV).

Kwa siku nne za mwisho, tumekuwa tukijifunza kuhusu umuhimu wa kufikia usawa katika maisha yetu ya kihisia. Tumejifunza kuhusu njia nyingi ambazo tunaonyesha hisia na vitendo hasi.

Soma Wagalatia 5: 19-26 kutoka The Amplified Version, ikiwa inawezekana. Andika hapa chini "matendo ya mwili" kama ilivyoelezwa katika mistari 19-2 1:

____

____

____

Je! Mstari wa 21 unasema nini kuhusu wale wanaofanya mambo kama hayo?

____

Katika Maandiko tumeelewa wazi kwamba ikiwa hatutubu (kugeuka kutoka kwa matendo ya mwili) na kumpokea Kristo kama Mwokozi na Bwana hatuwezi kuingia mbinguni. Kuna nyakati ambapo sisi wote tutaingia katika dhambi tunapokuwa bado duniani, lakini ikiwa tunajua Bwana, hatutaweza kuendelea katika dhambi bila mkono wa Mungu wa nidhamu katika maisha yetu.

Tunapokuwa Mkristo, tunabadilishwa kutoka ndani na tamaa zetu zinabadilika. Tutaendelea kuanguka wakati mwingine, lakini tangu tamaa zetu zimebadilika, hatutaki kubaki katika dhambi hiyo.

Andika aya ya 24, ambayo ni uthibitisho wa maelekezo hapo juu.

____

____

____

____

____

____

Sasa soma tena mistari ya 22 na 23. Baada ya kubadilishwa kutoka ndani, mtazamo wetu na tabia zetu zinabadilika pia. Andika vitu vile ambavyo huwa "matunda ya Roho":

____

Tena soma mistari ya 22 na 23 katika Amplified Version, ikiwa inawezekana. Je, umeona ni kiasi gani cha matunda ya Roho kinachohusika na hisia?
Hiyo inatuleta kwa tiba kwa kasi ya kihisia ya roller sisi mara nyingi hupanda.

Kwa mujibu wa mistari ya 16, 22 na 25, nini kitaruhusu tuwe na usawa katika maisha yetu ya kihisia?

____

Hatuwezi kudumisha uwiano tunahitaji katika vitendo vyetu au hisia zetu zote kwa sisi wenyewe.

Tiba iko katika Roho Mtakatifu! Ikiwa tunamruhusu aishi ndani na kupitia kwetu na sisi ni makini kutembea katika Roho Wake, matunda yake yatakuwa hai ndani ya matendo yetu na hisia zetu!

Ni wakati Roho Mtakatifu atakapotenga mizizi katika maisha yetu tutakuwa na akili nzuri inayohitajika kudumisha usawa wa kila siku, ujasiri, na kiasi!

SIKU YA 5

ZOEZI YA UFUNZO

Inasemwa kuwa kufanya shughuli fulani 21 siku moja kwa moja inaweza kuunda tabia. Weka karatasi hii kwenye friji yako na gazeti kila siku kwa siku 21 ijayo maendeleo yako katika kukuza matunda ya Roho katika mawazo na matendo yako. Mazoezi hufanya kamili!

Fanya tabia yako nzuri inayoonyesha matunda ya Roho!

Siku ya 1

Siku ya 2

Siku ya 3

Siku ya 4

Siku ya 5

Siku ya 6

Siku ya 7

Siku ya 8

Siku 9

Siku ya 10

Siku ya 11

Siku ya 12

Siku ya 13

Siku ya 14

Siku ya 15

Siku ya 16

Siku ya 17

Siku ya 18

Siku ya 19

Siku ya 20

Siku ya 21

Siku ya 22- Siku ya Ushindi!

JUMA LA 4

LIVIN "LAVIDA LOCA!

KUISHI MAISHA YA KIYAHAWAYANI!

Yote ilianza hivyo bila kujua. "

Mume wako bill alikuwa akifanya kazi hadi kuchelewa tena na wewe ulikuwa na njaa.

Umemwita rafiki yako mpya na jirani, Lucy, lakini alikuwa mbali na biashara. Mumewe Larry

alikuwa pale na alikuwa na njaa pia, hivyo ninyi wawili muliamua kukutana na kupata kitu cha

kula pamoja. Namaanisha, kwa nini unapaswa kula wawili pekee - tena?

Jambo bora zaidi ni kwamba alishiriki upendo wako wa Yesu, kwa hiyo ulijua unamtumaini.

Larry alikuwa mzuri na mwenye heshima. Alijua jinsi ya kutibu mwanamke pia! Alikubali

mlango kwako, aliamuru kile ulichoomba, na alionekana kufurahia mazungumzo yako hata zaidi

ya Bill!

Bill, sasa kuna sura mbaya! Alionekana kuwa na shughuli nyingi sana kwako tena. Umeoa ndoa

kwa miaka 19 sasa, na kila siku unaonekana kukua kidogo kidogo zaidi. Mambo yote uliyofurahi

kuhusu kila mmoja yanaonekana kuwa yanayoanguka kwa njia. Kuhusu kitu pekee unachofanya

pamoja tena ni kwenda kanisa Jumapili na hata hiyo haionekani kuwa na riba. O, unatakaje

alikuwa kama baadhi ya watu wengine katika kanisa ambalo walimpenda Mungu na walitaka

kumtumikia jinsi unavyofanya. Unajua sababu pekee ambayo anaenda kanisa wakati wote ni

kwa ajili yenu na watoto.

Watoto! Dharura nyingine katika maisha yako hivi sasa! Mapacha hawaonekani kuwa na muda

wa wewe tena, ama! Kuondoka kwenye chuo kwa mara ya kwanza, wanaeneza mabawa yao na ndege zao hazionekani kuwa pamoja nawe. Mvulana, hakika anapata upweke bila wao.

Umetumia maisha yako yote kuwajali na kuwalea na sasa imeisha! Uwezo, kama vile ... sababu zako za kuishi zimehamia kwenye dorm!

Kuna kuangalia kwa uso wa Larry tena. Anaonekana kama furaha kama ninahisi. Nadhani yeye amepoteza Lucy.

O, sema Lucy amekuwa mbali sana hivi karibuni? Nafahamu unachomaanisha! Bill inaonekana kushindwa kazi na kulipwa msamaha kwangu, pia! Ndiyo, nina upweke.

Hivyo wewe? Loo, nina huruma. Sikukujua wewe wawili walikuwa na shida. Yeye haipendi mambo yale yale unayopenda? Wewe mpenzi maskini!

Je! Yeye angewezaje kufikiria wewe kama boring? Nimefurahia wakati wetu pamoja! Wewe si boring hata!

O, asante, na ndiyo, ni hairstyle mpya! Bill bado hakuona! Oh, usifanye blush! Sijisikia maneno kama hayo kwa muda mrefu sana!

Kwa nini ndiyo, ningependa kula chakula cha jioni nawe tena kesho. Bill inatoka nje ya mji, pia, hivyo nitakuwa peke yangu hata hivyo!

Mwezi mmoja baadaye: Oh Larry, nakupenda pia! Unibaki sana! Chochote tutafanya nini?

Hakika Mungu hawataki tuwe katika ndoa zisizofurahi. Bill na Lucy watapaswa kuelewa! Tunastahili furaha pia!

OH, HAPANA! Mapacha ni nyumbani! Na Bill ni nini nyumbani kwa mapema? Lucy yu pamoja nao! Wote watajua! Wote watatuona! Je, wote wanajua tayari! Tumefanya nini? Tutafanya nini sasa? Ee Bwana, tusaidie!

Yeye alifanya tu. Alileta ukweli kwa nuru.

Hali ya juu ni moja ya mamia alicheza kila siku, hata katika maisha ya Wakristo ambao kwa kweli wanampenda Bwana. Sio siri jinsi masuala yanayoenea katika ulimwengu wa kidunia lakini wanawake wengi huanguka katika mtego wa kufikiri kuwa (na waume zao) wanajisikia jambo tu kwa sababu wao ni Wakristo. Hiyo ndivyo hasa adui anataka wao-na wewe-kufikiri.

Tafadhali, mpendwa, kusikiliza na kujifunza unapojifunza sura hii. Najua hali hiyo hapo juu ni cheesy, najua ni kiasi fulani cha kiroho. Lakini kuanguka ambayo hufanyika ndani yake ni kweli. Kozi ya asili uhusiano wao unachukua ni halisi. Najua kwamba kwa sababu mimi mwenyewe niliwahimiza wanawake wengi wenye kusikitisha ambao wamekuwa wale wa kuanguka kwao wenyewe, na idadi kubwa ya wanawake ambao walikuwa karibu. Wakati wowote mwanamke anazingatia sana kitu chochote kilichoharibika katika ndoa yake-kama vile mumewe anafanya kazi kuchelewa sana, (kama vile mwanamke mchanga katika hadithi hii), anajiweka juu ya kuunganishwa na uhusiano na mwenzake mwingine anayekuja wakati wa muda mfupi.

Ninakuomba, usiweke kwa uongo mkubwa zaidi unaofanywa katika dunia yetu leo, ambayo inajaribu kukushawishi kuwa usafi wa ngono sio muhimu. Ni muhimu sana kama kiwango cha talaka cha juu kinaonyesha. Tetea watoto wako, mume wako, wewe mwenyewe, na jamaa yako na marafiki wako kwa kuamua kuanguka kwenye mtego huu. Hasa kulinda watoto wako, kwa muda wa maisha ya maumivu na maumivu unayoweza kuokoa inaweza kuwa yao wenyewe.

SIKU YA 1

HAYA YOTE YALIANZIA WAPI?

JARIBIO!

Oh, ni neno mbaya! Kwa sababu ya kiburi wengi wetu tungependa kufikiri kwamba sisi ni kinga yake. Hakuna yeyote kati yetu anayependa kukabiliana na uovu wa kichwa cha mioyo yetu, hasa wakati tumekuwa watumishi Wakristo wakfu! Badala yake, tungependa kufikiria sisi wenyewe kama mashujaa wa kiroho ambao Shetani, mkonyaji mkuu, hawezi kugusa na uovu usiofaa. Hata hivyo, kwa kushangaza sana, kinyume kabisa ni kweli. Tunahitaji kukumbuka kwamba hata Yesu alikabiliwa na majaribu. Yeye hakuanguka kwa hilo, lakini badala yake alisimama juu yake. Unaona wanawake, sio dhambi ya kujaribiwa, lakini kujitoa kwa jaribu ni dhambi!

Yule yule aliyemjaribu Yesu atatujaribu pia. Tutawezaje kusimama dhidi yake? Njia ile ile Yesu alifanya, kwa Neno la Mungu pamoja na Yesu anayeishi na kupitia kwetu, kutupa nguvu, kama tunavyohitaji. Hatari inakuja wakati hatuwezi kuruhusu Mungu, kupitia Yesu, awe na njia Yake ndani yetu.

Jaribio la Kwanza Linalojulikana kwa Mwanamke!

Soma **Mwanzo Sura ya 3: 1-24.**

Nini hadithi! Niliwahi kusikia mwanamke akisema kwamba alipofika mbinguni, jambo la kwanza ambalo angeenda kufanya ni kuangalia juu ya Hawa na kupiga taa zake nje! Lakini, je!

Tunaweza kulaumu Hawa kwa sababu ya taabu hii yote majaribu ya kwanza yalileta? Baada ya yote, yeye hajawahi kusikia kuhusu dhambi, hajawahi kuona uharibifu wa dhambi, mateso ambayo inaweza kusababisha. Kitu pekee alichoona ni uzuri na ukamilifu.

Hawa alikuwa peke yake bustani siku moja na jambo la kwanza unajua, mtangazaji wa zamani wa laini mwenyewe alionekana, na eneo la udanganyifu liliwekwa.
Yangu, lakini alikuwa mzuri! Alivutiwa sana na akili yake, pia! Alionekana kujua kwamba alikuwa na akili yake mwenyewe na alikuwa na uwezo wa kufanya maamuzi yake mwenyewe, asante sana!

Alikuwa na nia ya kushirikiana na ujuzi wake mwenyewe na yeye, bila kumshikilia kitu kama yeye kama mumewe na Mungu alikuwa! Adamu alikuwa amemwambia kwamba Mungu amesema hawakuweza kula kutoka kwenye mti mzuri sana katika bustani! Adamu lazima awe na uwezo wa Mungu kutoka kwake! Kwa nini angeweza kuiondoa?

Kwa nini anapaswa kumsikiliza? Alikuwa mwenye busara. Aliweza kufanya uchaguzi wake mwenyewe bila msaada wake! Rafiki yake mpya mzuri alikuwa amemwambia hadithi halisi! Alimwamini. Alikuwa amemwambia. Alikuwa na nia ya kushiriki pamoja na matunda yote yenye thamani sana! Angekuwa amepaswa kuchukua safari hii nzuri peke yake ikiwa mzuri hakuwa ameonyeshwa!

Na hivyo udanganyifu ulikwenda! Wadanganyifu wenye upole wa wanawake walimchukua Hawa kwenye mti uliopigwa marufuku na wakamwonyesha kwamba kwa hakika ilikuwa inaonekana nzuri ya kula! Alimshawishi kujaribu jitihada zake nzuri na faida ya ziada ya elimu ya juu kwa boot!

Yeye angeonyesha Adamu! Yeye atakuwa wa kwanza na shahada ya chuo kikuu katika hekima 101! Ikiwa alikuwa na bahati, angeweza kushiriki naye elimu yake mpya.

Mungu alimwambia asiye kula ya mti wa ujuzi, lakini si kuelewa kwa nini, alikula hata hivyo. Je, unaweza kujisikia katika hali hii? Je, unaweza kuona jinsi unaweza kuwa umeanguka ikiwa umekuwa mahali pa Hawa? Je, unaweza kuona jinsi unavyoweza kuanguka chini ya hali kama hiyo kesho ikiwa Atlas ya kuangalia vizuri, inaonekana katika nyumba yako tayari kukupa unataka moyo wako wote?

Hebu tuangalie pamoja jinsi alivyofanya. Je, mwanamke huyu, aliyeona na kumtumia muda wa Mungu kila siku katika bustani, ambaye alikuwa na mtu aliyefanywa na mkono wa Mungu mwenyewe kumtunza, kuanguka kwa urahisi na kabisa kwa miguu ya mchezaji wa kwanza ambaye alikuja kwa njia yake ?

Shetani alimshawishi Hawa kwa njia kumi:

1. Alimtolea uzuri wake

2. Alimdanganya na maneno yake ya laini

3. Alimdharau kwa pongezi

4. Alimdanganya wakati alipotea mbali na mlinzi wake

5. Alimdanganya wakati mumewe, mlinzi wake, alikuwa akijishughulisha na mambo mengine

6. Alimdharau kwa kuhoji upendo wa Mungu kwa ajili yake

7. Alimdanganya kwa kuhoji shauku ya Mungu kumpa bora

8. Akamdanganya kwa kuhoji uaminifu wa Mungu

9. Akamdharau kwa kupendeza

10. Alimdanganya na ahadi za uongo kwamba angekuwa kama Mungu

Hawa hakuanguka katika majaribu kutokana na uamuzi wa kuasi dhidi ya Mungu; yeye alidanganywa na kudanganywa kuamini kwamba alikuwa akifanya jambo lililofaa! Hakuna kilichobadilika. Shetani bado anawapotosha wanawake kwa udanganyifu. Bado anawafukuza mbali na waume zao na kutoka kwa Mungu, na anawafanya wafunge kwamba Mungu anafanya bora Yake kutoka kwao!

SIKU YA 1.

ZOEZI LA FUNZO

Hawa alimsikiliza mtu asiyefaa na kuangalia ni nini kilicholipa! Sio tu kumlazimika, lakini mumewe (ingawa alifanya uchaguzi mwenyewe pia!) Na watoto wake-mmoja ambaye aliuawa na ndugu yake, mwingine ambaye alikuwa akikimbilia maisha yake yote - na binadamu wote mbio hadi siku hii sana!

Fikiria kuhusu zamani zako.

Je, unaweza kufikiria wakati unapotengwa na adui kuamini kitu kingine isipokuwa ukweli ambacho Mungu amefunua katika Neno lake lililoandikwa? Umewahi kumsikiliza mtu asiyefaa? Imeathirije maisha yako? Matokeo yake yalikuwa gani? Ni wangapi waliofanya uchaguzi wako maskini unaathiri? Baadhi yenu unaweza kulazimika kukabiliana na kumbukumbu kadhaa ambazo umefanya kusahau milele, lakini ni muhimu sana sisi sote tuweze kujifunza kutokana na makosa yetu. Kuangalia nyuma inaweza kukusaidia kujua jinsi ya kuweka kitu kimoja kutoka kamwe kinachotokea tena, ambayo itafanya iwe rahisi zaidi kuendelea kutoka hapa.

Umewahi kumsikiliza mtu asiyefaa?

SIKU YA 2

HAUKO PEKE YAKO!

Soma **1 Wakorintho 10: 1-15.**

Ni onyo gani Paulo anawapa Wakristo katika mstari wa 12?

____

Paulo alijua ni rahisi jinsi Mkristo anavyoweza kuwa na wasiwasi na kuhisi juu ya hali yake ya kiroho baada ya wokovu. Aya hii imeandikwa kwa kanisa la Korintho, hususan kwa wale ambao walikuwa wamekubali Kristo kama Mwokozi na Bwana.

Kanisa la Korintho lilikuwa kama kanisa leo. Korintho ilikuwa jiji lenye utajiri, la kimataifa ambalo liliwavutia watu kutoka duniani kote. Maadili yalikuwa shida ya idadi kubwa na kuathiri kanisa sana. Jaribio lilikuwa ni mii mingi upande wa watu wa kanisa lakini wengi wao walionekana kuwa hawajui kwa hiyo Paulo aliona kuwa ni lazima kuwaonya kuwa kama walipokuwa wenye kiburi katika kusimama wao walikuwa katika hatari kubwa ya kuanguka. Sisi sio tofauti, wanawake. Haki wakati unafikiri umefika kiroho, angalia! Wewe umeivaa kwa kuanguka, na hakuna mtu anayejua zaidi hii kuliko adui yako, shetani!

Mstari wa 4 na 5 katika kifungu hiki kuangalia nyuma katika historia na fursa ya kiroho watoto walio jangwani. Paulo anasema nini juu ya nafasi yao?

____

Watoto wote jangwani walipewa nafasi sawa ya kumwona Mungu katika maisha yao. Wote walikuwa wamefundishwa mafundisho sawa, kupewa baraka sawa, kufuata wingu moja, na kula manna hiyo. Lakini Paulo anasema kwamba wengi wao hawakuitii na kumtegemea Bwana, na badala yake wakaanguka kwa jaribu la kulalamika na kuabudu miungu mingine. Matokeo ya matendo yao yalikuwa ni nini?

____

Sisi, katika darasa hili, tunapewa fursa ile ile ya kufuata Mungu. Sisi sote tunafundishwa masomo sawa, kutoka Biblia sawa. Sisi, pia, tunapaswa kuchagua iwapo tuiitii au tuseme na kutoa udhuru kwa nini hatusitii.

Kwa nini Paulo anatukumbusha hili katika mistari 6 na 8?

____

____

____

Ninaposoma mstari wa 6, nimeonya kuwa kuna madhara makubwa, na wakati nisoma mstari wa 8 mimi kutambua ni wangapi waliopotosha wataanguka. Katika mazingira ya malipo ya leo kuwa safi, naona wale elfu ishirini na tatu elfu kama ndoa zilizoanguka na waathirika walioanguka wa mpango wa adui. Oh, kwamba hatuwezi kuwa mmoja wa wale waathirika! Uchaguzi tunaofanya juu ya mstari wa 6, utaamua ikiwa tunakuwa moja ya waliokufa.

Kuanguka katika majaribu huleta matokeo ambayo hatujawahi kutarajia kuwa na uzoefu. Sisi sote tumesikia neno hili, "Ikiwa unafanya uhalifu, lazima ufanyie wakati." Juma hili tunapoangalia malipo yetu kuwa safi, tunapaswa kukabiliana na kichwa cha kweli kwa kuwa ikiwa tutaanguka katika eneo hili tutafanya kushuka na matokeo mabaya. Adui yetu tayari anajua hii na ni zaidi ya wasiwasi na nia, na uwezo wa kufanya chochote anachoweza kukufanya uanguke katika eneo hili.

Atatumia upweke wako, ego iliyoharibika, ukosefu wa kutimiza ngono, hasira; chuki, haja ya kupendeza, tahadhari, pongezi na urafiki pamoja na mafundisho yoyote ya kidunia ambayo umekubali, kukuleta!

Baadhi yenu munaweza kusema, "Nini mbaya kuhusu jambo? Labda itanifanya furaha. Mbali na hilo, ikiwa nina jambo lolote hakuna atakayepata! Nitakuwa makini. Mbali na hilo, sio biashara ya mtu mwingine bali ni yangu! "

Mungu atajua, na Yeye, mwanamke wangu, ndiye atakayekutana na adhabu kwa wale ambao ni mkaidi na wasio na toba. Najua inaonekana kuwa vigumu, wanawake, lakini kwa mazingira ya kimaadili tunayoishi leo, ni muhimu na muhimu kuangalia monster moja kwa moja katika jicho na kumwita kazi! Vilevile ni hatari sana!

Wengine kati yenu wanaweza kusema, "Si mimi! Siwezi kamwe kuanguka kwa njia hii! Haiwezekani; Siwezi kamwe kuwa na jambo! "Natumaini kuwa wewe ni sawa, lakini tu katika kesi, soma tena 1 Wakorintho 10:12.

Kwa kuwa ndoa hakuna kamili, tunapaswa kukaa katika ushirika wa karibu na Kristo. Ni njia pekee tuwe na nguvu za kutosha kupigana vita vinavyotokana na mdanganyifu, Shetani.

1 Yohana 4: 4 huahidi: "Yeye aliye ndani yako kuliko yeye aliye ulimwenguni."
Katika Yohana 16:33, Yesu mwenyewe anaahidi: "Nimewaambieni mambo haya kwamba uwe na amani ndani yangu. Katika ulimwengu utakuwa na dhiki; lakini shangwe, nimeshinda ulimwengu. "

Weka Yesu karibu na uwe makini wakati unadhani unasimama, usije ukaanguka!

SIKU YA 2

ZOEZI LA KAZI

TAMBUA UDHAIFU WAKO

Kila mtu ana maeneo ya hatari, kwa hiyo kila mtu lazima pia awe na "Nguvu ya Ulinzi ya Maadili" - kanuni ya kuishi na hiyo itatusaidia kuepuka mazingira ambayo yanaweza kutufanya tuanguke.

Kabla ya kuimarisha ngome yetu kama walinzi dhidi ya majaribu, lazima tujue udhaifu huo ambao unaweza kutuleta. Fikiria kuhusu maisha yako na kutambua maeneo ambayo wewe ni dhaifu. Kila mtu atajibu tofauti.

Je, wewe ....

- Je, "umebaki" mtazamo wa kidunia juu ya ngono, uaminifu, na usafi ambayo adui anaweza kutumia dhidi yako?

- Fikiria mara nyingi kuhusu watu wengine-jinsi nzuri, sexy, polished, smart wao ni?

- Fikiria mara nyingi kwamba umoa ndoa mbaya: "Kama tu nilikuwa ndoa ndoa zaidi

- Fikiria mara nyingi kwamba mume wako hayutimizi mahitaji yako ya upendo, wakati wa ubora, pongezi, romance, huduma, mahitaji ya kimwili, mahitaji ya kihisia, nk.

- Unataka maisha ya burudani zaidi ya nje ya nyumba? Kuenda kucheza, kwa vyama, nk?

- Unataka maisha ya ngono ya kusisimua zaidi, lakini mume wako hana kushirikiana?

- Je, unajisikia mawazo ya mume wako au wakati?

- Jisikie sio # 1 katika maisha ya mume wako na hasira kwa sababu yake?

- Je, hujisikiwa kama mke?

- Kujisikia njaa kwa tahadhari na upendo?

- Je, hujisikiwa na upweke?

- Kujisikia wasio na furaha na ndoa yako?

- Kuhisi haja ya kuvutia wanaume wengine?

- Kujisikia hatia juu ya mambo yako ya nyuma pamoja na mawazo ambayo utaanguka tena kwa sababu wewe ni mtu mzito?

- Kujisikia usiofaa kwa mume wako?

- Kujisikia kutosha kumfanya mume wako afurahi?

- Linganisha mume wako na wanaume wengine, hata wale walio kanisani unafikiri ni muhimu zaidi kuliko yeye?

- Samaki kwa pongezi kutoka kwa wanaume wengine?

- Kutembea na wanaume kwa sababu inakuwezesha kujisikia vizuri wakati wanapotembea nawe?

- Mavazi ili kuvutia wanaume wengine zaidi ya mume wako?

- Kuwa na mawazo mengine, hisia, au vitendo visivyoorodheshwa hapa, lakini wale unaowajua hufanya uwezekano wa kuanguka?

Sasa kwa kuwa umetambua udhaifu wako, andika maombi yako ya kukiri kwa Mungu kwa mtazamo wowote mbaya, mawazo, au vitendo, na kisha uombe ua wake wa ulinzi kutoka kwa adui unapojifunza wiki hii jinsi ya kujikinga na kuanguka katika jaribu eneo la tabia safi.

SIKU YA 3

KWA NINI TUNAHITAJI NGOME?

KWA SABABU KUNA SIMBA ANGURUMAYE ANAYEZUNGUKA ZUNGUKA!

Unajua nini kuhusu simba? Hey, ni nini ulimwenguni simba huhusiana na kuwa safi?

Soma **1 Petro 5: 8.**

Nani simba anawakilisha katika kifungu hiki? _______________________________

Je simba hutafuta nini? _______________________________

Kwa nini? _______________________________

____

Ndio, wanawake. Nguvu inawakilisha Shetani ambaye anataka kukula! Ona kwamba Mungu hutumia simba badala ya kubeba katika kulinganisha kwake. Bears haiwezi kuandika na kuficha kama simba. Bears hufanya kazi nje wazi; kazi ya simba kwa siri kwa muda mrefu iwezekanavyo. Viumbe huwinda katika giza. Shetani anafanya kazi sawa sawa, na Mungu anajaribu kutuonya kuhusu mbinu za mshambulizi wetu.

Fikiria ukweli huu:

- Simba ni "mfalme katika Miliki yake." Ibilisi ni "mkuu wa ulimwengu huu" (na jangwa hili!).

- Simba huenda maili (muda mrefu) mengi kila siku, akitafuta mawindo rahisi. Vivyo hivyo Shetani.

- Simba husafiri kwa vikundi, au vikundi. Shetani anatembea na makundi ya pepo zake.

- Simba hufanya uwindaji wake katika giza hivyo mawindo yake hawatamwona. Shetani anakaa katika giza kwa sababu sawa.

- Simba hunaangalia mnyama aliye peke yake, au yule ambaye amepotea kutoka kwenye kikundi chake cha usalama. Vivyo hivyo Shetani.

- Simba hutazama windo moja dhaifu katika kila kikundi. Vivyo hivyo Shetani.

- Simba hujificha nyuma ya asili (nyasi, misitu, miti, nk). Shetani hujificha nyuma ya mahitaji yetu ya asili na tamaa.

- Simba hupiga mawindo yake, na huangalia kila hatua kutoka giza. Mara baada ya mawindo kwenda mbali, hata kidogo, yeye hushambulia. Simba haina haja nyingi, tena kama Shetani, ambaye pia hahitaji faida nyingi.

- Wakati akaribia hatua ya miguu 100, anadai na kuimba kwa sauti kubwa. Wakati Shetani akikaribia, atashangaa kututisha na kutupa malipo.

- Simba hana haja ya kukimbiza mawindo yake kwa mara moja, hufanya hivyo kwa muda mfupi. Shetani   atakushambulia juu ya kukimbia kwa muda mrefu.

- Kama simba anapoingia ndani, anachukua au hupiga mnyama, akamwangusha. Shetani pia atatuangusha..

- Simba humukabili windo yake, kukata chanzo cha maisha yake. Shetani anajaribu kutukata mbali na chanzo cha maisha yetu, Mungu.

- Baada ya kuwinda, simba tena huomboleza kwa sauti kubwa hivyo simba wengine huja na kusherehekea windo lake. Shetani atawaita wengine kusherehekea kushindwa kwetu.

Soma Luka 22: 31-32.

Nguvu ya mashambulizi, na mara moja hutetemeza mawindo yake kwa ukali. Shetani anataka kututetemesha na kutupiga kama ngano. Lakini tafadhali angalia kwamba Yesu anajua ataanguka, lakini pia anakiri kwamba atarudi.

Mbinguni haipatikani mpaka amepasuka na kuharibu mawindo yake. Shetani hajasifiki mpaka atakapokuangamiza na kukula. Usimruhusu kuridhika! Katika kifungu hiki, Mungu anatufananisha na mawindo ya simba.

Sasa fikiria ukweli huu:

- Nguvu au ushupavu wa windo, kuna uwezekano mdogo kwamba simba atamshambulia.

- Kuhangaika kwa windo daima kuanza kwa sababu "nyasi inaonekana kijani upande wa pili." Kwa hiyo ni yetu!

- Windo linakwenda mbali na baba yaoe, mama, au kwa ulinzi wa kundi la wanyama wanaofanana.

- Vivyo hivyo, tunaweza kutembea kutoka kwa Baba yetu wa mbinguni, wazazi wetu wa kidunia, au kundi la Wakristo "kama". Tunapotoka, sisi pia hupoteza ulinzi tunapaswa kuwa nao.

- Windo linadhani kuwa haliwezi kuambukizwa, ndio sababu anatembea mahali pa kwanza. Mara nyingi tunadhani njia sawa.

- Mnyama huwa salama wakati akikaa na kikundi cha wanyama wengine. Sisi ni salama na Wakristo wetu "kama".

- Windo halijui kuwa li chini ya mashambulizi mpaka amehelewa. Ikiwa hatuwezi kuangalia na kuomba, wala hatutakuwa salama.

- Windo mara nyingi watajeruhiwa, lakini ikiwa sio utaumiza sana kwa simba, kama sisi tutafanya ikiwa Shetani atapata safu (kucha) zake ndani yetu.

Kama unavyoweza kuona, matumizi ya Mungu ya simba kama mfano ni akifafanua sana kuhusu jinsi Shetani atavyotushambulia.

Pia angalia ukweli huu muhimu sana: simba hula. Yeye atawinda. Kuna r inaweza kuwa juu yake. Mnyama mwingine asiye na tamaa atakuwa wanyama wake, chakula chake kwa siku hiyo. Kwa ishara hiyo hiyo, mwanamke mwingine asiyetarajia leo atakuwa mawindo wa Shetani au mmoja wa pepo zake. Jihadharini kwamba si wewe. Vipi?

Soma 1 Yohana 4: 4. Inasema nini?

Swali ni hili: Ni nani aliye ndani yako? Je, Yesu ni moyoni mwako na maisha? Je! Una mlinzi anayeishi ndani yako akikupa mwongozo, hekima, na nguvu kila siku? Ikiwa hamjui kama Kristo anaishi ndani yenu, je, unaweza kuinama kichwa chako sasa na kumwomba aingie katika maisha yako na awe Bwana wa maisha yako? Ikiwa umetembea mbali na Bwana, je! Utamwomba arudie ushirika na Yeye na waumini wake hivi sasa?

Miti ni ya juu. Lazima tufanye uchaguzi wetu.

Wanawake, kwa namna yoyote mimi nataka kukufanya mwogope adui. Kwa kinyume chake, ikiwa tu tutatambua uwezo wetu katika Kristo, hatuwezi kuwa na haja ya hofu, kwa maana

Mungu ndiye mlinzi wetu na nguvu zetu. Ndiye ambapo msaada wetu utatoka. Tutajifunza mengi kesho kuhusu jinsi ya kukaa imara na si kuanguka katika majaribu.

Ikiwa hujawahi kumwuliza Yesu kuja katika maisha yako, je, ungependa kufanya hivyo hivi sasa? Kwa nini kusubiri dakika nyingine ili kupata amani, msamaha, na furaha ambayo tu Yeye anaweza kutoa. Andika sala yako ya wokovu sasa

Ikiwa hapo awali umemwomba Yesu awe Mfalme na Mwokozi wako, lakini umepotea mbali na Yeye na mafundisho Yake, je! Hutarudi kwake kwa maombi ya uhamisho tena?
Andika sala yako ya kujitolea tena sasa na upate upatikanaji wa amani tu anayeweza kutoa.

SIKU YA 3.

ZOEZI LA FUNZO.

SIKU YA USAFI KWENYE ZIZI "ZOO"!

Kuna maeneo mengi ya maisha yetu ambapo tunaweza kutembea mbali na Bwana wetu, mafundisho yake, waume zetu na mahusiano mengine ya kinga, kama vile marafiki wa Kikristo na mvuto.

Kama Mungu anavyozungumza na moyo wako, weka eneo lolote ambalo umetafuta mbali na mafundisho ya Mungu, watu wake, kanisa lake, utumishi wake, na mafanikio Yake katika maisha yako. Andika kitu chochote ambacho unaweza kutambua kama eneo linalowezekana ambapo simba huomboa inaweza kushambulia mara tu unapompa faida yoyote.

Kuwa maalum! Andika kitu chochote ambacho unaweza kufikiri juu ya hilo ambacho hawezi kumpendeza Bwana. Kumbuka, Yeye tayari anajua yaliyo ndani ya moyo na akili yako, hivyo unaweza kuendelea na kukubali na kushughulikia hilo sasa kabla ya mashambulizi ya adui

VIDOKEZO (NOTES)

SIKU YA 4

SITAKUSALITI, EEH BWANA!

Soma Mathayo 26: 31-75.

Kuna wakati ambapo nia zetu ni nzuri sana, lakini matendo yetu yanageuka sana sana! Hii ilikuwa dhahiri wakati huo kwa Petro!

Je! Umewahi kufikiri juu ya uwezekano wa kumdanganya Bwana? Je! Umewahi kufikiri juu ya uwezekano wa kumdanganya mume wako?

Unasema, "Hakuna njia, Jose"? Petro alifanya hivyo. Kwa hiyo, kilichotokea? Ni nini kilichomfanya akaanguka katika majaribu na kumsaliti Bwana? Je! Tunaweza kujifunza kitu chochote kutokana na hadithi hii ya kweli ambayo itatusaidia kuwa waadilifu wanawake wa Mungu?

Petro alikuwa mtu ambaye alimpenda Bwana Yesu na kutoa sadaka nyingi kumtumikia. Alikuwa mtu wa pekee ambaye alikuwa amekwenda kumvutia watu na wit na zawadi ya gab (zawadi ambayo mara nyingi imemtia shida!). Yeye hakuwa na kitambaa cha mchupaji, sio weenie! Alibeba fimbo kubwa na hakuwa na hofu ya kuitumia, kama kuthibitishwa wakati alipunguza sikio la askari wa Kirumi ambaye alikuwa anamkamata Yesu. Alikuwa mwaminifu na kujitolea lakini ukosefu wake ulikuwa sawa na wetu-mara nyingi alikuwa akitawala na hisia zake badala ya Roho Mtakatifu wa Mungu.

Funga macho yako na kurudi nyuma wakati na mimi kwa muda. Kuelewa kile Petro alikuwa akipitia na kile alichohisi. Ingia ndani ya ngozi yake na mimi kwa muda kidogo tunapojaribu kujiamini kile alichopata. Fikiria kuwa umeshuka biashara yako nyuma, familia yako, na bidhaa zako zote za kutembea kuzunguka nchi na mtu ambaye wengi wanadhani kuwa waasi. Fikiria kumwona huyo unayemfuata akiwaponya wagonjwa, awape vipofu macho, wafufue wafu! Fikiria kumsikiliza Yeye anafundisha makundi na kisha anakumbana na mafundisho yake kwa moja na wewe. Hebu fikiria kunyakua vikapu 12 vya vipande vya chakula baada ya kuwalisha watu 5,000 kutoka samaki wawili wadogo na mikate mitano! Wewe uko huko kushuhudia miujiza Yake kwa wengine na kugusa kwake miujiza juu ya maisha yako na familia yako.

Watu wamejaribu kumwua lakini hapo awali hawakuweza kumgusa Yeye kwa sababu hakuwa tayari kwao. Amewapiga wachangiaji fedha nje ya hekalu, na akasimama sana akiwaita viongozi wa kidini shimo la nyoka, lakini hakuna aliyemgusa. Fikiria kuja kwa kutambua kwamba Mtu huyu ambaye unamfuata ni mwingine isipokuwa Mwana wa Mungu.

Kisha ghafla, ndani ya masaa machache, kila kitu kinabadilika! Matukio huanza kutokea kwa haraka huona haiwezekani kuelewa!

Unaposherehekea pasaka pamoja naye, anasisitiza kuosha miguu yako! Unapaswa kuosha badala yake, lakini hakutakuacha! Mtumishi tu wa chini anatakiwa kufanya hivyo! Anafunua kwamba mwanafunzi mwenzako atamsaliti, na kama anavyoelezea ni nani atakayekuwa, unatambua kwamba ndio wewe na marafiki wako wamempa fedha zenu. Inawezaje kuwa hii? Unaumiza kwa msingi kabisa kwa usaliti wa rafiki huyu aliyeaminika, lakini inakufanya tu kumpende

Mwalimu wako zaidi! Katika chakula cha Pasaka Anakuambia kwamba atauawa, atapoteza damu yake kama sadaka ya msamaha wa dhambi zako.

Ni mengi sana kuelewa! Basi, mfuate Mwalimu wako kwenye bustani yake ya maombi ya favorite, na huko Anakuambia na wengine kumi waaminifu wanaoachwa kuwa wewe utamshindwa usiku ule, utamtafuta wote! Ni mno! Maumivu mengi, hofu kubwa! Haiwezi kuwa, Bwana!

"Si mimi, Bwana," Petro anatangaza! "Hata kama wote wanakuanguka, wanakumbwa, na kukuacha, siwezi kamwe!" Petro alitangaza kujitolea kwake na alikuwa tayari kusimama nyuma ya madai yake! Lakini Mola wake Mlezi anasema, "Petro, utanikana mara tatu kabla ya asubuhi wakati jogoo akilia!"
"Hakuna njia," anasema Peter! "Hapana!"

Kutoka tu Petro, Yakobo na Yohana kando, Yesu, sasa huzuni sana, anaomba, "Omba pamoja nami!" Endeleeni kuangalia Mimi, lakini ninyi nyote mnalala!
Hakika unasikia Mola wako Mlezi akisema, "Petro, nini? Je! Huwezi hata kuomba nami kwa saa moja? "
Ee, nimeshindwa Bwana wangu! O, Petro alishindwa lazima awe amehisi!
Tena, Yesu anauliza, "Tafadhali, angalia na kuniombea! Omba ili usiingie katika majaribu!
"Tena, wewe usingizi! Kwa nini, kwa sababu umechoka kutokana na mafunuo ya masaa iliyopita! Huelewi! Hutaki kukabiliana na haya yote! Unafikiri haiwezi kutokea! Huwezi

kumtupa Bwana wetu! Inverse 45, Yesu anarudi kukukuta bado amelala na kumtangaza mkimbizi wake amekwenda kumkamata.

Petro labda walidhani, Nini ?! Hapana! Hiyo haiwezi kutokea! Mimi, Peter hataruhusu iwe kutokea! Upanga wangu! Mtinzi mkuu wa kuhani mwovu anamchukua Bwana wangu! Mimi nitamzuia, nitamwua!

SURA! Huko! Lakini mimi tu nilikuwa na sikio lake! Ni Bwana gani, mnanipiga? Lakini nilikuwa ninajaribu kulinda! Najua wanaweza kuniua kwa hiyo, lakini mimi, Peter, nikionyesha kwamba sitakuacha! Ninakujitetea, Bwana!

Lakini, umeweka sikio lake? Kwa nini, Bwana? Tafadhali usisite, Bwana. Si mbele ya kila mtu, Bwana! Ninashangaa; Ninaumiza ndani ya roho yangu! Kwa nini unanikasirikia, Bwana? Sielewi, Bwana!

Umati unamchukua mbali! Taa, askari, kupiga, kupiga kelele, vitisho!

Wapi wapi Mola wangu Mlezi? Nini kinachotendeka kwake? Nini kitatokea kwangu?

Laam, huyu msichana ananijua!

"Hapana," unasema! "Sijui yeye!"

Ningewezaje kufanya hivyo? (Petro labda alikuwa na mashaka sawa tuliyokuwa nayo ikiwa sijui tungependa, kwa sababu tunafanya hata sasa, na hali zetu si karibu kama Petro alivyokuwa!)

Mjakazi mwingine anafikiria na kumwuliza Petro kitu kimoja.

"La, miss, mimi sikumjua!" Petro anauliza, nini kinachotokea kwa Yesu sasa? Wapi wengine?

Wapi marafiki zangu, wafuasi wengine? Je! Yesu sio kweli ambaye nilidhani Yeye alikuwa?

Jogoo hulia! Umemkana Yesu. Mara tatu! Oo, Bwana! Hii ilikuwaje

kutokea ?!

Je, unaweza kufikiri jinsi Petro alivyohisi baada ya siku chache zijazo? Yeye ameshindwa Mola

wake Mlezi! Je! Angewezaje kufanya hivyo? Alikuwa na uhakika sana! Alikuwa amejitolea

sana!

Petro alitangaza kwamba hakumtafuta Yesu, lakini katika hali mbaya ambazo zilizunguka

kwake, alijitoa kwa jaribu la hofu! Hisia sawa ile ambayo iliwaleta wana wa Israeli huko

jangwani kumleta Petro pia! Tena, hisia zisizoeleweka husababisha mateso makubwa kwa yule

anayewaangamiza!

Fikiria tena. Soma tena maneno ya Yesu katika mstari wa 41. Je! Yesu aliwaonya nini

wanafunzi?

Je, umegundua kuwa Petro, Yakobo na Yohana walijibu kama hawakusikia Yesu? Lakini, bila

shaka walifanya; walikuwa huko mbele mbele yake. Aliwaelezea wazi kwamba kama

hawakuomba na kusimama watakuanguka katika jaribu la kuja. Walikuwa wamechoka sana kuomba, hivyo walilala badala yake. Walidhani walikuwa pia wa kiroho kuanguka; walidhani walimpenda Yesu sana kuwa na wasiwasi juu ya kumuzuia.

Mara nyingi sisi, pia, tunafikiri tunajua zaidi kuliko Yesu. Tunadhani sisi pia ni kiroho kuanguka katika dhambi kwa sababu tunampenda Yesu sana kwa hilo!

Hatuwezi kuanguka katika jambo na mtu mwingine; tunampenda Bwana wetu na mume wetu sana kwa hilo! Oh ndio?

Wakati dhoruba za uzima zinakuja na kuchukua hisia zetu mbali katika hali fulani isiyoonekana haiwezekani, sisi pia tunaweza kuwa mawindo kwa simba la kutisha la majaribu. Tunapojisikia kuchanganyikiwa, kupendwa, kutokuhitajika, kushoto nyuma, kushoto, kutokuwa na wasiwasi, uchovu, upweke, kupoteza moyo, kuharibiwa, au uchovu kabisa kutokana na majaribio na hali zote za maisha, tunakuwa dhaifu na tunaweza kutembea mbali na Mmoja ambaye anatupa nguvu. Na wakati huo hutokea sisi ni uwezo wa kuwa uchaguzi mawindo wa simba akipiga!

Wakati tu tunatarajia kuwa mdogo, pale kuna aina ya mtu mzuri, anayesema-laini, anayejitetea, ambaye hutuelewa vizuri zaidi kuliko waume wetu, ambao hutupatia upendo na uangalifu wakati waume wetu hawana, na BAM! ... kuna sisi, kuanguka kabla ya kujua nini hit yetu!

Dada, mazingira yanaweza kusababisha hisia zako kukuhukumu na kukufanya ukianguka ikiwa husikiliza maonyo ya Yesu katika mstari wa 41.

1 Wakorintho 10:13 huahidi:

Hakuna jaribio lililokufikia isipokuwa kama kawaida kwa mtu; lakini Mungu ni mwaminifu, asiyekuruhusu ujaribiwe zaidi ya kile unachoweza, lakini pamoja na jaribu pia itafanya njia ya kukimbia, ili uweze kuichukua.

Lazima tuangalie na kuomba. Tunapaswa kuweka kizuizi, ngome ya ulinzi karibu na sisi kwa njia ya kuwa wakati tulipo dhaifu, tunechoka, tungalikiwa, tusieleweka, na hatuna furaha, tuna kanuni za kawaida za tabia ambazo tayari zinatuzunguka, na kwa sababu ya utiifu huu Bwana, tuna ulinzi wake kutoka kwa mwovu.

Na baada ya kufanya yote, tunaweza kusimama!

SIKU YA 4

ZOEZI LA FUNZO

KANUNI YA MAADILI YA KAWAIDA

Utahitaji kutoa kazi hii kwa mawazo makini. Kwa kuwa kila mwanamke ni tofauti, kila mmoja atakuwa na udhaifu tofauti anahitaji kufunika katika kanuni yake ya maadili iliyoboreshwa.

Kwa mfano, mwanzoni nilijua kwamba nilihitaji maneno ya uthibitisho kutoka kwa mume wangu, na ingekuwa hatari kwa maneno mazuri ya wengine, hasa wakati wa majaribio katika uhusiano wetu. Kwa hiyo, wakati wowote nimekwenda karibu na mwenzako ambaye anapongeza pongezi zetu kama pipi, najua kumwangalia mtu huyo! Sitatumia muda karibu na mtu ambaye huenda juu na hii; Kwa kweli, sasa ninaona kuwa haifai hata kuwa mbele ya mtu ambaye maneno yake hutoka kama maziwa na asali.

Eneo lingine muhimu nililolinda ni wakati wangu. Nilifanya sheria ngumu na ya haraka mapema kamwe kutumia muda pekee kwa zaidi ya dakika chache kwa wakati mmoja, na kamwe sijaondoka na mtu pekee hata kwa chakula cha mchana. Hizi ni kawaida hazina hatia, lakini sitaki adui kuwa na uwezo wa kupata maisha yangu katika eneo hili. Muda mingi uliotumiwa peke yake na mtu utakuwa wa kawaida (kuna neno hilo tena!) Kuleta mazungumzo zaidi ya kibinafsi kwenye picha na kama mtu yeyote kati yenu anapata furaha yoyote nyumbani anaweza kusababisha urafiki wa haraka! Ikiwa situmia muda pekee na yeye kuanza, nitaepuka jaribu kabisa. Falsafa hii inanipa tu "usalama wavu" wa ziada wa ulinzi.

Ikiwa unapenda sana wakati mtu atakupa zawadi juu yako, unapaswa kuwa na uhakika na uendelee mbali na viumbe vile na uifanye sera ngumu na ya haraka kukataa zawadi hizo wakati zinapotolewa.

Ikiwa kugusa ni kinachokuvutia, jihadhari na aina ya wenzake. Fanya sera ili kuchukua hatua mbili nyuma ikiwa mtu atakugusa zaidi ya mara moja, au anapata karibu wakati akizungumza na wewe.

Ikiwa unayeyuka wakati mtu anafanya mambo mazuri kwa ajili yenu, jihadharini na "Johnny mahali hapo"! Anaweza kutambua majibu yako kwa kazi zake za manufaa na anaweza kumaliza msiba wa spelling kwako!

Jambo kuu ni kufanya uamuzi sasa jinsi utakavyofanya, na kisha (tofauti na Peter, James, na John) angalia na kuomba ili adui asipate fursa ya kukula!

Kaa kanisani chini ya Neno mara kwa mara. Jihusishe na Wakristo wengine wenye maslahi sawa na yako; usijiruhusu huru sana "haijatumiwa kwa" wakati. Kuacha mbali na aina ya sinema, magazeti, na maonyesho ya televisheni (operesheni za sabuni) ambazo hufanya akili yako iwe katika hatari! (Operesheni ya sabuni daima hufanya nyasi zimeonekana kuwa za kijani upande wa pili wa uzio!)

Sasa, katika nafasi iliyotolewa kwenye ukurasa wa 224, funga Kanuni yako ya Maadili ya umeboreshwa. Jumuisha kitu chochote ambacho unajua kina tabia ya kukushawishi.

SIKU YA 5

KILICHOSIFIKA SANA WAKATI WA FALLEN

Ninaweza kusikia wengi wenu sasa! Hey Brenda, kabla ya kwenda kupata nguvu zote juu ya

kuwa na kufanya mambo yote haya ya kujifungia kwa siri, hufikiri kwamba inakwenda mbali?

Namaanisha, kwa kweli, mimi ni mwalimu wa shule ya Jumapili (au kushika nafasi nyingine ya

juu!)

Naam, tuangalie kwa njia hii. Kuna wale walio katika Biblia ambao walikuwa na mahusiano ya

kibinafsi na Mungu, na ambao bado walikuwa wakianguka katika majaribu. Je, ni mtu maarufu

zaidi wa Biblia unayeweza kufikiria, ambaye alianguka katika dhambi ya uzinzi?

____

Wengi wa watu watajibu "Daudi" alipoulizwa swali hilo. Daudi akaanguka katika dhambi ya

uzinzi ingawa uhusiano wake na Bwana ulikuwa karibu sana. Bibilia inaelezea Daudi kama "mtu

baada ya moyo wa Mungu mwenyewe." Ikiwa mtu "baada ya moyo wa Mungu mwenyewe"

akaanguka katika dhambi hii basi labda tulikuwa tumekwisha kuamka, kwa hakika tunaweza

kuanguka pia isipokuwa tukijikinga dhidi yake. Bila shaka, sala ni njia nzuri na nambari moja ya

kujikinga.

Soma **2 Samweli 11: 1-5 na 12: 1-13.**

Unapojifunza hadithi ya kuanguka kwake unapata kwamba alikuwa na hali fulani katika maisha

yake wakati huu. Daudi alikuwa ametuma jeshi lake kupigana, lakini hakuenda pamoja nao kama

alivyokuwa na wakati uliopita, kwa hiyo alikuwa na uvivu kuliko kawaida. Nani anajua kile

Daudi alikuwa akipitia wakati huo? Inawezekana alikuwa amechoka, anaweza kuwa amekasirika na suala fulani, na anaweza kuwa amejikaribisha sana na mafanikio yake na ufalme wake kwamba tabia ya kiburi ilikuwa imeingia katika maisha yake. Alikuwa mbali hata katikati ya maisha, hivyo labda alikuwa na mgogoro wa katikati ya maisha. Nani anajua? Bila kujali, chochote suala lake, aliruhusiwa kuvutwa katika majaribu na akaanguka ndani yake bila kupigana!

Tumeona habari nyingi juu ya kile kilichosababisha kuanguka kwake, lakini wangapi wetu tumesikia mengi juu ya kuanguka kwa Bathsheba? Alianguka pia. Alikuwa na masuala pia. Masuala au la, wote walianguka katika majaribu na wote wawili walipaswa kulipa matokeo.

Bathsheba alikuwa Myahudi pia, lakini kwa sababu yoyote alioa ndoa Mhiti. Kwa kawaida Mhiti hakutaka kuwa waabudu wa Mungu mmoja wa kweli na aliye hai, lakini tunajua mume wa Bathsheba alikuwa. Jina lake, Uria, lilikuwa jina la Kiebrania linamaanisha "Bwana ni mwanga wangu."

Ndoa zilipangwa na baba siku hiyo; kwa hiyo tangu baba ya Bathsheba alikuwa mmoja wa wanaume wenye nguvu wa Daudi na pia alikuwa Uria, anaweza kuwa amefungwa naye pamoja kwa sababu za kisiasa. Labda baba yake alimlazimisha kumuoa dhidi ya mapenzi yake.

Tangu Uria alikuwa pia mtu mwenye nguvu katika jeshi la Daudi, alikuwa amekwenda kwa muda mrefu akitoka Bathsheba nyumbani peke yake. Labda akaanguka kwa sababu ya upweke wake. Hata ingawa alikuwa amoa na Uria, hakuwa na mtoto. Wanawake wa siku hiyo walidharauliwa wakati wasio na ujinga. Labda akaanguka kwa sababu ya moyo uliovunjika.

Daudi alikuwa mfalme! Akaunti zote zinasema kwamba alikuwa pia mtu mzuri mwenye utu ambaye aliwafanya wanawake kumtumikia. Labda hakuweza kupinga marashi yake au mwili wake au nguvu zake.

Akizungumzia nguvu zake, labda alikuwa na hofu ya kusema hapana, ingawa akijua historia yake kwa moyo mzuri kwa Mungu, hii haiwezekani.

Waliishi karibu sana na kila mmoja, walikuwa wameunganishwa kwa njia ya siasa za familia na bila shaka walikuwa wameonana kabla, ingawa Daudi hakujua jina lake. Labda walikuwa na mvuto wa muda mrefu kwa kila mmoja ambao hawakujazwa.

Kulikuwa na masuala mengi ambayo inaweza kuwa msamaha wao, lakini hakuna hata mmoja wao aliyewaachilia kutokana na matokeo. Nukuu yangu ni hii: Kila mtu anayeanguka katika dhambi hii ana shida. Wao wana hadithi ya kusikitisha ya kuwaambia, lakini hiyo haina kuwasamehe kwa macho ya Mungu.

Habari njema ni kwamba Daudi na Bathsheba wote walitubu. Samweli ya pili 12: 13-22 inasema toba ya Daudi kwa undani. Msamaha wa Daudi ulikuwa mkamilifu kiasi kwamba akamwita "mtu baada ya moyo wa Mungu."

Tunaweza kujua kwamba Bathsheba aligeuka pia kwa sababu alimfufua mwanawe Sulemani kumtumikia Bwana!

Msamaha wa Mungu ni mkamilifu sana kwamba hana magumu kwa, kwa ukomo wake Alimruhusu Bathsheba kutumika katika kizazi cha Kristo! Wanawake wengi ambao wameanguka katika dhambi hii wanadhani Mungu hawatasamehe kamwe!
Mungu, kupitia Mwana wake Yesu Kristo, huwasamehe wote wanaokuja kwake kwa kutubu!
Isaya 1: 18-20 inaahidi:

Njoo na tuseme pamoja, asema Bwana, ingawa dhambi zako ni kama nyekundu, zitakuwa nyeupe kama theluji; ingawa ni nyekundu kama nyekundu, watakuwa kama sufu. Ikiwa unataka na utii, utakula mema ya nchi; lakini ikiwa unakataa na kuasi, utaangamizwa na upanga. Kwa maana kinywa cha Bwana kimesema.

Kwa kuwa sababu hazirekodi, hatuwezi kujua nini kilichomfanya Daudi na Bathsheba kuanguka, lakini tunaweza kujua mengi:

1. Wote wawili walijaribiwa na simba mkali, na wakaanguka kwenye mbinu zake za udanganyifu.

2. Ingawa wote wawili walitubu na kupokea msamaha wa jumla, wote wawili walipaswa kuishi na matokeo ya dhambi yao, ambayo ilidumu maisha yao yote!

3. Dhambi yao iliathiri watu wengi, watu wengi. Nyumba ya Daudi haikuwepo tena kwa amani.

Dhambi yetu pia huathiri nyumba zetu. Mume wetu, watoto wetu, wazazi wetu, marafiki zetu, kanisa letu, na jirani zetu wote huathiriwa sana tunapoanguka. Hebu tuhesabu hesabu na tupate njia ya juu sana! Hebu tufanye hivyo sasa, muda mrefu kabla ya majaribu mengine kuja kwetu!

SIKU YA 5

ZOEZI LA FUNZO

Jambo moja nililoona juu ya Daudi ni kwamba baada ya kifo cha Jonathan, hakuwa na mshiriki wa uwajibikaji. Alikuwa "mbwa wa juu" na hakuna mtu aliyemtafuta kwa uaminifu, ila Nathani nabii, ambayo kwa bahati mbaya ilitokea baada ya ukweli.

1. Niligundua kwamba kulikuwa na watu kadhaa ambao wangeweza kujaribu kumtia moyo Daudi, kabla ya ukweli, kama walikuwa tu ujasiri au uhusiano wa uwajibikaji pamoja na Daudi.

2. Kwanza, kulikuwa na mwalimu, ambaye Daudi alimwuliza juu yake alipopomwona kutoka paa usiku huo.

3. Kisha kulikuwa na wajumbe (wingi) ambaye alimtuma kumleta kwake.

   Kisha kulikuwa na Yoabu, ambaye alifuata amri ya Daudi ya kuwa Uria awe mstari wa mbele na kusudi la kuuawa.

Mpenzi wa uwajibikaji angeweza kusaidia kuepuka hali mbaya.

Darasa letu limejengwa juu ya msingi wa 2 Tito 2: 3-5, ambapo wanawake wakubwa ni kuwafundisha wanawake wadogo. Hii ni ushauri. Kuwa na mpenzi wa uwajibikaji ambaye ana uzoefu wa kimungu na hekima ni nini kinachoshauriana kinachohusu.

Kazi ya leo ni kuanza kuomba kwa hekima na uongozi wa Mungu unapojaribu kupata mshirika wa uwajibikaji. Ni nani anayejua, labda mwanamke ambaye Mungu anao kwako ni hapa hapa katika darasa hili pamoja nawe!

Ombeni na kumwomba Mungu akuonyeshe ambaye atakuwa mshauri wako na mshirika wa uwajibikaji awe. Andika jina kama Mungu anaweka moja kwa moyo wako.

____

Ikiwa una uhakika, kumwita sasa hivi. Mara baada ya kupiga simu, funga simu hapa.

____

Mpenzi wangu wa uwajibikaji ni _________________________________ na tutakutana au kuzungumza kwenye simu angalau mara moja kwa wiki. Ishara:

____

JUMA LA 5

KUTAFUTA   KWA   MKEKA   ILI UWEZE   KUPATA   KITU   CHA KULA.

N ipi i aina bora ya kusafisha utupu katika ulimwengu? Electrolux? Kirby?

Futa Malkia?

Hapana, kuna bidhaa bora zaidi kuliko hilo! Je! Hujisikia?

1 bora, bluu maalum katika dunia nzima ni umri wa miezi 14 "Sio Me Mc Monkey." Huyu

msichana mdogo anaweza kupata cracker chini ya kitanda saa 20 hatua!

Kwa nini, siku nyingine, nilipokuwa nikiruhusu mbwa nje, alikuwa akiomba kwa ajili ya

vitafunio, na kabla ya kujua, alikuwa amekaa nyuma katika mwamba wake mdogo, akipiga

tumbo lake kidogo, akisema, "Nimejaa, Nanna . Hiyo ilikuwa nzuri, naweza kuwa na mwingine?

Nadhani alikuwa akila carpet na kupatikana vitafunio. Kitu cha kusikitisha ni-sijui nini alichoona

kuwa kizuri sana! Labda ilikuwa biskuti ya doggie, ambaye anajua?

Ni hakika ni jambo jema ambalo hakutembelea ghorofa ya rafiki yangu Stacy. Ikiwa alipanda

kupitia friji yake ili kupata vitafunio anaweza kuona mambo ya kijani kukua huko. Kwake

inaweza kuonekana kama veggies bustani safi. Hiyo inaweza kupata mbaya.

Siwezi kamwe kusahau wakati ambapo mtoto wangu mwenye umri wa miezi 18 David alikuwa

na virusi ambacho hakika kilikuwa kibaya. Kitu kibaya kilikuwa kinapoteza katika mwisho wote.

Nilikuwa nimechukua nje ya kioo chake cha reeking na kumsafisha kote, poda chini yake na

kuhamia kwa upande mwingine wa chumba ili kupata diaper safi. Wakati huo huo, alisimama kwenye kivuli chake ili kufikia silaha zake nzuri kwa mama na alikuwa na mlipuko mwingine.

Kote juu ya kivuli.Kote juu ya sakafu kando ya kivuli.Kote juu ya ukuta nyuma ya kivuli.

Nadhani niliona baadhi kwenye dari. Haikuwa nzuri na sikuwa na furaha. Wala Daudi hakuwa

mpaka fikira ilitokea kwake kwamba mwili wake unatengeneza matope ya matope.

Ah, furaha za uzazi. Binti yangu, Leigh, aliniita siku nyingine kunijulisha kuwa Mason, mjukuu

wa miezi 20 alikuwa amefuata tu katika nyayo za mjomba wa Daudi. Yeye hakuwa na furaha

ama ama, lakini alikuwa na uwezo wa kucheka kidogo kwa sababu alijua ilikuwa imetokea

kwangu pia. Wewe pia, huh?

Je, kazi za nyumbani zinakupa? Je! Inaonekana kuwa haijalishi ni vigumu jinsi gani hujaribu

kamwe kupata? Mazao ya mara kwa mara, makombo, vitu vya kijani vinavyoongezeka katika

sufuria ya kahawa?

Naam, haipaswi kuwa mbaya!

Kulikuwa na mwanamke mzee muda mrefu uliopita ambayo imesalia mfano mzuri sana wa kile

kinachohitajika kuwa "mlezi wa nyumbani" mzuri.

Ikiwa angeweza kufanya, tunaweza pia kufanya hivyo!

SIKU YA 1

CHANGAMOTO

Soma Tito 2: 5.

Wiki hii tunakuja sehemu ya aya hiyo, ambayo inatufundisha kuwa "watunza nyumbani."
Kamusi ya Webster inafafanua mlinzi kama "anayeshika, mlinzi, mtunzaji, mkuta, yoyote ya
vifaa mbalimbali kwa kuweka kitu katika nafasi, kwa ladha nzuri, kufuata, kama katika
mapambo mazuri."

Kushangaa sana, wakati huu Webster anakubaliana na ufafanuzi wa kibiblia wa nini kuwa mlinzi
nyumbani huhusisha.

Wanawake wengi watafikiria moja kwa moja kufanya kazi za nyumbani, kufulia, kuandaa
chakula, kuandaa nyumba, na kadhalika. Wakati huo ni picha ya kweli ya sehemu ya mlinzi wa
nyumba, kuna maelezo mengine muhimu ambayo mara nyingi huenda bila kutambuliwa kwamba
napenda kufunika kwanza.

Katika hali hii, jukumu la waangalizi ni sawa na wajibu wa mlango.
Fikiria juu ya kile mlango anachofanya. Yeye ndiye mlinzi wa makao, mlinzi wa mlango.
Anaangalia na kuidhinisha kila kitu na kila mtu anayepitia mlango, ndani au nje. Mjumbe wa
barua pepe, mtoaji, mgeni, mpangaji, wafanyakazi, kila mtu lazima apate idhini ya mlango kabla
ya yeye au kuruhusiwa kuingia au kuondoka.

Wewe ni mlinzi wa nyumba yako, na moja ya kazi za mlinzi ni kuangalia na kuidhinisha kila kitu kinachoingia ndani au nje ya nyumba yako. Unapaswa kuangalia kitu chochote ambacho kitakuwa na madhara kwa wenyeji wanaoishi pale. Wewe ni wajibu wa kuona kwamba tu mambo ya kiungu na ya haki yanaruhusiwa kuingia milango yako!

Kwa mfano, nina hakika kwamba hakuna mwanamke hapa atakaribisha mwuaji au wizi, porno au vurugu nyumbani mwao, hata kama hatujali hasa ni nini kinachotokea na sinema nyingi na maonyesho ya televisheni.

Sisi kama wanawake tunapaswa kuwa makini kwamba chochote kinachoingia nyumbani hakina kinyume na mafundisho ya Mungu. Tunapaswa kulinda kwamba hakuna chochote kinachoingia kitadhoofisha mtu yeyote wa familia. Tunapaswa kulinda nyumba zetu dhidi ya kuingilia kwa ulimwengu kwa namna yoyote ambayo itachanganya au kuondosha wanafamilia.

SIKU YA 1

ZOEZI LA FUNZO

Soma **1 Wakorintho 14:33.**

Wakati nyumba yetu iko katika hali ya machafuko, Mungu sio mwandishi wake! Wakati nyumba yetu iko katika hali ya machafuko, basi sisi, kama watunza, sio kulinda mlango.

Je, unaweza kufikiri juu ya kitu chochote kilichoingia nyumbani kwako ambacho kinaweza kusababisha kuchanganyikiwa katika mawazo na mioyo ya wale wanaoishi huko?

Ombeni na kumwomba Mungu afunue kitu chochote awali kilichoruhusiwa kupitia milango ya nyumba yako ambayo inaweza kusababisha kuumiza kiroho kwa familia yako. Eleza mawazo yako kwa Mungu kwa sala hapa na uwasilishe hitimisho lako.

SIKU YA 2

VILIVYOORODHESHWA BORA KWENYE NYUMBA

Soma **1 Timotheo 5:14.**

Kwa mujibu wa aya hii, ni majukumu gani muhimu ya wanawake?

____

____

____

Hii ni uthibitisho zaidi kwamba Mungu anataka wanawake kuongoza au kusimamia, au kuweka nyumba. Kwa kuwa katika akili, hebu tuangalie zaidi kile kinachotarajiwa kwa mlinzi, au meneja, wa nyumba.

Jambo la kwanza na muhimu zaidi mlinzi lazima aifanye ni kusimamia kile anachokiweka, au machafuko na kuchanganyikiwa utafanyika mahali hapo. Kama tulivyojifunza jana, ambapo uchanganyiko unatawala, Mungu hana!

Mara nyingi sisi kama wake na mama tunapuuza umuhimu wa kazi yetu kama Afisa Mkuu Mtendaji wa HOME, INC.!

Taarifa hii kuhusu umuhimu wa mwanamke Mkristo nyumbani hutoka kwenye maoni ya uhuru wa Biblia ya KJV:

Mtunza nyumbani anamaanisha "kufanya kazi nyumbani." Paulo sio chauvinist hapa, lakini anasema jinsi Mungu alivyowaagiza wanawake kufanya kazi nyumbani, lakini si kama mjakazi au mtumwa.

Kuweka nyumba vizuri sio kudharau; kwa kweli, hakuna wito mkubwa zaidi. Kila mtu anajua uwezo wa kubadilisha ndani ya nyumba ya mke mzuri, mwenye kumcha Mungu. Nguvu yake inaonekana katika taasisi kubwa kuliko benki au ofisi ya kisiasa wakati anaathiri nyumba na watoto kwa ajili ya Mungu.

Taarifa hii kuhusu umuhimu wa mwanamke Mkristo nyumbani hutoka kwenye maoni ya uhuru wa Biblia ya KJV:

Mtunza nyumbani anamaanisha "kufanya kazi nyumbani." Paulo sio chauvinist hapa, lakini anasema jinsi Mungu alivyowaagiza wanawake kufanya kazi nyumbani, lakini si kama mjakazi au mtumwa.

Kuweka nyumba vizuri sio kudharau; kwa kweli, hakuna wito mkubwa zaidi. Kila mtu anajua uwezo wa kubadilisha ndani ya nyumba ya mke mzuri, mwenye kumcha Mungu. Nguvu yake inaonekana katika taasisi kubwa kuliko benki au ofisi ya kisiasa wakati anaathiri nyumba na watoto kwa ajili ya Mungu.

Soma Methali 31: 10-31.

Kama unavyoielewa, fungua maelezo mafupi ya yale ambayo mistari hii inajumuisha kama wajibu wa mlinzi, au meneja, wa nyumba.

____

____

____

____

Hebu tutazame njia nyingine - sisi ni katika utafiti huu kuhusu kuishi katika zoo, sawa? Naam, fikiria majukumu ya mlinzi wa zoo:

Ni lazima aangalie anayeingia na nje ya milango ya mbele ya zizi (zoo), sawa? Haipaswi kusimama pale na kuchukua tiketi yake mwenyewe, lakini anaona kwamba mtu anafanya hivyo kwamba hakuna hatari inakuja kwenye milango ambayo inaweza kuumiza wanyama.

Yeye ndiye wajibu wa kuona kwamba wanyama wanalishwa vizuri. Tena, haifai kuandaa chakula chake vyote, lakini lazima awe na mtu anayehusika kuwa msimamizi wa hilo.

- Lazima aangalia kinachoendelea ndani ya malango ya zizi (zoo) ili kuona kuwa hakuna madhara huja kwa wanyama yeyote (kama sivyo, wanyama wengine wanaweza kufanya chakula cha jioni nje ya maonyesho mengine!).

- Yeye lazima aone afya ya wanyama.

- Ni lazima aone kwamba mabwawa ya wanyama yanahifadhiwa safi kama moja muhimu kwa afya ya wanyama, na hivyo wageni watafurahi kutembelea.

- Ni lazima aone mapambo ya sakafu ya zizi (zoo) au nyasi, sakafu ya uchafu au sakafu za saruji?

- Anatakiwa kuhakikisha kuwa kuna vitu vya ziada vya kutosha kwa ajili ya kuwatunza wanyama ikiwa ni dharura.

- Anatakiwa kuhakikisha kuwa kuna vitu vya kutosha kwa mkono ili kuwavutia wageni wenye njaa.

- Anatakiwa kuhakikisha kuwa misingi hiyo huhifadhiwa bila takataka na uchafu ambao unaweza kuharibu wanyama na wageni sawa.

- Anapaswa duka kwa busara na kupata mikataba bora hivyo zoo ina rasilimali za kifedha kwa siku zijazo.

- Anapaswa kutafuta ushirikiano wa wote wanaoishi na kufanya kazi katika zoo ili zoo iendeshe vizuri.

Je, wakati mwingine ulimwengu umekufanya uhisi kuwa nafasi yako kama mlinzi wa nyumba haikuwa ya muhimu, au ilikuwa ni kudharau? Msiamini ulimwengu!

Amini Mungu! Ameamuru mwanamke awe mlinzi wa nyumba, mlinzi wa mlango. gundi, na mratibu hivyo itaweza kuonyesha amani na neema ya Mungu kwa familia. Mazingira ya amani ya nyumba ya Mungu ni kama makao mengi ya kutafuta wakati wa dhoruba! Ndiyo ambapo familia yote inaweza kukusanya betri za recharge, na kupata upendo na ushirika katika ulimwengu wa baridi giza!

SIKU YA 2.

ZOEZI LA FUNZO

Moja ya mambo ambayo husababisha nyumba kuwa katika hali ya kuchanganyikiwa ni uharibifu. Kwa shida nyingi za wakati katika maisha yetu sisi mara nyingi kuruhusu maeneo nyuma-ya-scuttered na Junk tunaweza ama kuhifadhi katika attic au hata kutupa mbali. Nyaraka ambazo tunahitaji kila siku zinajitokeza na junk na ndio wakati kila mtu anaanza kumwomba mama kwa sababu hawawezi kupata chochote.

Je! Ni maeneo matatu ya nyumba yako ambayo wengi wanahitaji kuandaa?

1 .____

2 .____

3 .____

Sasa, kama kazi ya leo, jitihada nyingi kama hizi iwezekanavyo. Ikiwa watoto wako wana umri wa kutosha, waombe msaada wao. Fanya mchezo, uwaahidi wakati maalum wa kujifurahisha kwa kusaidia, tengeneza chama cha sherehe ya sikukuu ya chakula cha jioni, lakini uifanye! Fanya mpango mkubwa kuhusu hilo kwa mume wako mbele ya watoto. Utastaajabishwa na jinsi unavyosikia vizuri mwishoni mwa siku, na jinsi ya kiburi itawafanya watoto kujua wasaidie!

SIKU YA 3 NA 4

KUTAMBUA MAJUKUMU

Soma **Methali 31: 10-31**. Kazi hii itawezekana kuchukua siku mbili kwa wale wanaotaka kushikamana na muda wa dakika kumi na tano iliyopangwa.

Hakuna njia mbili kuhusu hilo! Mwanamke huyo wa **Mithali 31** ni mtendaji wa juu wa kiwango cha nyumbani! Kusoma tu mistari inayoelezea kazi yake ya maisha itafanya wanawake wengi wamechoka, na hata kama tutaacha kuchambua, maisha yake ilikuwa zaidi ya kutosha. Ilikuwa na manufaa, ya ubunifu, ya kuvutia, yenye changamoto, na yenye faida kwa milele yote.

Ikiwa tunapaswa kuwa mwanamke huyu katika maisha yetu wenyewe, lazima tuelewe kuna mtazamo na vitendo fulani ambavyo vinapaswa kuwepo katika maisha yetu kwa ajili ya kufanikisha hili kufikia fruition.

Kazi yako ya nyumbani ya leo na kesho itakuwa na kuchambua kifungu cha Mithali 31. Katika chati ifuatayo, fanya mstari wa kutafakari kila jukumu na mtazamo aliyoonyesha katika maisha yake. Mtazamo huu na vitendo vyake vinamruhusu kuwa mfano kwa vizazi vyote kama mwanamke mwenye thamani, mwenye mafanikio, na mwenye heshima.

Unaposoma kuhusu mfano huu wa ajabu ambao Mungu ametupa katika kifungu hiki, kumbuka kwamba hii inaelezea maisha yake yote. Yeye hakufanya mambo haya yote kila siku ya maisha yake. Kumbuka majira ya maisha tuliyojifunza juu ya Sehemu ya Kwanza, Somo la Kwanza la Kuishi katika Zoo? Weka msimu wako wa maisha mbele ya akili yako unapojifunza kifungu hiki. Nilipokuwa mchanga mdogo wa Kikristo na kusoma kwanza kifungu hiki, nilifikiri alifanya mambo hayo kila siku ya maisha yake. Nilikaa miaka mingi baada ya kuwajaribu kutokuwa na tumaini kufanya hivyo.

Kifungu hiki sio maana ya kukata tamaa juu ya vitu vyote ambavyo huwezi kufanya leo, bali ni maana ya kukuhimiza kwa kuwa na mfano wa mfano ambao Mungu mwenyewe ameinua juu yetu. Hakika, yeye ni mwanamke mmoja wa ajabu, lakini kwa kufuata mfano wake nitafikia mengi zaidi na maisha yangu kuliko napenda ikiwa sikuwa na mfano wake. Daima ni bora kupiga picha kwa nyota na kugonga mwezi kuliko kusudi la kitu na hit kwamba haki juu ya lengo!

Hebu Roho Mtakatifu awe mwongozo wako wakati unapoweka kipaumbele juu ya mambo ambayo ni muhimu zaidi wakati huu wa maisha yako. Wakati wa kuamua ni muhimu na nini, kumbukeni kuweka kipaumbele cha juu juu ya vitu vilivyo thamani ya milele.

Angalia chati hapa chini na uandike maandishi yanayofanana ya kila hatua na mtazamo wa mwanamke wa Mithali 31:

Nini Yeye anafanya	Mtazamo wake	Kumbukumbu la Maandiko
Anajikinga kwa nguvu kupitia (sala na kujifunza Biblia)	Humtegemea Mungu	
Kujitahidi katika kazi (anaendeleza ratiba yake)	Furaha / furaha katika kazi yake	

Ni mwaminifu (kiroho na kimaadili)	Uaminifu na heshima	
Anasema vizuri kuhusu mumewe	Msaada na msamaha	
Hununua kwa busara-na vya kusisimua	Shukrani	
Huwapa wengine	Ukarimu	
Anaendelea kutazama familia yake	Ujasiri	
Hutoa chakula cha lishe	Kutunza	
Huandaa mbele kwa nyakati ngumu	Hupambanua	
Anasema na hekima	Ujasiri na upole	
Anachangia mapato ya familia	Ni wa Usaidizi	
Hujipamba yeye mwenyewe kwa (nguo nzuri kwa upole na mtindo)	Hujihusisha na mahitaji ya mumewe	
Inaweka mwili wake kwa sura	Hushukuru kwa afya	

Hutoa mavazi ya familia	Kutunza na wa kuwajibika	

SIKU YA 3

ZOEZI LA FUNZO

Ni mara ngapi unavumilia kula nje au kuokota kuchukua nje ya chakula cha jioni kwa sababu umesahau kutoa kitu nje ya friji?

Leo, kaa chini na kupanga mipangilio yako kwa kipindi kingine cha wiki hii. Waandike, halafu ufanye orodha ya mboga ya viungo vyote unayohitaji ambavyo huna. Ikiwezekana, nenda kwenye duka la vyakula na uziweke leo ili uwe tayari kuwa na kila kitu kinachohitajika kabla ya wakati.

Kwa njia hii, utakuwa tayari kwa wiki nzima na hautahitaji kufikiria tena. Kitu kidogo cha kuwa na wasiwasi juu hawezi kuumiza zoo ya maisha ambayo unayoishi, sawa?

Ifuatayo, weka saa ya kengele kwenda wakati huo huo mapema kila siku ili kukusaidia kukumbuka kuchukua kile unachohitaji kwa chakula cha jioni nje ya friji. Kisha endelea kuhusu biashara yako bila kuwa na wasiwasi juu ya swali la zamani la mama kila mahali, "Hey, mama. Nini chakula cha jioni? "

Labda sasa unaweza hata kuwa na muda kidogo wa kusoma kimya, kwa ajili yako tu! Naam, labda sio, lakini bado utasikia vizuri kujua chakula cha jioni kinapangwa njia ya wakati.

Menu:

Jumatatu   Jumanne   Jumatano   Alhamisi   Ijumaa   Jumamosi

Orodha ya ununuzi wa vyakula:

SIKU YA 4

ZOEZI LA FUNZO

Je, wakati mwingine hujiuliza ikiwa kuna kifo cha nyuklia katika chumba chako cha kufulia? Je, kufulia kwako kunaonekana kukua wakati wa usiku? Je! Wakati mwingine huhisi kama wewe ni ndani ya mashine ya kuosha - na imekwama kwenye mzunguko wa spin?

Pamoja na wavulana wadogo wadogo, wote ambao walihusika katika mchezo mmoja baada ya mwingine, mimi hakika! Wakati mwingine nilikuwa nashangaa wapi nguo zote za uchafu zilikuwa ziko duniani, hasa kwani bila kujali mara ngapi niliziosha bado zilionekana kuonekana kama tabia ya Pigpen moja kwa moja nje ya karanga!

Mara nyingi mojawapo ya sababu hii hutokea ni kwa sababu hatuwezi kufanya mzigo mmoja wa kufulia kila siku. Ni rahisi kuruhusu kufulia wakati unapokuwa na maadui "screamin" ya ishirini baada ya kufanya mambo elfu kumi muhimu zaidi kuliko kusafisha soksi chafu. (Je, hizo soksi moja zimejitokeza wapi? Nadhani mashine ya kuosha inawatumia kama chakula cha mchana, chakula cha jioni, vitafunio, chochote! Ingawa hiyo au huko kuna mbingu nyingi huko nje mahali fulani!)

Je! Kuna nguo yako nyuma sasa? Ikiwa ndivyo, fanya leo na uambukize juu ya mbolea yote ya uchafu imekwama ndani ya nguo hizo nzuri sana. Tena, ikiwa unahitaji msaada, pata wale "maadui" wa "screamin" sawa na daima wanaoomba kwako kusaidia. Hata watoto wenye umri wa miaka mitatu wanaweza kutengeneza taulo na ni vizuri kwao kujifunza. Wao watafurahia kuwasaidia mama na ni njia nzuri ya kuwafundisha wajibu wao. Usiwe na wasiwasi kwamba taulo hupigwa katika aina zote za maumbo ya kupendeza; sehemu hiyo haijalishi. Wao ni kwenda kupata uchafu tena usiku wa leo hata hivyo!

Vitu vingine ni muhimu na vitu vingine sivyo, hivyo jifunze kusubiri vitu vidogo! Kuna kazi nyingi ambazo watoto wadogo wanaweza kusaidia. Haijalishi moja whit kama si kufanyika kwa ukamilifu.

Wajukuu wangu wa miaka minne na saba wanapenda kunisaidia kwa kusafisha, kupika, kuosha sahani, na hata kuacha. Kwao, ubora wake "pamoja" wakati wao tu na Nana. Ninaipenda pia kwa sababu inajenga kumbukumbu nyingi za furaha kwa siku zijazo. Wajukuu wangu wanataka kusaidia pia. Kwa hakika, wanafanya vizuri zaidi na mambo mengine kuliko yale wanayofanya wengine, lakini hivyo nini? Hata hivyo, wote wanajivunia wakati Papa Tom anakuja nyumbani kutoka kazi na wanamwonyesha mavazi yao mazuri. Anawajali sana kuwashukuru na wakati mwingine hata anawapa tuzo ya kumsaidia Nana na kazi hiyo yote! Yeye hupata hata kucheka mzuri wakati anakula dessert na hupata yaihells zilizopotea ndani au wakati anafikia kitambaa na anachagua nje ya mpira wote umeunganishwa pamoja!

AAH, NANI MKE!

Tena, soma **Methali 31: 10-31.**

Je, unamtazamiza kidogo kama mtindo wa mfano?

Kumbuka wasichana: Yeye hakufanya mambo yote haya kila siku! Yake ya ajabu "kufanya" orodha ilichukua maisha yote kufikia! Wakati huu uliandikwa, alikuwa amekwisha kupitia majira yake ya maisha, na alikuwa na uwezo wa kufikia mafanikio kwa kufanya kazi ndani ya kila msimu mmoja kwa moja kama ilivyokuja. Unaweza kuwa na uhakika kwamba shughuli zake za biashara katika mali isiyohamishika na biashara hazifanyika wakati huo huo alikuwa akijali watoto wachanga!

Je! Umewahi kujiuliza, "Ni nani huyu Mwanamke Mzuri ambaye anifanya kujisikia hivyo kutosha?"

Soma kitabu cha Ruthu, sura ya 1-4.

Hii ni hadithi ya ajabu ya mwanamke kijana aliamua kumtumikia Mungu, bila kujali dhabihu alizofanya kufanya hivyo, na Mungu alitoa thawabu kwa kujitolea kwake! Napenda kutumia miezi sita kwenye kitabu hiki pekee, hasa kwa kuwa ni mojawapo ya vipendwa vyangu! Kwa kuwa siwezi kufanya hivyo, ningependa kushiriki kitu kilichovutia sana wakati nilijifunza kwa miaka michache iliyopita kama nilijifunza kitabu hiki kwa kina.

Kwa miaka mingi, wanasolojia wamefikiri kwamba utambulisho wa mwanamke wa Mithali 31 alikuwa Ruth, ambaye aliolewa na Boazi. Ningependa kushiriki maelezo ya chini ya jumla kutoka kwa The McArthur Study Bible kuhusu uwezekano kwamba Ruthu alikuwa mwanamke wa Mithali 31, na mimi nukuu:

Mke "Mwema" wa Mithali 3 1:10 ameitwa na "wema" Ruthu ambaye neno la Kiebrania linalotumiwa (3:11). Kwa sambamba ya kushangaza, hushiriki sifa angalau ya tabia 8 (tazama hapa chini). Wanasomoji wengi wanashangaa (kwa kushirikiana na jadi za Kiyahudi) ikiwa mama ya Mfalme Lemuweli hakuenda kuwa Bathsheba, ambaye kwa kinywa alitoa urithi wa familia ya sifa ya Ruti isiyokuwa na udongo pamoja na mwana wa Daudi, Daudi. Lemuweli, maana yake "kujitolea kwa Mungu," inaweza kuwa jina la familia kwa Sulemani (tazama Jedediah, 2 Sam.12:25), ambaye basi angeweza kuandika Prov. 31: 10-3 1 na Ruthu katika akili.

Kila mwanamke alikuwa:

• Alijitolea kwa familia yake (Ruthu 1: 15-18; Mithali 3 1: 10-12, 23)

• Alifurahia kazi yake (Ruthu 2: 2; Mithali 31:13)

• Alishikamana katika kazi yake (Ruthu 2: 7, 17, 23; Mithali 3 1: 14-18, 19, 21, 24, 27)

• Alijitolea kwa hotuba ya Mungu (Ruthu 2: 10-13; Mithali 31:26)

• Alimtegemea Mungu (Ruthu 2:12; Mithali 31: 25b, 30)

• Alivaa kwa uangalizi (Ruthu 3: 3; Mithali 31: 22,25a)

• Salamu na wanadamu (Ruthu 3: 6-13; Mithali 31:11, 12, 23)

• Alitoa baraka (Ruthu 4:14, 15; Mithali 3 1:28, 29, 31)

Ni urithi wa ajabu, wanawake!

Unaposoma kuhusu hadithi ya Ruthu, nakuomba uone:

• Ujasiri wake

• Uaminifu wake mkubwa, wote kwa Mungu na familia yake

• Tabia yake ya shukrani

• Nia yake ya kufanya kazi ngumu sana, bila malalamiko

• Kukataa kwake kukataa, hata katika uso wa kazi ngumu, ngumu, yenye kuchochea

• roho yake tamu

• Ujasiri wake na ujasiri wa Boazi

• Nia yake ya kuondokana na imani na kufuata mwongozo wa mshauri mzee, mwenye busara,

hata wakati alikuwa mkwewe

• akili yake

• Nia yake ya kuangalia bora na kujifanya kuvutia

• Nia yake ya kuondoka nyumbani peke yake ambayo amewahi kujifunza kutekeleza mpango wa

Mungu kwa maisha yake

• Uaminifu wake mpaka mwisho wa maisha yake

• Upendo na msukumo aliwachochea kila mtu aliyekutana naye

Ninaomba sisi wote tutaweza "kukusanya" sana kutokana na mfano wa Ruth kama mwanamke

anaye thamani ya zaidi ya rubi!

Ikiwa ndivyo, basi siku moja sisi, pia, tutasikia maneno, "Watoto wake huinuka na kumwita

aibariki, na mumewe pia!"

SIKU YA 5

ZOEZI LA FUNZO

Angalia kote. Je! Watoto wako "wangeweza kuifunga kanda" na kupata vitafunio leo?

Ikiwa ndio, ondoa utupu, (hapana, sio watoto … halisi!) Na kupata nyumba ilifunguliwe

mwishoni mwa wiki. Osha sufuria ya kijani nje ya sufuria ya kahawa, futa sabuni kwenye kuta

za kuoga na kutupa mabaki ya Jumapili iliyopita nje ya friji.

Kujifanya kama kampuni inakuja mwishoni mwa wiki na kwenda ndani ya nyumba hiyo kama

kimbunga nyeupe waliyokuwa wakitangaza kwenye TV.

Umevaa kufulia jana, sawa? Menyu yako yote imepangwa, ununuzi wa maduka ya mboga

ulifanyika siku mbili zilizopita, na chumbani yako ilirekebishwa, vizuri … hata hivyo! Kupata

kusafisha nyumba kufanyika leo na unajua nini unaweza kufanya kesho?

Furahia! Nenda kwenye maduka; kwenda kwenye movie, mchezo wa mpira mdogo wa Ligi

labda? Vyovyote. Toka nje ya nyumba na ufurahi. Labda hubby itakuwa radhi na mafanikio yako

yote wiki hii ambayo atatangaza Jumamosi usiku "usiku wa usiku!"

Chochote … kuwa na mwishoni mwa wiki nzuri! Na usisahau kuwa katika nyumba ya Bwana

siku ya Jumapili!

JUMA LA 6

BWANA, MIMI NI MWEREVU KAMA YEYE, SASA

MBONA AWE BWANA YANGU/BOSI YANGU?

Je! umewahi kuhisi kuwa kuwa mtiifu ni kidogo kama kuwa kitambaa cha mlango na hauna mawazo yako mwenyewe?

Je, inamaanisha kwamba wakati mwingine mume anajua-wote wanajua yote?

Je, inamaanisha wewe hauna nguvu katika maisha haya?

"Hakuna njia," unasema? "Jambo hili lililokuwa ni njia tu mtu fulani alikuja na ili watu kila mahali wawe na mamlaka juu ya wanawake kwa madhumuni yao wenyewe, na 1, kwa moja, sio kununua! Mimi ni mwenye busara kama yeye ni! "

Unaweza kuwa na elimu zaidi kuliko yeye. Unaweza kujisikia una "vitalu zaidi kwenye ghala lako" kuliko yeye, hata hivyo atakuwa juu yako kwa sababu yeye ni kiume?

"Sasa Bwana, ni wapi haki katika haya yote? Hakika, hutarajii kuwa nijishughulishe na hili, mtu huyu? "

"Hii ni karne mpya! Hii ni karne ya 21 A.D., si B.C. Sisi wanawake tumepata haki zetu! Tumebadilisha bras zetu. Tumevunja huru ya utumwa wa utawala wa kiume! "

"Nina thamani zaidi kwa ulimwengu huu wa zamani kuliko kukaa nyumbani na kumfanya awe mfalme wa ngome! Ninaweza kufanya zaidi kuliko kupika chakula chake, safisha nguo zake na kuifuta pua za watoto wake! "

"1 inaweza kustawi katika chumba cha ukumbi pamoja na jikoni!"

Muziki tafadhali:

> **Ninaweza kuleta nyumbani bacon (nyama ya nguruwe),**
>
> **Niipike kwenye kikaangio**
>
> **Na kamwe, kamwe basi kusahau**
>
> **Wewe ni mtu**
>
> **'Sababu mimi ni mwanamke!**
>
> **W-O-M-A-N! Mimi nitasema tena !!**

Mimi ni mwanamke; unisikilize!

Kwa kweli, wanawake, sisi wanawake tumekuwa tunasilia kwa muda mrefu sasa, hivyo ni wapi tuzo na mafanikio haya uhuru kutoka kwa wanadamu unapaswa kuleta?

Kwa ajili ya tuzo, nadhani nina orodha nzuri ya wale:

- Sasa tuna kiwango cha talaka cha 52%, hata kati ya Wakristo. Kwa hiyo nadhani wanawake wengi wamefanikiwa kuwa huru. Ikiwa sisi ni furaha sana juu ya kujitegemea, basi nisaliambie ni kwa nini wanawake wengi hawawezi kusubiri kupata mume # 2?

- Watoto wengi wa latchkey wanapata taabu baada ya shule badala ya kutafuta Mama kwenye mlango.

- Wanawake hupwekewa na wasio na furaha kuliko hapo awali.

- Kujaribu kufanya yote imefanya hisia kubwa za kutostahili kuliko hapo awali.

- Tunaona utulivu zaidi wa kihisia kuliko hapo awali katika historia.

- Watoto zaidi wanaongezeka bila uhusiano wa kihisia na wazazi kuliko hapo awali, na hasira na chuki zaidi kwao.

Kwa mafanikio:

- Watoto wengi wanafanikiwa kukimbia kutoka kwenye nyumba za wazazi kuliko hapo awali.
- Watoto wengi wanatumia madawa ya kulevya.
- Kuna mimba zaidi ya vijana.
- Tuna mali nyingi zaidi kuliko hapo awali na bado, muda mdogo wa kufurahia.
- Tunaona magonjwa yanayohusiana na matatizo zaidi kuliko yale ambayo yamewahi kusikia, kwa watoto na watu wazima.
- Matukio ya wanawake na mashambulizi ya moyo yameongezeka, ingawa ni ufahamu zaidi wa afya kuliko milele. Mashambulizi ya moyo sasa ni muuaji wa # 1 wa wanawake.
- Tunaona vurugu zaidi - kutoka kwa watoto na watu wazima.
- Magereza yetu yanajikwaa sana.
- nk, nk, nk ...

Unapata picha. Kuna kitu kibaya na imesababisha nyumba kuvunjika na kuanguka mbali.

Ikiwa ni shirika, tunaweza kuuliza, "Ni nani anayehusika hapa?" Tungependa wasimamizi mpya na mpango mpya. Tunatarajia kuangalia tena wakati ambapo vitu vilikuwa vyema na kupata mpira ukibadilisha mabadiliko mara moja. Kwa hivyo, ikiwa tunachukua shirika la Amerika kama mfano, tunapaswa kusema, "Ni nani anayehusika?"

Katika nyumba nyingi, ni nani anayehusika? Mama ni! Sio Baba, sio Mungu! Kwa nini? Kwa sababu mara nyingi sisi wanawake tunafikiri tunaweza kufanya hivyo vizuri zaidi, kwa kasi, tena, na hekima ambazo mtu mwingine anaweza. Tunatamani kuwa na malipo kwa sababu tunadhani tunapaswa kuongoza nyumbani na familia kuliko mtu- mtu yeyote.

Kwa hiyo, tumeichukua utawala, vunjwa kuziba juu ya utume na kuendana na familia zetu na sisi wenyewe tu kwenye msiba!

Ikiwa familia zetu ni kuishi, sisi, kama wanawake, tunarudi njia pekee inayofanya kazi. Njia ya Mungu. Tunapaswa kutambua kwamba hatuwezi kuwa na majibu yote sahihi. Wakati mwingine tunafanya maamuzi mabaya, pia.

Tunahitaji kupunguza sauti hiyo ili tuweze kusikia sauti ya Mwenyezi, kama anajaribu kutufundisha njia bora zaidi. Kwa kweli, ni njia ile ile aliyofundisha kwa maelfu ya miaka. Sasa, wanawake, kabla ya kwenda kupata kila kitu kilichokosa na kutupa kitabu hiki nje ya mlango, napenda kumaliza tirade yangu kidogo hapa! Ninatambua kuwa mambo mengi ni bora kwa wanawake kuliko ilivyokuwa miongo michache iliyopita. Tunaweza kufanya maendeleo katika kazi na kazi; tunaweza kuchagua kazi ambazo mara moja zilizingatiwa tu kwa wanaume; tunaweza kutumia vipaji vyetu kwa njia ambazo wanawake walitumia tu kwa ndoto; na mimi ni kwa fursa ya aina hiyo kwa jinsia ya kike. Kwa kweli, ikiwa mambo hayakuwa yamebadilika, labda kamwe sikuwa na kuruhusiwa kuandika kitabu hiki, hata kidogo kusafiri na kufundisha kabla ya makundi ya wanawake.

Mimi ni kwa ajili ya uhuru wa nafasi tunayopata sasa kama wanawake. Mimi tu kutambua kwamba kuna njia sahihi na njia mbaya ya kutumia faida hii na fursa, na wakati familia zetu kupata mwisho mfupi wa fimbo kwa sababu yake, basi ni wakati wa kuamka kutoka uharibifu wa usahihi wa kisiasa, na kutumia akili nzuri Bwana alitupa kufikiri juu ya kile tunachofanya.

Jua kwa nini wengi wetu huguswa sana kwa suala hili? Ni maneno wenyewe - kutii na kuwasilisha-kwamba kila mtu hupoteza. Wakati mwanamke anaelewa Ufafanuzi wa Mungu, sio tu kukubali kukubali, lakini utahisi kama uzito wa ulimwengu umetolewa mbali na mabega yake wenye uwezo sana.

Ndiyo, ninajisikia shauku juu ya hili! Wakati mambo yanapotoka sana kulingana na mpango wa Mungu, kama wao ni katika jamii yetu, basi jambo pekee la uhuru na fursa mpya ya kuzalisha ni huzuni kwa wale ambao walitakiwa kusaidia. Kwa hiyo, kama nilivyosema mara nyingi kabla, hebu tuone kwamba usawa Mungu alitaka tuwe nayo.

Hatimaye, mara moja na kwa wote, ni lazima tujifunze: Uwasilishaji gani wa kibiblia ni nini na sio!

SIKU YA 1

NINI SIO NA NINI NDIO

SEHEMU YA I

Kwamba sisi wengi, ikiwa ni pamoja na waume wetu, tumeelewa vizuri uwasilishaji halisi wa kibiblia ni upungufu. Ili hatimaye kupata haki, tunapaswa kupata kiufundi kidogo zaidi kuliko kawaida, wasichana, hivyo toka Biblia zako na kuweka vifungo vyako vya kufikiri.

Soma mistari ifuatayo. Katika safu ya kwanza kuandika nani anayewasilisha. Katika safu ya pili, waandie ambao wanawasilisha. Wachache wa kwanza hupewa kama mifano.

Mstari	Nani Aamrishwaye	Nani wa kutii
1 Mambo ya Nyakati 29:23, 24	Waisraeli wote na watu mashujaa	Mfalme Sulemani
Waefeso 6: 5	Waajiriwa	Waajiri
Luka 2:51	Yesu	Wazazi wake
Zaburi 18:43, 44	Watu	Mfalme Daudi
1 Wakorintho 16:16	Wakristo wa Corinthia	Mawaziri wa Watakatifu
Waefeso 5:21		
Waefeso 5:22		
Waefeso 5:24		
Wakolosai 3:18		
Tito 2: 5		
1 Petro 2:13		
Waefeso 6: 1		

1 Petro 3: 5
1 Petro 3:22
1 Petro 5: 5
Waebrania 12: 9
Yakobo 4: 7

Wanashangaa, wasichana? Kwa kweli, wanawake sio peke yao ambao uwasilishaji unahitajika! Hata Yesu aliwasilisha wazazi wake wa kidunia na alikuwa Mungu! Uwasilishaji sio uingizaji wa inferiority; ni kitendo cha upendo na heshima kwa amri ya Mungu ya jamii.

SIKU YA 1

ZOEZI LA FUNZO

Je, unaweza kiwango gani cha mtazamo wako wa kuwasilisha? Je! Suala hili limekuwa ngumu sana kwako kwa wakati uliopita? Kuchambua historia yako kwa muda mfupi kupata picha wazi ya jinsi unavyozidi kweli katika eneo hili la maisha yako. Angalia kila kitu kinachotumika kwako katika kila kikundi.

Uwasilishaji kwa Mamlaka ya Wazazi:

> ➤ Je, ulikuwa waasi kwa wazazi wanaokua?

> ➤ Je! Umekuwa na matukio ya mara kwa mara ya adhabu kwa kosa moja?

> ➤ Je! Umewaambia wazazi mara kwa mara?

> ➤ Je, ulililia, unasema, na kuzungumza na wazazi wako nyuma?

> Je, unatupa vurugu ili kupata njia yako?

> Je, unatoa vitisho au kutumia matumizi mengine ili kupata njia yako?

> Je, unatishia kukimbia, nk?

Uwasilishaji kwa Mamlaka ya Serikali - je!

✓ Kukutana na sheria?

✓ Tiketi za haraka?

✓ Tiketi ya maegesho?

✓ Kufungwa na imani?

✓ Makosa ya kurudiwa?

Kuwasilisha Mamlaka ya Kiroho Kanisa:

- Je, una migogoro isiyofumbuzi na walimu, wachungaji wa vijana, mchungaji, viongozi, nk?

- Je, umeacha makanisa kwa sababu ya migogoro hii?

- Je, umeacha makanisa mara zaidi ya moja kwa sababu ya migogoro?

- Je! Una roho muhimu wakati unafundishwa vitu ambavyo hupendi au kukubaliana?

- Je! Una roho muhimu juu ya njia fulani za kufanya mambo ndani ya kanisa, kama vile muziki, leadership.etc?

Uwasilishaji kwa Wengine:

- Je, wewe ni mgongano na wengine mara nyingi?

- Je, wewe ni mgogoro wa mara kwa mara na wajumbe wa familia?

- Je! Una shida kudumisha urafiki?

- Je, unapinga wapinzani mara kwa mara kwa maoni tofauti ambayo si ya umuhimu mkubwa?

- Je, una chuki kwa wengine ambao hawakubaliana nawe?

- Je! Unaona vigumu kuachana na wengine wakati wa kutatua kutofautiana?

Uwasilishaji kwa Mume:

- Je, unapingana na mume wako mara nyingi juu ya masuala ya udhibiti?

- Je, unapigana mara nyingi juu ya nidhamu ya watoto wako?

- Je, unapigana mara nyingi juu ya pesa?

- Je, unapingana na masuala ya kiroho?

- Je, unapingana na masuala ya urafiki wa kimwili?

- Je, unatishia mume wako ili kupata njia yako?

- Je, unaendesha hali ili kupata njia yako mwenyewe?

Kujitoa kwa Mungu:

- Je, unakubali Biblia kama mamlaka katika maisha yako?

- Je, unabadili tabia zako wakati Neno linaonyesha eneo ambalo unapinga?

- Je, unafanya udhuru kwa tabia ambazo haziingiliani na mafundisho ya Mungu?

- Je! Huhudhuria kanisa mara kwa mara?

- Je! Unajinga au kujihami wakati suala la mahudhurio ya kanisa linaleta?

- Je! Unataka kabisa kujua na kutii yote ambayo Mungu amuru katika Neno Lake?

Hapa ni kipande cha hekima ya thamani, wasichana: Ikiwa ulikuwa na shida kwa kuwasilisha na utii kwa wazazi wako kukua, na hawakupata chini ya udhibiti na mafunzo sahihi, basi umekuwa na matatizo ya kuwasilisha katika maeneo mengine yote ya yako maisha pia, ikiwa ni pamoja na uhusiano wako na utii kwa Mungu, Neno Lake, na hasa mume wako.

Najua ni vigumu sana kusikia na ni vigumu sana kufanya! Lakini, ikiwa tunapata uzoefu wa uhuru na furaha katika maisha yetu ambayo Mungu Mwenyewe anataka tuwe nayo, basi tunapaswa kupata eneo hili la maisha yetu chini ya udhibiti wake!

Je, si kuku nje sasa! Endelea kusoma kesho. Itakuwa rahisi zaidi, naahidi!

SIKU YA 2

NINI NDIO NA NINI SIO

SEHEMU YA II

Katika Biblia, maneno ya utii na utii hutumiwa mara nyingi na kwa njia tofauti. Kwa sisi kuona uwasilishaji ndani ya mazingira ya Maandiko tunahitaji kuelewa njia tofauti asili ya Kiebrania au Kigiriki ni kutafsiriwa katika maneno Kiingereza Kiingereza au utii.

Soma **Zaburi 106: 42.** Mwandishi wa mstari huu akimaanisha kuwasilisha kulazimishwa, kama katika tendo la vita. Moja ya maneno ya Kiebrania yaliyotafsiriwa kuwa aina ya kuwasilisha yaliyoonyeshwa katika vitendo vya vita ni neno la Kiebrania kana (kaw'na).

Soma **Waebrania 13:17**. Aina ya kuwasilisha hapa inamaanisha kujitolea kwa mamlaka ya kiroho ya kidunia, kama mchungaji au mwalimu, na hutafsiriwa kwa Kiingereza kama neno linalitii na linatokana na neno la Kiyunani hupeiko (hoop-i-ko).

Soma **Waefeso 6: 1**. Hapa, neno la Kiyunani hupakou linalotafsiriwa pia kama kutii, bali linamaanisha watoto wanaotii wazazi na ni aina ya utii inayotokana na kujifunza au kufundishwa na ukweli ambayo husababisha utii.

Soma **Tito 2: 5** tena. Neno la Kiyunani hapa ni hupotasso (hoop-a-tas-oo) na linahusu kujitoa kwa hiari, nia ya moyo kuwasilisha kwa upendo kwa madhumuni ya kupata njia ya utaratibu.

Kumbuka aya kutoka jana, wanawake? Katika aya hizo neno la Kiyunani lililotafsiri utii au utii ni neno lile lile: hupotasso. Kwa hiyo, wanawake, kwa nini Mungu anatuamuru tuwe chini ya utii kwa waume zetu?

Mungu hakusema sisi ni wa thamani sana, sio wenye akili, hawawezi uwezo, au chini ya kitu kingine chochote! Anasema tu lazima iwe na utaratibu katika ulimwengu huu:

- Kwa watu kwa ujumla - katika nchi yetu, serikali, na serikali za mitaa
- Kwa kazi ya kazi - Mwenyekiti wa Bodi, Rais, Makamu wa Rais, Wasimamizi wa Mkoa, na wasimamizi wa mitaa
- Kwa ajili ya mahali pa nyumbani - mume, mke, basi watoto (na kisha wanyama wa kipenzi!)

Wanawake wa kazi bora wanapaswa kuelewa vizuri zaidi kuliko mtu mwingine yeyote. Utaratibu wa kutisha ni nini kinachofanya shirika lolote lifanyie kazi kwa utaratibu. Mtu aliye na ubongo wenye ujuzi zaidi si lazima awe msimamizi. Yule aliyechaguliwa na shaba ya juu ya shirika kuwa msimamizi wako ndiye wewe unayofuata, au uwe na uwasilishaji.

Mimi na mume wangu tuna mali na kuendesha mashirika kadhaa madogo zaidi ya miaka 18 iliyopita. Matatizo yaliyompata zaidi yalitokea wakati wafanyakazi watakataa kufuata mpango wetu wa biashara na taratibu ambazo tumeziweka.

Kama jambo la kweli daima lilimaliza kusababisha kila mtu mwingine katika shirika kuwa huzuni pia kwa sababu imeathiri njia waliyoweza kufanya kazi zao.

Mara nyingi wafanyakazi hawa walidhani tu walijua zaidi kuliko tulivyofanya ili waweze kufanya mambo kwa njia yao wenyewe. Wakati mwingine walidhani walikuwa wenye busara, wakali, au chochote kile cha udhuru wao kilikuwa. Lakini bila kujali ni nadhifu gani walidhani walikuwa, bado ilikuwa na athari sawa. Bado kulikuwa na kushindwa na bado ilivunja mpango wa ushirika na umesababisha kazi nyingi za ziada, dhiki, na mgawanyiko ndani ya familia nzima ya ushirika. Hawakuwa na ukweli wote, hawakujua shida zote, hakuwa na kusawazisha na malengo na kwa hiyo hawakuweza kujua njia yao ilikuwa bora.

Mara nyingi matatizo na matokeo ya matendo yao yalikuwa makubwa, na nadhani ni nani aliyemaliza kuwa ndiye kulipa makosa yao? Tulikuwa. Kwa ishara sawa wakati hatufuatii Mkurugenzi Mtendaji Mkuu Mungu amechagua kwa ajili ya nyumba yetu kitu kimoja kitatokea.

Tunamaliza kutumia muda mwingi tukiondoa moto matendo yetu ya uharibifu yamesababisha kuliko kufurahia matunda ya kazi yetu.

Nyumba sio tofauti. Mungu ndiye mamlaka kuu ya ulimwengu, na amechagua mume kuwa kiongozi nyumbani. Kwa hiyo, tunapaswa kuwa katika uwasilishaji-si kwa sababu sisi sio chini ya hekima, lakini kwa sababu mamlaka kuu imeandaliwa nyumbani kwa njia hii.
Mungu haatutuambii kuwa katika utii kupitia tendo la vita, ingawa ndivyo hufanyika katika nyumba nyingi! Yeye haatuambii kuwa katika uwasilishaji kwa njia sawa na watoto wetu. Yeye haatuambii kuwa katika uwasilishaji kwa njia ya kulazimishwa; na hawawaambii waume wetu kutufundisha kuwasilisha. Anawafundisha wake kujitoa kwa hiari kwa waume zao ili Yeye, Mungu, aheshimiwe kwa njia ya nyumba ya utaratibu. Aina hii ya kuwasilisha lazima iwe mtazamo kabla ya kuwa hatua!

Soma L.uke 2:51. Kumbuka kwamba neno la Kigiriki hupotasso pia ni neno ambalo linatumika hapa kuelezea utii wa Kristo kwa wazazi Wake. Hawakumtii kwa sababu ya kitu ambacho walimfundisha ambacho kilimshawishi kile anachopaswa kufanya. Badala yake, Yesu aliwasikiliza kwa sababu alichagua kuitii amri ya Baba ya mbinguni kwa ajili ya nyumba. Wow! Yesu alielewa kuwa kutii wazazi wake hawakuonyesha kuwa walikuwa wenye busara zaidi kuliko Yeye, wenye thamani zaidi kuliko Yeye, au zaidi kuliko Yeye; ilionyesha kuwa hekima na usalama wake ni nani ambaye alikuwa na hamu ya Baba yake kwa nyumba ya utaratibu!

Je, una usalama kwa kutosha kwa kuwa wewe ni ndani ya Kristo kuwa mtiifu kwa mume wako bila wasiwasi kwamba mtu anaweza kudhani wewe si mwema, mkali, mgumu, mwenye uwezo, au thamani kuliko mume wako?

Ndiyo, wanawake, swali hilo lilihitaji jibu. Mimi bet bet required baadhi mawazo, pia.

Unapotambua kwamba msimamo katika ulimwengu huu hauna maana ya thamani au ubongo, au thamani, hatimaye una huru kuishi kwa namna ambayo inampendeza Mungu na Yeye pekee. Sio ambaye ni juu ya ngazi ambayo ni muhimu sana; ni kama la ngazi hiyo inategemea jengo la haki linalojumuisha!

Unapoelewa hili, wewe ni huru kuacha kuhitaji njia yako mwenyewe na kujaribu kuwa mbwa juu, lakini badala ya hamu ya kufanya mambo njia ya Mungu. Utakuwa na usalama wa kufanya hivyo kwa sababu unaelewa njia yake ni bora kwako na nitakupa amani zaidi, furaha, kuridhika, na furaha kuliko njia yako mwenyewe!

Soma **Mithali 3: 5-6** na uandike chini.

Jifunze kumwamini Mungu zaidi kuliko ufahamu wako mwenyewe! Anataka uwe na furaha na amani zaidi kuliko wewe mwenyewe.

Yeremia 29:11 kutoka kwa NIV inasema hivi:

"Kwa maana ninajua mipango niliyo nayo kwa ajili yenu," asema Bwana. "Wao ni mipango ya mema na sio mabaya, kukupa baadaye na matumaini!"

Mungu anajali zaidi juu ya matokeo ya mwisho ya maisha yetu kuliko anavyofanya tukio jipya ambalo ni la leo tu! Kwa hiyo, anajali kwamba unajifunza uhuru wa kujisalimisha, ambayo itafanya tofauti kila siku ya maisha yako. Pia itafanya tofauti kubwa katika ndoa yako, na maisha ya watoto wako pia.

SIKU YA 2

 ZOEZI LA FUNZO

Jana, sisi tathmini kiwango cha uwasilishaji wetu.

Kama umejifunza zaidi kutoka kwa Neno la Mungu wiki hii, je, bwana ameelezea maeneo ambayo yanahitaji kuboresha na unahitaji sana kugusa kwake? Je, umesikia uzito wa kuhukumiwa? Ikiwa ndivyo, ingiza sala yako kwa Bwana. Kutafuta msaada na nguvu zake wakati unapokabili mabadiliko yoyote anayofunua muhimu.

Kumbuka kwamba Yeye ni mwaminifu na atatupa nguvu zinazohitajika ili kushinda maeneo hayo ya udhaifu.

Sasa, katika maeneo hayo uliyoomba tu, onyesha njia za uboreshaji zinaweza kufanywa.

Kuwa maalum / wa kulenga.

1 .____

2 .____

3. ____

Ikiwa maeneo haya yanahusisha watu wengine na migogoro, huenda ukahitaji kutoa msamaha kwa wale ambao umekuwa na migogoro, ikiwa ni pamoja na mume wako. Andika kila mtu Mungu anayeweka moyo wako na ambaye unahitaji kufanya kazi kwa urejesho.

Kumbuka: Wewe ni wajibu wa kutii maelekezo ya Mungu, bila kujali wengine kufanya nini, au jinsi wanavyoitikia!

SIKU YA 3

NINI NDIO NA NINI SIO

SEHEMU YA III

Siku ya Kwanza, tulijifunza kuwa uwasilishaji unatarajiwa kutoka kila mtu kwenye viwango kadhaa. Kwanza, tunapaswa kuwasilisha kwa Mungu. Kila wakati kujitoa kwa Mungu kunatajwa katika Biblia, neno hupotasso hutumiwa. Hiyo ndiyo neno lile lililotumiwa kutufundisha kuwa wajisi kwa waume wetu!

Je! Umewahi kujiuliza kwa nini wanawake wengi hawaonekani kuwa na shida kubwa ya kujishughulisha na mamlaka ya serikali au mamlaka ya bwana wetu mahali pa kazi, lakini tuna matatizo makubwa ya kuwasilisha kwa waume zetu? Kwanini hivyo?

Soma **Mwanzo 3:16.**

Neno la Mungu linafunua kwamba moja ya matokeo ya dhambi ya kuingia katika maisha yetu baada ya kuanguka bustani ilikuwa kwamba waume wetu sasa watawala juu yetu. Mungu hakumshtaki Hawa wakati alimwambia nyoka amemdanganya na ndiyo sababu alikula matunda. Kwa sababu alidanganywa, Mungu akampa mlinzi ambaye angekuwa akisaidie kumtazama nafsi yake. Neno la Kiebrania lililotafsiriwa hapa kama utawala ni mashal, na inamaanisha "kutawala au kuwa na mamlaka." Mungu hakumtia Adamu juu yake kwa sababu alikuwa mjinga; Akampa awe msimamizi juu yake ili kuleta utaratibu na ulinzi kwa maisha yake, na kuamuru wanadamu. Kwa kuwa dhambi ilikuwa imeingia sasa katika maisha yao, Mungu alijua kwamba sasa watapigana na mapenzi ya kibinafsi, na amri fulani ilifanyika ya mambo ikiwa wangeweza kuungana. Vita vya udhibiti, au mapenzi ya kibinafsi, bado vinakera leo kati ya mume na mke, na ndiyo sababu tunapata "hali ya kutosha" wakati mtu anapendekeza tunapaswa kuwa chini ya wanaume wetu.

Kabla ya kumfukuza juu ya jinsi ungependa kuzungumza na Hawa unapofika mbinguni, fikiria juu ya maisha yako kwa muda. Je, kuna nyakati ambazo wewe pia umetanganywa katika tabia kwa hali au majaribu ambayo yalionekana kutoa zaidi ya Mungu? Je! Kosa lako limesababisha mashaka na tamaa? Ah ... sasa juu ya boriti hiyo ninaona jicho langu mwenyewe ...

Neno kidogo tu kwa hekima: Ikiwa umewahi kushinda kikamilifu vita hivi vya mapenzi juu ya mume wako kwa kumsonga mbele kwa kuwasilisha mapenzi yako badala yake, unajua nini kitatokea? Utapoteza heshima kwa yeye na upepo usihisi kitu lakini dharau kwake. Nimeona ikawa mara kwa mara. Watoto wako pia watapoteza heshima kwake na kisha utapoteza mfumo wako wa msaada kama mama. Hutakuwa na mali tena ya kumwomba kuingia ndani kama mamlaka nyumbani ili kukusaidia kwa nidhamu na matatizo mengine ya mafunzo. Watoto wako hawataheshimu baba yao wenyewe kwa kumtii wala hawatakuheshimu. Wao watahisi kwamba, ikiwa wewe, mfano wao, usiwashirike kwa mamlaka (mume wako), kwa nini wanapaswa kuwasilisha mamlaka katika maisha yao?

Soma **1 Petro 3: 1-6**.

Je! Petro anainua nani kama mfano wetu wa mke mjiti?

____

Kwa nini? ____

Kwa mujibu wa kifungu hiki, sababu Sarah ni mfano wetu ni mfano:

1. Alikuwa na roho wa upole na kabisa.

2. Alimtegemea Mungu.

3. Alikuwa akijishughulisha na mumewe.

Kwa maisha yangu mengi, nimefundishwa kwamba Sababu Sarah ameinuliwa kama nambari moja ya mfano wa kuwasilisha ni kwa sababu ya utii wake wakati Ibrahimu alimtuma kwenda Misri kumtaka kuwa dada yake badala ya mkewe. Nimekuwa na shida kwa nadharia hii kwa muda fulani kwa sababu, kulingana na Maandiko, mwanamke hawezi kumsaliti kwa mumewe ikiwa anaomba chochote chake ambacho kinyume na Neno la Mungu. Wakati Sara alikuwa dada wa Ibrahimu, alikuwa pia mkewe, na kwa hivyo hakuwa amefungwa na sheria kumtii katika dhambi yake ya kuwa si kweli na si kumlinda kwa sababu ya hofu yake. Kwa maneno mengine, yeye hakutaka kuhukumiwa kuwa ni waasi kama hakumtii Abrahamu kwa ombi hili.

Tunachojua ni kwamba Sara alimwamini Mungu tu kumlinda wakati mumewe hakutaka! Ni ushuhuda gani! Ninaamini hii ndiyo sababu kuu anainuliwa kama mfano huo!

Hii, rafiki yangu, ni siri ya kuwasilisha kweli kwa waume wetu. Wakati tunaweza hatimaye kuelewa mara moja na yote ambayo uaminifu wetu wa kweli ni kwa Mungu na kwamba Yeye atatulinda, basi tuna huru kuwasilisha kwa waume wetu! Hii ndiyo itatupa ujasiri na amani ya kuruhusu uongo wa udhibiti na usiogope nini kitatokea ikiwa na wakati wetu waume hufanya uamuzi mbaya kwa sisi au kwa familia.

Unaona, Mungu pia ana mamlaka ya mume wako na anaona vitu vyote, ikiwa ni pamoja na makosa yake. Anaona makosa yote ya uaminifu katika hukumu na wale wenye kusudi wanaofanywa kwa uasi, hofu, ukosefu wa imani, au uwazi wa wazi kabisa. Kama vile alivyomtunza Sara wakati Ibrahimu alipokwisha "kubwa," hivyo atakujali! Lakini lazima kwanza uamini Yeye.

SASA ... NINI   UWASILISHAJI   SIYO!

UWASILISHAJI/UNYENYEKEVU SIO UDUNI!

Soma **Wagalatia 3:28.**

Kwa sababu ya Kristo na yale aliyoyafanya msalabani, sasa tuna ____________________________

Sisi sasa tunafanana sawa na Kristo! Uwasilishaji hauhusiani na thamani yetu kama binadamu. Inahusiana na mamlaka ya uongozi kwa nyumba na utaratibu wa serikali ndani ya nyumba.

UWASILISHAJI SIO KITAMBAA CHA MLANGO!

Soma **Tito 2:15.**

Unapoishi kwa mafundisho ya Bwana, usiruhusu mtu akudharau wewe. Neno la Kiyunani lililotafsiriwa hapa kama kudharauliwa ni neno periphroneo na kwa usahihi linamaanisha 'kushuka kwa thamani.' Neno limefundisha nini uwasilishaji wa kweli ni kuhusu wote, hivyo kama mtu (ikiwa ni pamoja na wewe) anajaribu kupungua thamani yako kama inavyoonekana machoni pa Mungu, unapaswa kuwakemea kwa kweli ya Neno la Mungu.

Soma **Mwanzo 21: 9-13.**

Kama mfano wetu wa Sarah unaonyesha, alikuwa chini, lakini hakuwa mlango! Alikuwa na utu wa nguvu! Hagari alipoanza kumtukana juu ya kuwa mjamzito, Sarah "alimtendea vibaya" naye.

Sara alimpa Hagar nafasi ya pili na tena alimtendea Sarah kwa aibu, Sarah alimtuma yeye aende kwa mema. Hiyo, rafiki yangu, sio mlango!

Kuwasilisha si mara kwa mara kuweka maoni yako mwenyewe!

Soma Mwanzo 16: 1-6.

Ibrahimu mara nyingi aliitii shauri la Sarah. Hata mara moja, wakati alitaka kumtuma Hagar na Abrahamu hakutaka kufanya hivyo, Mungu aliingilia kati na kumwambia Ibrahimu kumsikiliza na kumsikiliza ushauri wake (Mwanzo 21:12). Pia alikuwa na makosa wakati mwingine, kama wakati imani yake ilipotokea na aliamua kuchukua mambo kwa mikono yake mwenyewe ili kupata mwana kwa Ibrahimu Yeye hakika aliishi kwa huzuni kwamba kidogo "kuchukua malipo" tukio 'Tunapaswa kulinda dhidi ya kufikiri kwamba maoni yetu ni daima ni haki!

Yeye pia aliongoza kikamilifu kuendesha nyumba yake.

Ili kurekebisha mawazo mengine yasiyofaa ya kuwasilisha kuelewa: Hatukubali kukubali unyanyasaji wa kimwili kwa jina la kuwasilisha! Mungu hakumtaka mwanamke kukaa nyumbani mwa mkosaji wa kimwili. Mwanamke huyu lazima aondoke nyumbani mara moja na kutafuta ushauri juu ya kile kinachofaa. Msaada unapaswa kupatikana kupitia kanisa la mtaa Ikiwa sivyo, wasiliana na makao ya wanawake waliopigwa karibu na wewe kwa msaada.

HATIMAYE, UTUMIZI / UWASILISHAJI NI ....

Ukiwapa mume wako kwa heshima maoni yako juu ya suala hilo na uamuzi wake ni kufuata hatua tofauti, basi, ili uwe sawa na Neno la Mungu, unapaswa kuwasilisha kwa hiari uamuzi wake.

Wakati mwingine lazima tu ukiri kukubaliana. Unapofanya, unakumbuka, kama mwandishi Marabel Morgan anasema: "Wakati huwezi kuunga mkono mpango huo, bado umsaidie mtu!"

SIKU YA 4

NINI SI FUNZO NA NINI NI FUNZO.

SEHEMU YA 5

Soma **1 Petro 3: 1-7** katika New Living Translation kama iwezekanavyo.

Ninapenda aya hizi.

Mwishoni mwa mwezi Oktoba na mapema mwezi wa Novemba 2001, kama vile nilivyoanza kuandika utafiti huu, nilikuwa na mama yangu wakati wa wiki zake za mwisho duniani kama alijitahidi na kansa ya ovari. Alipigana na ugonjwa huo kwa muda wa miezi 12 na baada ya kufikiri kwamba alikuwa karibu kushinda juu yake, ikampiga moja kwa haraka, mwisho, na pigo la mauti ambalo lilimtuma nyumbani ili awe na Yesu mnamo Novemba 15.

Ni mshtuko gani! Wiki nne tu mapema madaktari wake walituambia kuwa hatimaye alikuwa katika rehema. Macho ya L.ong na chemotherapy na upasuaji ilionekana kuwa hatimaye kulipwa. Angependa kuishi miaka michache mingine na kuwa na uwezo wa kuangalia watoto wajukuu wake kukua. Angekuwa na miaka michache zaidi ya kutumia muda na binti aliyekuwa mbali sana (katika maili) na kufurahia wakati mpya kama nilikuwa tujifanya kazi ya wakati wote. Kulikuwa na muda wa mwisho kufurahia, wakati wa kutengeneza ua wowote wa mama, wakati wa kuwa pamoja. Wakati huo haukuwahi kutokea.

Nilipokuwa niketi kwa kitanda chake siku za mwisho na siku, nilijikumbusha nyakati zilizopita, nzuri na mbaya, masomo yaliyofundishwa na kujifunza, wengine walifundisha lakini hawakujifunza vizuri. Somo moja hasa lilikuwa ni kuhusu uwasilishaji wa haraka, lakini hadithi hii haitakuwa hasa yale unayotarajia.

Unaona, kwa miaka mingi mama yangu hakuzungumzia kuhusu L.ord au njia zake. Kwa miaka mingi, sikujua hata kama alikuwa Mkristo - si kwa sababu ya maisha yake, lakini kwa sababu hakuwa na mazungumzo juu yake au kwenda kanisani mara kwa mara. Baada ya kuwa Mkristo mwaka wa 1972, nilikuwa na njaa ya kukua, kwa kufundisha, na Neno. Nilitaka kujua nini Mungu alitarajia na jinsi ya kukidhi matarajio Yake.

Moja ya mambo ya kwanza niliyoyasikia kuhusu jambo hili ni kuitwa kuwasilisha wifely. Sasa, 1 ilikuwa aina ya gal iliyopendeza sana, yenye kujitegemea. Nilijiunga na imani yangu mpya kama vile nilivyofanya mambo mengi katika maisha yangu - kwa gusto nyingi!

Nilitaka kusoma kila kitu nilichoweza kupata mikono yangu na wakati wote. Nilitaka kushiriki katika huduma zote na matukio ya maisha ya kanisa. Mimi pia nilipenda kufanya maamuzi juu yangu mwenyewe.

Vivyo hivyo mume wangu. Kuna shida. Kuna vita ambavyo vilipelekea vita. Nilifukuzwa, wazi kabisa, na tayari kuendelea na imani yangu mpya. Nilitaka ndoa yangu, watoto, na nyumbani kuonyeshe mfano kamili kabisa wa kile Mungu alichotaka nyumbani, na nilikuwa na hakika

kwamba nilikuwa nikijifunza yote kuhusu haraka sana kuliko mume wangu aliyepangwa,

aliyependeza. Nilitaka leo, alitaka kutafuna na kuchimba polepole. Kisha jambo la kuwasilisha

limeongeza kichwa chake kibaya!

"Mungu, hii sio hasa niliyokusudia. Nataka tufanye jambo hili sasa, yote! "Nilidhani kila kitu

kimoja nilichosikia kwenye mimbara kilikuwa kinamaanisha kwetu kwa kibinafsi. Kila wakati

mchungaji alipiga simu kwa mfanyakazi mpya katika huduma yoyote, nilidhani tunapaswa

kujaza. Bwana, kwa nini mume wangu hajui juu ya bandwagon ya shughuli hii? Lazima nikue

kwa kasi zaidi kuliko yeye. Je! Hiyo inamaanisha mimi ni zaidi ya kiroho?

Ikiwa ndivyo, siipaswi kuongoza nyumba hii? (Oh, jinsi gani tunaweza kupata mbali kwa haraka

sana!)

"Na mama yangu-haipaswi kuwa Mkristo kwa sababu hazungumzi juu yake!"

Mchungaji wetu alisema kuwa kama wewe ni Mkristo, ungezungumza juu yake. Pia alisema

mwanamke mwenye utii hakupata sassy na mumewe, hakuwahi kuhoji maamuzi yake, na,

mbinguni haifai, kamwe hakuzungumza juu ya maoni! (Nilijaribu kujiunga na mimi mwenyewe,

kwa hakika nilifanya!) Mama hakuwa na shida kumwambia baba yangu na alifanya malalamiko

juu yake wakati mwingine, hivyo nilidhani alikuwa si mwanamke mjinga.

Naam, asante Bwana, hakuwa na kumaliza na mimi bado; na kwa miaka mingi, na mafundisho

ya chini ya sheria na uwazi zaidi niliweza kujifunza ukweli juu ya uwasilishaji wa Biblia. Mimi

hata kujifunza kupenda. Hata ingawa nilikua katika eneo hilo, na baadaye nikajifunza kwamba mama yangu alimjua Yesu kama Bwana na Mwokozi wake mwenyewe, sikujawahi kufikiri mawazo yangu kwa Mama yangu kama mfano mzuri katika eneo la kuwasilisha.

Hiyo ni, hata saa 3:30 A.M., Mnamo Novemba 15, 2001, saa moja baada ya mimi kuona kama roho ya Mama yangu ilichukua kukimbia kwenda pamoja na Yesu mbinguni.

Tulipoketi meza ya jikoni, kwa mshtuko, kuvunjika, na maumivu, nililichukua nakala ya mama yangu ya The Living Bible (Paraphrased Version) na kusoma pale ambapo nilikuwa nimeacha saa moja kabla kabla ya kuandaa somo hili - i Petro 3: 1-7. 1 alikuwa ameshuka Biblia mwenyewe nyumbani nyumbani siku ile na hajawahi kusoma kifungu hiki kutoka kwa toleo hili kabla. Kama mume wangu aliuliza kile nilikuwa nikisoma, alichukua kutoka kwangu na kujisoma mwenyewe, kwa sauti kubwa:

Wakoja, fanana na mipango ya mume wako; kwa kuwa basi kama wanakataa kusikiliza wakati wa kuzungumza nao kuhusu Bwana, watashindwa kwa tabia yako ya heshima, safi. Maisha yako ya kimungu yatasema nao bora kuliko maneno yoyote. Usiwe na wasiwasi juu ya uzuri wa nje unategemea kujitia, au nguo nzuri, au utaratibu wa nywele. Kuwa nzuri ndani, ndani ya mioyo yenu, na charm ya kudumu ya roho nzuri na ya utulivu ambayo ni ya thamani sana kwa Mungu. Aina hiyo ya uzuri kirefu ilionekana katika wanawake wa zamani wa kale, ambao walimwamini Mungu na kuingizwa na mipango ya waume zao. Sara, kwa mfano, alimtii mumewe Ibrahimu, kumheshimu kama kichwa cha nyumba. Na, ikiwa unafanya hivyo, utafuatia hatua zake kama binti nzuri na kufanya haki; basi hutahitaji kuogopa [kuwapotosha waume wako].

Baada ya kusoma maandiko, mume wangu akaniangalia na kusema, "Hiyo ni maelezo kamili ya mama yako." 1 alilia kama 1 mara moja aligundua kuwa miaka yote hiyo, mbele ya macho yangu, nilikuwa nimeshuhudia uwasilishaji wa kibiblia, kila siku, mwaka baada ya mwaka, bila kutambua. Wakati wote ule nilijaribu kuelewa na kujifunza yote yaliyomo, ilikuwa ni pale pale, chini ya pua yangu!

Kwa kuwa baba yangu alikuwa mwamini, hakuwa na wasiwasi kuhusu kumpeleka kwa Bwana, lakini kwa hakika yeye alimheshimu baba yangu kama kichwa cha nyumba yetu na kwa hakika alifanya vizuri na mipango yake!

Ni mara ngapi tunakwenda karibu kutafuta uelewa kutoka kila mahali chini ya jua, wakati Mungu ameiweka huko, chini ya pua zetu, mwaka baada ya mwaka. Mara nyingi sisi ni vigumu sana kwa wale walio karibu na sisi kwamba hatuwezi kuona mifano yote nzuri wanayoishi kila siku. Ni mara ngapi tunashutumu udhaifu usio na maana katika mifano yetu, na tunakosa kuona Neno la Mungu likifanya kazi mbele yetu? Nilimwambia kabla ya kuondoka kwa kiasi gani nilimpenda na kumshukuru-na ni mama mzuri gani alikuwa; na nimemwomba Yesu amwambie jinsi ninavyofurahia mfano wake wa kujishughulisha na jinsi ninavyojitahidi kufuata katika maisha yangu na kukufundisha sasa. Ninaomba maisha yake ya urithi.

Alikuwa mfano wa kuwasilisha kwa njia ndogo za vitendo. Wakati kazi ya baba yangu ilihitajika tuondoke nyumbani pekee ambalo aliwahi kujulikana, mbali na mama na baba yake, na ndugu na dada, yeye kwa hiari na kwa shauku alihamia. Wakati kazi ilivyotaka aendelee mbele yetu, alikubali. Katika eneo jipya alimtafuta mtu ambaye angekuwa rafiki yake bora kwa miaka mingi.

Wakati tu tena tulianza kuhamia miaka miwili tu baadaye na alipaswa kuondoka na rafiki huyo, tena tena kwa hiari na kwa shauku.

Yeye anajiunga na mipango ya mumewe. Alimsaidia katika jaribio lake la kuunga mkono familia yetu kwa kifedha. Alishukuru kazi yake ngumu. Na ingawa yeye alikuwa anajulikana kwa wote kuwa mwanamke mwenye hofu, alikuwa na roho mpole na utulivu katika msaada wake na utii wa mumewe.

Hata mchungaji wake hakuwa na haki kabisa kama alivyoelezea wakati wa mazishi yake. Alikuwa ameelezea roho yake ya hekima, utu wake uliochafuliwa na "pilipili," alipoposema, "Wakati L.ois haikuwa aina ya kujisalimisha, yeye hupenda kila mara katika mipango ya mumewe." Hata hakujua kuwa mwanamke anaweza kuwa na "pilipili" kidogo, viungo kidogo, na bado kuwa chini ya kukubaliana na mipango ya mumewe.

Hiyo ni uwasilishaji. Hiyo ni kujitoa kwa hiari, ambayo ni ufafanuzi wa hupotasso, kutafsiriwa kama kuwasilisha katika 1 Petro 3: 1.

Na wewe je? Je, unafaa katika mipango ya mume wako? Je! Unakubali kwa uaminifu kwa uongozi wake hata wakati inaweza kukupa kitu binafsi? Hata unapokubaliana na mpango wake?

Soma **1 Petro 3: 7** tena.

Nimezungumzia mfano wa mama yangu wa kuwasilisha; sasa nataka kukuambia thawabu yake: mstari wa 7 pia inaeleza vizuri baba yangu. Mimi nadhani kwamba moja ya sababu ambazo amemtendea yeye kwa heshima, heshima na ufahamu huo kwa miaka hiyo ni kwa sababu ya nia yake ya kumtii na kupatana na mipango yake. Hakuna mume angeweza kumtendea mke wake kwa heshima na ufahamu zaidi kuliko alivyomwonyesha. Alipokufa, alipoteza na kupoteza na huzuni kwa ajili yake. Walikuwa pamoja kwa miaka 54.

Mithali 31:28 inasema hivi:

Hakika watoto wake watainuka na kumwita aibariki, na mumewe pia.

Na tulifanya. Siwaambieni hadithi yao ili kuwainua juu ya Bwana, lakini kuinua hata zaidi ya ajabu, ya ajabu, ya uaminifu-kwa-Neno lake Mungu. Anaweka ahadi zake! Mtegemee Yeye. Kuwa katika utii kwake. Kumtii na kuwa mwaminifu katika kumtumikia Yeye. Yeye ataweka ahadi zake kwako pia!

Mama yangu hakuwa mwanamke mkamilifu; wala binti yake si! Lakini alikuwa mwenye usafi; alimpenda mumewe na binti yake; alikuwa mwenye nyumba kubwa na katika eneo la kuwasilisha, alikuwa ni ajabu, mwaminifu, mfano wa maisha ya jinsi Mungu anavyofanya katika maisha ya watu kama wanaiii mafundisho yake.

Ninamshukuru sana kwa unyenyekevu kwa kunipa karama ya mama wa Tito 2! Na tujifunze kutoka mfano wake wote!

Footnotes - Juni 2003:

Wakati mimi awali niliandika sura hii, baba yangu alijeruhiwa na kufadhaika juu ya kupoteza kwa mama yangu. Nilikuwa nadhani wakati wa kuponya moyo wake na hatimaye ningekuwa na baba yangu tena kwa kawaida. Hiyo haikuwepo. Wiki nane tu baada ya kugunduliwa na saratani ya mapafu, kushindwa kwa moyo wa moyo, na hali nyingine nyingi za kuharibu, baba yangu alikwenda nyumbani kwenda pamoja na Bwana Machi 26 wa mwaka huu. Jambo la kushangaza lilikuwa hili: madaktari walisema alikuwa amekuwa na kushindwa kwa moyo wa moyo kwa miaka minne, na kansa labda miaka miwili.

Wakati mzima alikuwa amechukua mama yangu (na alisisitiza kabisa juu ya hili), alikuwa mgonjwa sana bila kuruhusu mtu yeyote. Alikuwa mtu mmoja mwenye nguvu, na alimpenda mke wake kwa upendo wa Mwokozi.

SIKU YA 5

SASA NJIA NI IPI!

Mara nyingine tena, kwa mara ya mwisho katika somo hili, soma **Tito 2: 3-5.**

Tangu tulianza Kuishi katika Zoo, Sehemu ya Kwanza, tumeisoma na kurejea - mara kwa mara - **Tito 2: 3-5.** Tumejifunza kwa kina kuhusu kila amri Bwana wetu anatupa kama wanawake katika kifungu hiki.

Mwanzoni, tulikuwa na kichwa cha juu-kwamba tunaonekana kuishi katika zoo siku hizi na mengi ya yale ambayo Mungu anataka kwetu yamepotea katika maisha yetu mengi.

Kisha tulijifunza nini maana ya kuwa binti ya Mfalme, binti antog katika ufalme kupitia dhabihu na upendo wa Mwokozi wetu na Bwana, Yesu Kristo. Tumejifunza kudai ahadi zake na kupata msaada wa Mungu tunapomwomba Roho Mtakatifu kufanya kazi Yake katika maisha yetu tunapojitahidi kufanya yale anayofundisha.

Tulijifunza maana ya kupenda waume zetu bila kupendeza, kwa upendo, na kwa njia ya kujieleza ngono.
Kisha, tulijifunza kupenda watoto wetu kupitia upendo, mafunzo, na nidhamu na lugha tano za upendo.

Akizungumza juu ya nidhamu, tumejifunza pia maana ya kuwa na nidhamu katika maisha yetu wenyewe, hasa katika eneo la udhibiti wa kihisia na busara.
"Hai La Vida Loca" ilitufundisha kuwa na nguvu na tahadhari tunapojitahidi kuwa safi katika ulimwengu wenye tamaa na kupotea.

Tumegundua thamani ya kweli ya mlinzi wa nyumba. Tulichunguza jinsi ya kuleta kazi za kawaida na changamoto za watumishi chini ya udhibiti ili tuweze kudhibiti kazi ya nyumbani ili iingie.
Pia tuna shukrani mpya kwa maneno, "Ikiwa mama hafurahi ...". . .well, unajua yote ya hayo! Mtazamo wetu unaambukiza kila mtu katika nyumba yetu.

Na wiki hii ya mwisho, furaha ya kujifunza kujitolea imekuwa tiba yetu. Tumejifunza kwamba ikiwa tutakuwa na imani ya kutosha ya kumtii kwa Bwana, basi kujisalimisha kwa mume wetu hautaweka tishio kwa utu wetu binafsi. Kwa kweli, tutakuwa huru kuwa mwanamke Mungu alitaka tuwe. Somo hilo litaleta furaha zaidi ya maisha yetu.

Kwa nini tumechukua maumivu na wakati na jitihada za kujifunza haya yote? Tafuta jibu lako katika maneno ya mwisho ya mstari wa 5.

Kumekuwa na sababu muhimu sana ya kujifunza mambo haya yote. Ndiyo, tunawajifunza ili sisi na familia zetu tuweze kupata furaha yote Mungu anataka kwetu; na ndiyo, tunajifunza kwa sababu ni amri za Mungu. Lakini sababu kubwa zaidi tunayojifunza kuwa na kufanya mambo yote haya ni kwamba hatuleta aibu juu ya Bwana, ili tusiiheshimu Neno la Mungu.

Neno la Kiyunani kwa ajili ya kumtukana hapa ni neno blasphemeo na inamaanisha, "kufuta, kufuta, reli, kumtukana, kusema maovu."

Je, umegundua kwamba wakati hatufuati mafundisho ya kifungu hiki tunawafanya watu wengine wamtazame Bwana wetu kama mwenyeji? Tunawafanya watu wengine kumdharau na kumtukana? Tunawafanya wakisema mabaya!

Moyo wangu huvunja kwa mawazo ya kumfanya mtu aongea Mola wangu Mlezi! Ee Mungu, uniachilie mimi kutokana na aibu hii!

Soma 1 Wakorintho 8: 9. Inasema nini tutakuwa na watu wengine, dhaifu (kiroho), ikiwa hatujali mafundisho ya Mungu katika maisha yetu?

Ninasali ili utambue wakati uasi wako utakuwa kizuizi kwa wengine, utii wako kwa Mungu juu ya masuala haya utatumiwa na Yeye kuwa shahidi na kuhimiza kwa wengine kama wanataka kuishi kwa Mungu wenyewe!

Mungu akubariki ikiwa unatumia neno lake tajiri na takatifu kwenye maisha yako!

CHANZO

Ingawa nukuu za moja kwa moja hazijumuishwa, ningependa kukubali mawazo na msukumo kutoka kwa vyanzo maalum vya kusoma katika maisha yangu yote ya Kikristo na wakati wa mchakato wa kuandika utafiti huu.

Sehemu ya I Wiki la 1	Juma la 1 "Utafiti wa kazi" eneo ambalo limetolewa katika Ushiriki wa Siku moja na Ruth Rraham na binti yake, Gigi Tchividjian, Mama wa Pamoja (Grand Rapids: Baker Books, 1998).
Wiki la 2	Shukrani kwa Diana Hagee kwa kushiriki ushuhuda wake kwenye TV na katika kitabu chake, Binti wa Mfalme, juu ya mapambano yake na hisia za kutostahili. Ingawa masomo ya kila wiki kwa Jungle Princess yalikuwa yameandikwa kwa fomu yao ya asili, hadithi yake ilikuwa msukumo kwa hadithi ya kifalme mwanzoni mwa sura hii. Ni faraja gani hadithi yake ni kwa wanawake ulimwenguni kote.

Wiki la 3	"Pie ya Papa Bear" ilipendekezwa na Patrick Morley, Nini Wanaume Wanataka Wanawake Wao Wanajua Kuhusu Wanaume (Grand Rapids: Zondervan Publishing, 1998).
Wiki la 4 na 6	Shukrani kwa Marabel Morgan, mwandishi wa Total Woman. Maneno yake ya msukumo nyuma ya miaka ya 70 yalinisaidia kujifunza jinsi ya kudumisha "spice" katika ndoa yangu.
Sehemu ya II Wiki 1	Gary Chapman na Ross Campbell, M.D., Lugha za Upendo Tano za Watoto (Northfield Publishing, 1977).

Sehemu ya I, Wiki ya 2, Siku ya Tatu:

Ruth Bell Graham na Gigi Graham Tchividjian, Mama pamoja (Grand Rapids: Vitabu vya Baker, 1998), ukurasa wa 42.

Sehemu ya I, Wiki ya Tano, Siku ya Tano:

McArthur Study Bible (Kampuni ya Kuchapisha Neno, 1997), ukurasa wa 373.

Sehemu ya pili, Wiki sita, Siku ya tatu:

Marabel Morgan, Mwanamke Jumla (Grand Rapids: Fleming H. Revell Company, 1973).

SHUHUDA

Hapa ni shuhuda chache tu kutoka kwa waliohudhuria wa zamani na Wanaoishi katika Masomo ya Biblia ya zizi (Zoo):

"Hivi karibuni, nimekuwa nikijitahidi na jukumu langu kama mke na mama ... Siku ya kwanza ya kujifunza Biblia nilijua Mungu alikuwa na mpango kwa ajili yangu na angekuwa ananionyesha jinsi muhimu kuwa mke na mama ni. "

"Darasa hili limekuwa baraka kweli! Tu kuwa karibu na wanawake wengine, pamoja na maslahi ya kawaida, wanataka kuwa wakamilifu, kama mwanamke Mkristo, mke, na mama. Si rahisi, kuwa wote watatu kwa wakati mmoja. Na darasa hili limefanya nitafahamu zaidi maeneo ambayo ninahitaji kufanya kazi na pia imenisaidia kuja katika maeneo mengi niliyo dhaifu. "

"Mungu amenionyesha kwa kweli kupitia mafunzo haya maeneo ya maisha yangu ambayo yanahitaji tahadhari yangu kali na ni lazima niseme kwamba kwa kuwa nimekuwa nikiweka mambo haya kila siku [mume wangu] na mimi wote tunaonekana kuwa na furaha na nyumba yetu ni amani . "

"Taasisi hii imekuwa tu baraka ya furaha kubwa na ukuaji kwangu. Imekuwa imethibitisha kwa uaminifu yale niliyoyajua kila siku juu yangu na maisha ambayo Mungu amenipa. Niliwekwa juu ya nchi kumtumikia Bwana, kuwa mke na mama. Nimependezwa na utafiti huu kwa njia nyingi sana - kukutana na watu wapya, ushauri wenye manufaa juu ya kuwa mama, kumbukumbu za biblia, na anecdotes funny. "

Huduma ya wanawake imenifundisha kwamba nilikuwa niishi katika zoo na karibu na kuteketezwa. Nimebarikiwa na zana ambazo ninajua zilipatikana lakini sikuwa na kutumia. Kupitia darasa hili nimefufuliwa ... kila darasani alinipa ufahamu mpya kwa mpango wa Mungu kwa ajili yangu kama mwanamke. "

"Kitabu hiki kimenisaidia kuwa mtu mviringo zaidi - kiroho, kimwili, na kiakili. Kwa ujumla darasa limeisaidia kufikiria juu yangu na nini kinachoendelea katika maisha yangu. Darasa hili limefundisha kuacha na kufikiri juu ya kile Mungu anataka katika maisha yangu na kufanya na maisha yangu na pia jinsi ya kuongoza maisha yangu. "

"Ingawa sina tena watoto wadogo, nilianza kutambua kuna mengi katika utafiti huu kwangu. Nina wajukuu wawili ... Tunaishi karibu na nina uhusiano wa karibu nao. Nimejifunza hapa ... itasaidia nipate pengo wakati 'hood ya vijana' inapoingia. "

"Kwa kuwa mama mpya, sikujawahi kuona muda na nishati gani inachukua ili kuwa mama mzuri. Masomo juu ya kuwa kinga (Kutoka 2: 1), nidhamu au akili kali (Tito 2: 4), na mama mwenye upendo (Tito 2: 4) alizungumza kwa moyo wangu zaidi. "

Huduma ya wanawake imenifundisha kwamba nilikuwa niishi katika zoo na karibu na kuteketezwa. Nimebarikiwa na zana ambazo ninajua zilipatikana lakini sikuwa na kutumia. Kupitia darasa hili nimefufuliwa ... kila darasani alinipa ufahamu mpya kwa mpango wa Mungu kwa ajili yangu kama mwanamke. "

"Kitabu hiki kimenisaidia kuwa mtu mviringo zaidi - kiroho, kimwili, na kiakili. Kwa ujumla darasa limeisaidia kufikiria juu yangu na nini kinachoendelea katika maisha yangu. Darasa hili limefundisha kuacha na kufikiri juu ya kile Mungu anataka katika maisha yangu na kufanya na maisha yangu na pia jinsi ya kuongoza maisha yangu. "

"Ingawa sina tena watoto wadogo, nilianza kutambua kuna mengi katika utafiti huu kwangu. Nina wajukuu wawili ... Tunaishi karibu na nina uhusiano wa karibu nao. Nimejifunza hapa ... itasaidia nipate pengo wakati 'hood ya vijana' inapoingia. "

"Kwa kuwa mama mpya, sikujawahi kuona muda na nishati gani inachukua ili kuwa mama mzuri. Masomo juu ya kuwa kinga (Kutoka 2: 1), nidhamu au akili kali (Tito 2: 4), na mama mwenye upendo (Tito 2: 4) alizungumza kwa moyo wangu zaidi. "

VIDUMIZI VYA KWELI

Inaonekana ajabu sana kwangu kwamba ningependa kuwa na fursa ya kuandika utafiti kama huu; hata kidogo uwe na nafasi ya kuwashukuru hadharani watu wote wa ajabu ambao Mungu ameweka katika maisha yangu kusaidia na kuniongoza kupitia mchakato huu.

Kwanza kabisa, napenda kumsifu na kumheshimu Bwana na Mwokozi Yesu Kristo. Hii imekuwa mradi wake tangu mwanzo na nimekumbwa kwa kina cha moyo wangu kwamba angeweza kumruhusu mtu aliye na silaha kabisa kama mimi kuwa sehemu ya kazi hii. Utukufu wote na heshima na utukufu huenda kwa Yeye aliyestahiki na ambaye amefanya vitu vyote iwezekanavyo. Ninamshukuru kwa kuniita na kutumia neno lake kama uthibitisho. Alitumia kitabu cha I Wathesalonike kuwaita, nami Wakorintho 1: 26-31 nionyeshe kwa nini!

Pili, kwa kusema tu asante kwa Tom, mume wangu wa thamani zaidi ya miaka arobaini, inaonekana jitihada za kusikitisha kuonyesha shukrani ya shukrani, upendo, na heshima najisikia kwa mtu huyu ambaye amehimiza na kuniamini kwa muda mrefu na kupitia pori na wooly wote hupiga mafundisho ya darasa hili. Alinipa kwa upole uhuru wa muda wa kufanya kazi usiku wa usiku na fedha za kuunga mkono mimi na huduma hii bila matarajio yoyote ya kitu chochote kwa kurudi. Ninamshukuru kwa kushirikiana mzigo wangu kuona maisha yaliyobadilishwa na Ukweli wa Neno la Mungu.

Ninashukuru kwa mchungaji wangu, mwalimu, na rafiki, Jake J. Thornhill, na mkewe, Patsy. Umeniamini na kunipa fursa ya kugawana, kwa neno lililoandikwa na kwa njia ya kufundisha wanawake katika kanisa letu, ujumbe huu ambao Mungu ameweka juu ya moyo wangu. Uzoefu umenifundisha kwamba wachungaji wengi hawakuweza kumpa mtu aliyekuwa na elimu isiyo rasmi ya uhuru wa kuandika na kuwasilisha ujumbe huu, hasa kwa njia hiyo isiyo ya kawaida. Ninamshukuru Bwana kwa kunipa fursa ya kutumikia chini ya uongozi wako.

Kwa maneno ya Tami Carr hayatoshi. Vipaji vyako vilishirikiwa na saa ulizozipa katika mchakato wa uhariri zinathamini zaidi kuwa utajua. Ni kazi gani uliyojaribu kuona makosa yangu yote! Na ni baraka gani kuwa nimepata rafiki mpya, wa kweli katika mchakato.

Kwa marafiki zangu na viongozi wa timu ya ZooKeepersMinistry; Kathy Peschell, Debra Spaugh, Jennifer Ray, Debra Mattern, Kelly Murphree, Renee Darnell, Marilyn Ledford na wanachama wote kwenye timu zao ambao majina yao hayaniruhusu kuorodhesha, vizuri, ninaweza kusema nini? Mungu kwa neema alikutuma wewe katika maisha yangu na huduma hii kwa madhumuni Yake.

Wanawake, bila kazi yenu ya uaminifu huduma hii ingekuwa hata imetokea chini! Umenitia ushauri, alinishauri, aliomba na kwa ajili yangu. Nguvu zako za pamoja zimejaza udhaifu wangu, na wao ni wengi. Ninamsifu Mungu kwa mzigo wako kuona ujumbe umeenea.

Kwa 'Miss' Gloria na Trudy, waandishi wetu wa kanisa wenye thamani kwa nia yako kwa kuniruhusu mara kwa mara kuacha ratiba yako tayari ya busy sana kwa msaada kwa njia nyingi. Na kwa rafiki yangu na "dada," Mikki, kwa kunipenda kutosha kushinikiza na mipaka na changamoto yangu kutumia talanta Mungu alinipa.

Kwa wana wangu, Tommy, David, na Brady, ninakushukuru kwa kuwa "watafundishwa" katika umri ambapo watu wengi hugeuka kutoka mafundisho ya ujana wao. Ninamshukuru Mungu kwa kunipa watoto watatu wa ajabu na kwa kuniruhusu mimi kujifunza kukuinua na kanuni za Neno Lake. Asante na wake wako wa thamani, Karla, Sonia, na Leigh kwa kupitisha mafundisho hayo kwa wajukuu wangu wa ajabu, Trey, Tyler, Natalie, Asher, Lauren, na Mason. Ninaomba kila siku kuwa wao pia watakubali Ukweli katika maisha yao, na nina imani yote katika Mwokozi wetu kwamba wao!

Na mwisho, lakini kwa hakika si mdogo, kwa wanawake katika sadaka ya darasa la kwanza ya ZOO. Wewe ulikuwa nguruwe za guinea. Wewe ulicheka wakati labda sio yote ya kushangaza, ulilia na mimi na kwa ajili yangu kama tulivyojitahidi pamoja kujifunza juu ya bora zaidi ya Mungu kwa maisha yetu.
Mimi kutambua kukubali haya ni kiasi cha muda mrefu, lakini kwa hakika inaonyesha tu kiasi gani msaada Mungu alijua mimi haja!

Ninawapenda moja na wote.
Brenda

ZOO KEEPERS MINISTRIES

TAARIFA YA TUME

Ujumbe wetu ni kufikia familia na

Neno na ujumbe wa tumaini unaopatikana katika Yesu Kristo.

Tunajitolea kwa moyo wote

kuwa mfumo wa msaada

kwa wake, mama, na bibi

na

kutoa moyo,

elimu na mafunzo ya vitendo

kwa wanawake wa kisasa ambao

mara nyingi huhisi kama ni kweli

Kuishi katika Zoo.

ZooKeepers Wizara

Brenda Lancaster

3600 S Rockingham Rd,

Greensboro, N.C. 27407